मंत्र श्रीमंतीचा

श्याम भुर्के

मेहता पब्लिशिंग हाऊस

◆ *या पुस्तकातील लेखकाची मते, घटना, वर्णने ही त्या लेखकाची असून त्याच्याशी प्रकाशक सहमत असतीलच असे नाही.*

MANTRA SHRIMANTICHA by Shyam Bhurke

मंत्र श्रीमंतीचा : श्याम भुर्के / मार्गदर्शनपर

Email : author@mehtapublishinghouse.com

© श्याम भुर्के

प्रकाशक   : सुनील अनिल मेहता, मेहता पब्लिशिंग हाऊस,
                       १९४१, सदाशिव पेठ, माडीवाले कॉलनी, पुणे – ४११०३०

अक्षरजुळणी : इफेक्ट्स, २१/६ब, आयडिअल कॉलनी, कोथरूड, पुणे ३८.

मुखपृष्ठ   : मेहता पब्लिशिंग हाऊस

प्रकाशनकाल : फेब्रुवारी, २००५ / सप्टेंबर, २००५ / सप्टेंबर, २००६ /
                       सप्टेंबर, २००८ / मार्च, २०११ / पुनर्मुद्रण : जानेवारी, २०१६

P Book ISBN 9788177665451
E Book ISBN 9788184989380
E Books available on : play.google.com/store/books
                       www.amazon.in
                       https://books.apple.com

मनोगत

न्यू इंग्लिश स्कूल, सातारा या शाळेचा मी विद्यार्थी. इयत्ता आठवीपासून मला वाणिज्य हा विषय होता. बुककिपींग, व्यापाराची मूलतत्त्वे हे विषय होते. पुढे एम.कॉम.पर्यंत कॉमर्सचेच विषय होते. बँकेतल्या नोकरीमुळे या विश्वातच रमलो.

साहित्य, नाट्य यामध्ये आवड असल्यामुळे सुमारे शंभर गावातून एक हजारावर साहित्य, मॅनेजमेंट, ग्राहक सेवा इ. विषयावर व्याख्याने दिली.

या काळात विविध व्यवसायातील अनेकविध स्वभावाची माणसे भेटली. त्यात श्रीमंत माणसे भेटून गेली की ती श्रीमंत कशी झाली याचा मी विचार करीत असे. व्यापारी, प्रमोटर आणि बिल्डर्स, कारखानदार, सधन शेतकरी या साऱ्यांशी माझ्या दिलखुलास गप्पा होत. या गप्पातून मला त्यांच्या श्रीमंत होण्याच्या मार्गातील टप्पे समजत गेले. शून्यातून सुरुवात करून कोट्यधीश झालेले उद्योजक पाहिले. ही श्रीमंत झालेली माणसे बँकेत कमी वेळा येत. त्यांची कामे करण्यासाठी दोन प्रकारची माणसे बँकेत येत.

कर्जप्रकरणे मंजूर करवून घेण्यासाठी, रोजच्या बँक व्यवहारातील अडचणी सोडविण्यासाठी उद्योजकांचे हुशार अधिकारी येत. नेहमीचे बँक व्यवहार म्हणजे पैसे भरणे, चेक भरणे, पैसे काढणे, चेक बुक घेणे याकामी साधे कारकून येत. यातील पहिल्या प्रकारचे सेवक म्हणजेच अधिकारी बॅलन्स शीट, प्रॉफीट अँड लॉस अकाऊंट, त्यातील विविध आर्थिक प्रमाणे म्हणजेच फायनान्शिअल रेशो यामध्ये तज्ज्ञ असत. एकदा एका मोठ्या कंपनीच्या फायनान्स मॅनेजरना मी म्हटलं की बॅलन्स शीट पाहाता आपल्या कंपनीची पतमर्यादा सध्या आहे या मर्यादेपलीकडे वाढविता येणार नाही. तेव्हा त्यांनी सांगितले की पैसे दिले नाहीत तर कंपनी पुढे चालणे अशक्य आहे. पतमर्यादा वाढवायला मी प्रोजेक्शन्स म्हणजेच संभाव्य व्यवसायाचे आकडे देतो. त्यावरून पतमर्यादा किती वाढविता येईल तेही दाखवून देतो. सर्व व्यवहार मंजूर मर्यादित करायचे असतील तर ते माझे क्लार्क तुमच्या क्लार्ककडून करवून घेतातच. माळावर बोंबलायला पाटलाची परवानगी कशाला हवी? तुम्ही पतमर्यादा वाढवून द्या. चेक पास करा. ते जमत नसेल तर ह्या कंपनीच्या किल्ल्या घ्या आणि तुम्हीच कंपनी चालवा!

विचार पटवून देण्यात कंपनीच्या मालकांपेक्षा त्यांचे वरिष्ठ अधिकारी तरबेज असत. स्वत:चा व्यवसाय असल्याप्रमाणे कळकळीने ते बोलत. त्यामध्ये इतकी तळमळ असे की तेवढी मालकालासुद्धा असेल की नाही याची शंका होती. हे अधिकारी रात्रीपर्यंत कंपनीत बसून क्रेडीट प्रपोजल तयार करीत. त्यावेळी त्यांचे मालक मात्र फाईव्ह स्टार हॉटेलमध्ये मेजवानीचा आनंद घेत असत. मग मालकापेक्षा हुशार असणारे अधिकारी मालकापेक्षा आर्थिक दृष्टीने मागे का पडतात याची माहिती मी मिळवत गेलो. मालकाला बॅलन्सशीटपेक्षाही माणसं चांगली वाचता येतात हे जाणवलं.

माझा अनुभव वाढत होता तसतशी कामासाठी येणाऱ्या माणसांची संख्या वाढू

लागली. व्यवसाय सुरू करणारे युवक, मार्गदर्शन करा म्हणू लागले. बँकेतून कर्ज कसे मिळेल याची विचारणा करू लागले. त्यांना मी ती माहिती प्रामाणिकपणे देत असे. त्यांची संख्या फारच वाढू लागल्यावर सर्वांना ती माहिती देण्यास मी अपुरा पडेन असे वाटल्याने 'अर्थमैत्री' अर्थात बँकेतून कर्ज कसे मिळवावे हे पुस्तक मी लिहिले. तुमच्या पुस्तकामुळे मला व्यवसाय करण्यास सहाय्य झाले अशा अर्थाची मला वाचकांची पत्रे येऊ लागली.

पण श्रीमंत कसे व्हावे याबाबत मला जी माहिती मिळत होती ती मी वैयक्तिकरित्या किती जणांना सांगू शकणार असा मला प्रश्न होता. नोकरदार हुशार अधिकाऱ्यांची चालू असलेली पळापळ दिसत होती. त्या धावपळीमुळे त्यांना होणारे आजार लक्षात येत होते. आपल्या मुलांचे उच्चशिक्षण व्यवस्थित व्हावे यासाठी जिवापाड मेहनत करणारे मुलांचे आई-वडील दिसत होते. या पळापळ करणाऱ्या समाजातील वर्गाला श्रीमंतीचा मार्ग दाखवावा यासाठी प्रस्तुत पुस्तक लिहिले. मी हे पुस्तक लिहायला श्रीमंत आहे का? मी तर उच्च मध्यमवर्गीय नोकरदारच आहे. पण मला नोकरी अशी मिळाली की श्रीमंत अधिक श्रीमंत कसे झाले ते पहायला मिळाले. काही मध्यमवर्गीय हुशार असूनही मागे का राहिले ते समजले. थोडक्यात, जग खूप खूप अनुभवायला मिळाले. ते मीच सरळसरळ सांगितले तर वाचकांना पटणार नाही. ते म्हणतील 'लोका सांगे ब्रह्मज्ञान आपण कोरडे पाषाण'. यासाठी मी कादंबरीचा मार्ग चोखाळला आणि नायकाला श्रीमंत करून टाकलं. मला बँकेच्या सेवाकाळात आलेल्या अनुभवाचा मला हे पुस्तक लिहिताना लाभ झाला असला तरी या पुस्तकातील मतांचा, कथेचा बँकेशी काहीही संबंध नाही. ते काहीही असो, हे पुस्तक जो वाचेल त्याला आपण श्रीमंत व्हावे असे वाटेल. तो गरिबीत जन्माला आला असला तरी श्रीमंतीचा मार्ग धरेल. जर हे पुस्तक श्रीमंतानेच वाचले तर तो अधिक श्रीमंत होण्यासाठी आपण चोखाळायला हवे होते असे मार्ग चोखाळेल. अरेच्च्या हे आपण करायचे राहिलेच की असे वाटून त्या वाटेने तो जाईल. काही श्रीमंतांना आपण श्रीमंत झालो पण ते का व कसे झालो याचा पडताळा या पुस्तकावरून येईल. जे नोकरीच्या चक्रात अडकले त्यांनाही आहे या परिस्थितीत श्रीमंत कसे होता येईल याचा विचार करायला हे पुस्तक भाग पाडेल. नोकरी न मिळाल्यामुळे हताश झालेल्या अगणित युवकांच्यामध्ये उद्योजकता निर्माण व्हावी, त्यांनी यशस्वी उद्योजक व्हावे ही माझी इच्छा आहे. माझ्याकडे सध्या करण्यासारखे काही नाही, मी बेकार आहे हे शब्द एकाही युवकाला म्हणायला लागू नयेत म्हणून हा शब्दप्रपंच. नोकरी करित असताना हे पुस्तक लिहित असल्यामुळे सलग वेळ मिळणे कठीण जात होते; पण मेहता पब्लिशिंग हाऊसने पाठपुरावा म्हणजे काय असतो हे दाखवून दिले. श्री. अविनाश पंडित यांनी हस्तलिखित वाचून बहुमूल्य सूचना केल्या. त्यांचा मी आभारी आहे.

धन्यवाद.

श्याम भुर्के

अनुक्रमणिका

अभिप्राय

'उद्योगी' करणारा... मंत्र श्रीमंतीचा...

दैनिक ऐक्य, ४-९-२००५

श्रमाने श्रीमंत होण्याचा मंत्र...

दैनिक ऐक्य ५-११-२००६

पैसा येई छन् छन्...

महाराष्ट्र टाइम्स, १७-४-२००५

श्रीमंतीची गुपिते...

दैनिक लोकसत्ता, १९-६-२००५

श्रीमंतीचा मंत्र देणारे पुस्तक...

दैनिक सकाळ (पुणे) ४-१२-२००५

मंत्र श्रीमंतीचा, विचार करा श्रीमंत व्हा...

साहित्य सूची, सप्टेंबर २००५

शून्यातून यशाचा किनारा गाठण्यासाठी...

साप्ताहिक सकाळ, २३ जुलै २००५

शिक्षण नव्हे,
श्रीमंती हवी!

"एक रुपयाच्या नोटेवर कोणाची सही असते?"
– प्रश्न
"......" – शांतता
"लवकर सांगा!"
"फायनान्स मिनिस्टरची!"
"बरोब्बर! दोन रुपयांपासून पुढील नोटांवर रिझर्व्ह बँकेच्या गव्हर्नरांची सही असते."
हा पाहा दुसरा प्रश्न. "वुइच साईड इज द हँडल ऑफ अ कप? (कपाचा कान कोणत्या बाजूला असतो?) राईट साईड? लेफ्ट साईड?"
"आऊट साईड!"
"बरोब्बर!"
"तिसरा प्रश्न, न्यूज शब्द कसा बनला?'
"न्यूज म्हणजे बातमी."
"ती कुठून येते? ती येते सर्व दिशांनी. नॉर्थ, इस्ट, वेस्ट, साऊथ. त्यांच्या अद्याक्षरावरून, 'एन.इ.डब्ल्यू.एस. न्यूज' हा शब्द झाला आहे."
"इंग्रजी ए मुळाक्षर नसलेले शंभर शब्द सांगा. उदाहरणार्थ, बी.ओ.वाय, बॉय किंवा जी.आय.आर.एल, गर्ल."
"फन, स्टडी, डोअर, विंडो, बर्ड, फूड... शंभर शब्द सांगायला बराच वेळ लागेल हं!"
"वन टू हंड्रेड हे अंक म्हणा. त्यात ए नाही! जेव्हा हे अंक निघाले तेव्हा 'ए'चा शोध लागला नसावा!

विशेष म्हणजे या शंभर अंकात बी सुद्धा येत नाही. सी सुद्धा नाही. आणि डी आहे तो फक्त हंड्रेड या शब्दात!''

सिंहगडच्या पायथ्याजवळील खानापूर येथील व्यक्तिमत्त्व शिबिरातला प्रश्नमंजुषेचा कार्यक्रम इतक्या वर्षांनीही आठवतोय. ज्ञानरंजन या संस्थेने उन्हाळी सुटीत शिबीर आयोजित केले होते. मी त्या शिबिरात मित्राच्या आग्रहामुळे गेलो होतो. त्यावेळी मी पंधरा वर्षांचा असेन. निसर्गरम्य परिसर. एका बाजूला उंचच उंच सिंहगड. पुणे परिसराचं मानचिह्नच ते. गडाच्या उंचीची उंची उंचावणारे दूरदर्शनचे मनोरे जणू काही सिंहगडाला आकाशाशी भिडवू पाहात होते. दुसऱ्या बाजूला नदी. रोज मनसोक्त पोहायचं. तंबूत झोपायचं. रायफल शूटींगनं ध्येय गाठायचं शिक्षण घ्यायचं.

या शिबिरात आमच्याशी गप्पा मारायला पुण्याहून धनेश्वरकाका आले होते. त्यांचं भाषण म्हणजे एक अगदी वेगळ्या प्रकारचं होतं. मी त्यावेळी दहावीमध्ये शिकत होतो. मी त्यापूर्वी जे माझ्या वडिलांकडून ऐकलं होतं त्याच्या विरुद्ध ते सांगत होते. शाळेत गुरुजी शिकवायचे त्यापेक्षा हे एकदमच वेगळं होतं.

एकदा धनेश्वरकाका चक्क म्हणाले,

''तुमच्या शिक्षणामुळे तुम्ही मोठे व्हाल याची खात्री नाही.'' त्यांची अनेक मते होती.

''आजचे शिक्षण कारकून बनविणारे आहे. तिकडे फार लक्ष देऊ नका.''

''जगातील बहुसंख्य मोठी माणसं शाळेत वा कॉलेजात अभ्यासात फारशी चमकली नाहीत.''

''सध्याच्या शिक्षण-पद्धतीत जगाला सामोरे जाण्याचे शिक्षण मिळत नाही.''

''जगातील श्रीमंत माणसे शिक्षणामुळे श्रीमंत झाली असे नाही.''

मला धनेश्वरकाकांचं भाषण आकर्षक वाटलं. व्याख्यानानंतर मी त्यांची ऑटोग्राफ बुकमध्ये सही घेतली. लक्ष्मीकांत धनेश्वर अशी फर्डेबाज सही करून त्याखाली त्यांनी त्यांचा फोन नंबरही दिला होता. आजही माझ्याकडे ती ऑटोग्राफ बुक आहे. मोठ्यांचा तो क्षणिक सहवास आपल्यामध्ये मोठं होण्याची ज्योत प्रज्वलित करून जातो. ये हृदयीचं ते हृदयी पोहोचतं. माझी ती सह्यांची वही समृद्ध झाली होती. त्यात महाराष्ट्राचं लाडकं व्यक्तिमत्त्व पु. ल. देशपांडे यांची सही होती. कविवर्य वसंत बापट, जयवंत दळवी, ज्यांना लिज्जत पापडच्या जाहिरातीतील कवितेवरून पापडकवि म्हणत ते मंगेश पाडगावकर, द. मा. मिरासदार, कवयित्री शांता शेळके, शिवशाहीर बाबासाहेब पुरंदरे यांच्या सह्या होत्या. उद्योगपती शंतनुराव किर्लोस्कर यांच्या सहीने माझी वही श्रीमंत झाली होती.

शिबिराहून परत आलो. साऱ्या गंमतीजमती आई-बाबांना आणि मित्रांना सांगितल्या. पण माझ्या मनात धनेश्वरकाकांचे शब्द सारखे घोंघावत होते. ''मोठं व्हायचं तर शाळेतलं शिक्षण पुरेसं नाही!''

मला तर मोठं व्हायचं होतं!

मी ऑटोग्राफमधली धनेश्वर काकांची सही पुन्हा पाहिली. काय झोकदार सही होती. फक्त सहीच नाही, त्या दिवशी ते ज्या कारने आले ती रोल्सराईस काय पॉश होती! त्यांचे कपडे किती रुबाबदार होते. मी मनाशी ठरवलं आपण धनेश्वरकाकांना पुन्हा भेटायचं. त्यांच्यासारखं मोठं कसं व्हायचं हे विचारायचं.

मी ऑटोग्राफबुकमधील फोन नंबरचा उपयोग करून फोन लावला. गोड आवाजात बोलणाऱ्या लेडी ऑपरेटरनी तो उचलला. मी धाडस करून सांगून टाकलं की शिबिरात भाषणाच्या शेवटी ते म्हणाले होते, ज्यांना अधिक माहिती हवी होती त्यांनी त्यांना भेटायला हरकत नाही. तिने माझं नाव, पत्ता आणि फोन नंबर लिहून घेतला. आणि दोन दिवसांनी निर्णय सांगायचं आश्वासन दिलं.

घरी मी बाबांना हे सारं सांगितलं. ते म्हणाले, ''अरे, धनेश्वरकाका म्हणजे फार मोठी आसामी आहे. पुण्यात त्यांची मोठी इन्व्हेस्टमेंट कंपनी आहे. रिअल इस्टेट कंपनी आहे. खूप बंगले, गाड्या आहेत.''

''हे तुम्हाला कसं माहीत?'' – मी

''तुझे हे धनेश्वरकाका आणि मी एकाच शाळेमध्ये शिकायला होतो!''

''शाळेमध्ये तुम्ही हुशार होता का तुमच्यापेक्षाही जास्त असे ते हुशार होते?''

''कॉलेजमध्ये तो जेमतेम पास व्हायचा. तासालाही बऱ्याच दांड्या मारायचा. अभ्यासात बेताचाच होता.''

''तुम्ही तर कॉलेजात एम.ए.ला पहिले आलात. नंतर 'एज्युकेशन सिस्टिम इन इंडिया वुइथ रेफरन्स टू महाराष्ट्र स्टेट' या विषयावर प्रबंध लिहिलात. पीएच.डी. मिळवलीत.''

''त्यामुळेच मी पुणे विद्यापीठात प्रोफेसर या पदापर्यंत पोहोचलो.''

''पण बाबा, धनेश्वरकाका जर अभ्यासात हुशार नव्हते तर ते एवढे श्रीमंत कसे झाले? त्यांच्या वडिलांची खूप प्रॉपर्टी होती का?''

''नाही. त्यांचे वडील श्रीमंत नव्हते. धनेश्वरांनी सारे धन स्वतःच्या कष्टाने आणि हुशारीने मिळविले.''

''मी त्यांची अपॉईंटमेंट मागितलीय. त्यांना मी भेटणार आहे. श्रीमंत कसं व्हायचं ते विचारणार आहे.''

''भेट. त्यांनी परवानगी दिली तर जरूर भेट. पण आता तुझं हे वय अभ्यासाचं आहे. खूप अभ्यास कर. चांगले मार्क मिळव. सध्याचं युग स्पर्धेचं आहे. परवा एका

राष्ट्रीयकृत बँकेची क्लार्क्स हवेत म्हणून जाहिरात होती; तर दीडशे जागांसाठी दीड लाख अर्ज आले. म्हणजे एक हजारात एकाला नोकरी मिळायची. केवढी ही स्पर्धा. दिवसेंदिवस बेकारी वाढतच चालली आहे. तेव्हा मेरीटमध्ये यायला हवं.

एकदा नोकरी मिळाली की मग स्वकष्टानं बढती मिळविता येते. मोठ्या पोस्टवर पोहोचता येतं. पण आता मात्र मेरीटमध्ये यायचं हेच ध्येय हवं. तुला कुठले क्लासेस जॉईन करायचे असले तर कर. शिक्षणासाठी मी पैसा कधीच कमी पडू देणार नाही. लागलेच तर कर्जसुद्धा काढू. बँकाही आता सारख्या शिक्षणकर्जाच्या जाहिराती प्रसिद्ध करीत असतात. तेव्हा आता अर्जुनाला जसा फक्त माशाचा डोळाच दिसत होता तसं तुला फक्त वार्षिक परीक्षा दिसायला हवी. शंभर पैकी शंभर मार्क मिळवायची तयारी हवी. मी एकही मार्क कमी घेणार नाही ही इर्षा हवी तेव्हाच मेरीटमध्ये येता येईल...’’

बाबा सांगत होते ते माझ्या भल्यासाठीच होतं. पण धनेश्वरकाका सांगत होते ते काय माझ्या भल्यासाठी नव्हतं का? आपण एकदा तरी धनेश्वरकाकांना भेटायचंच. ते श्रीमंत कसे झाले ते समजावून घ्यायचं. आपणही तसंच भरपूर श्रीमंत व्हायचं. तेव्हा मी पुन्हा बाबांना विचारलं,

‘‘तुम्ही म्हणता ते मी ऐकलंय. तुम्ही खूप अभ्यास केलात. नेहमी डिस्टिंक्शन मिळविलंत. मेरीटमध्ये आलात. महाविद्यालयात ट्यूटर, प्राध्यापक झालात. पण धनेश्वरकाकांसारखे गडगंज श्रीमंत नाही झालात. तेव्हा मी त्यांना खरंच भेटणार आहे. भेटू ना?’’

‘‘भेट, अवश्य भेट.’’

मी पुन्हा कंपनीत फोन लावला. फोनवर धनेश्वरकाका कधीच भेटायचे नाहीत. त्यांची पर्सनल असिस्टंट तेवढी बोलायची. तिनं पुन्हा सांगितलं की पुढील आठवड्यात पुन्हा फोन करा. मग अपॉईंटमेंट मिळते का पाहू. सध्यातरी साहेब मिटिंग, व्हिजिट्स यात बिझी आहेत. तेव्हा पुन्हा पाहू.

एक मन म्हणायला लागलं की जर धनेश्वर काकांची अपॉईंटमेंट मिळणंच इतकं अवघड आहे तर कशाला लागा त्यांच्या मागे! व्याख्यानात ‘धंदा व्यवसाय करा’ असा सल्ला दिला, पण प्रत्यक्ष भेटही मिळत नाही. त्यापेक्षा आपला बाबांनी सांगितलेला अभ्यासाचा मार्ग बरा. पण दुसरं मन हिणवू लागलं की ‘दिवस गरिबीत काढायचे का श्रीमंतीत!’ मला तर श्रीमंत व्हायचं होतं. मग कितीका वेळ लागेना, आपण धनेश्वरकाकांची भेट मिळवायचीच. एकीकडे आपलं शिक्षण चालूच आहे. त्याचवेळी दुसरीकडे धनेश्वरकाकांना भेटण्याचा प्रयत्न चालूच ठेवायचा.

फोनवर अपॉईंटमेंट मिळत नाही हे लक्षात येताच मी त्यांना प्रत्यक्षच भेटायचं ठरवलं. त्यांच्या ऑफिसमध्येच गेलो. सारं ऑफिस कसं चकाचक होतं. ग्लास

डोअरचं प्रवेशद्वार उघडून आत जाताच रिसेप्शनिस्टनं स्वागत केलं. दुतर्फा कार्नेशन फुलांच्या कुंड्या होत्या. फुलं इतकी मोहक आणि टवटवीत होती की ती कृत्रिम आहेत की खरी आहेत तेच कळत नव्हतं.

फॉल्स सिलींगमधून प्रकाशझोत सोडणारे इवलेसे दिवे लुकलुकत होते. हे सुरेख आकाश असून त्यातून चांदणं डोकावतंय असं भासू लागलं. 'सुनिल नभ हे... सुंदर नभ हे नभ हे अतलची अहा' या काव्यपंक्तीची सुद्धा तेवढ्यात आठवण झाली.

आता इतर गोष्टी पाहाण्यापेक्षा आपण धनेश्वरकाकांशी काय आणि कसे बोलायचे एवढाच विचार करूया असे ठरवले. मन एकाग्र करण्याचा प्रयत्न करणे म्हणजेच मनाची एकाग्रता घालविणे की काय वाटायला लागलं. मन पाण्यासारखं असतं. सांडलेला पारा गोळा करायचा प्रयत्न करावा तर तो जास्त विखरू लागतो. चपळतेने पळू लागतो. रिसेप्शन काऊंटरजवळ विराजमान झालेला रोटेटींग प्रोजेक्टर माझ्या दृष्टीस पडला. ऑफिसमध्ये काही माहिती मिळवण्यासाठी येणारे व्हिजिटर्स स्लाईड्सवर येणारी माहिती पाहात होते. संपूर्ण बिझिनेस हाऊसची माहिती त्यावर होती. कोणती डिपार्टमेंट आहेत; कोठे आहेत, वेगवेगळ्या कोणत्या सर्व्हिसेस मिळतात, त्यांची ठळक वैशिष्ट्ये काय आहेत हे सारं त्यावर पाहाण्याची सोय होती.

मी स्क्रीनवर एक एक विभाग पाहात होतो. धनेश्वरकाकांच्या आर्थिक विश्वाच्या गुहेत मी शिरलो होतो. असंच आपणही समृद्धीचं विश्व उभारावं असं वाटत होतं. ते कसं उभारायचं याची वाट धनेश्वरकाका दाखविणार होते. पण त्यांची भेटच होत नव्हती.

रिसेप्शनिस्टनं इंटरकॉमवर धनेश्वरकाकांशी संपर्क साधून मी भेटायला आल्याचं सांगितलं. त्यांनी पुढच्या आठवड्यातील सोमवारी सायंकाळी पाच वाजताची अपॉईंटमेंट दिली. इथं येऊनही धनेश्वरकाकांची भेट झालीच नाही. विशेष म्हणजे ते आत केबिनमध्ये असूनही त्यांनी साधं मला आत बोलावलंही नाही. पण पुढच्या आठवड्यातली भेटीची निश्चित वेळ ठरली हे काय थोडे झाले!

रात्री घरी मी बाबांना सारं रिपोर्टींग केलं. श्रीमंत होणं केव्हा जमेल तेव्हा जमेल पण श्रीमंत माणसाला गरिबानं भेटणं हे किती कठीण असतं याचा अनुभव मी घेतला होता. बाबांनी त्यांचा नेहमीचा सुरक्षित सल्ला दिला. "धनेश्वरांना तू भेटण्याबद्दल माझी काहीच हरकत नाही. पण शाळेच्या अभ्यासात दुर्लक्ष होऊ देऊ नकोस. खूप अभ्यास कर. चांगले मार्क्स मिळव. नंबर काढ. तरच चांगलं कॉलेज मिळेल. पुढं चांगली नोकरी मिळेल. धनापेक्षा विद्येला महत्त्व आहे. नॉलेज इज पॉवर."

माझे वडील मला सकाळी उठल्यावर हाताचे दर्शन घेऊन श्लोक म्हणायला सांगत–

'कराग्रे वसते लक्ष्मी, करमध्ये सरस्वती,
करमूले तु गोंविदम्, प्रभाते कर दर्शनम् ।'

सरस्वतीचं स्थान हे मध्यभागी आहे. लक्ष्मीचं स्थान बोटाच्या टोकाला आहे. सरस्वती म्हणजे विद्या ही कायम राहाणारी आहे. लक्ष्मी म्हणजे पैसा चंचल आहे. आज आहे तर उद्या नाही.

अजून एक संस्कृत श्लोक ऐक–

अर्थानामर्जने दु:खमर्जितानां च रक्षणे ।

आये दु:खं व्यये दु:खं धिगर्थान् कष्ट संश्रितान ॥

"याचा अर्थ तुझ्या कानावर घालतो. संपत्ती मिळविण्यात दु:खं असतं. मिळवलेल्या संपत्तीचं रक्षण करण्यात पीडा असते. संपत्ती येण्यात दु:ख, खर्च करण्यात दु:ख होतं, तर अशा कष्टावर अवलंबून असलेल्या संपत्तीचा धिक्कार असो. मी तुला हे सांगतोय म्हणजे तू धनेश्वरांना भेटू नये म्हणून नाही! तू त्यांना भेटच. पण पुन्हा सांगतो, अभ्यासाला महत्त्व दे."

बाबा मला अभ्यास करायला का सांगत होते? चांगली नोकरी मिळावी म्हणूनच ना! चांगली नोकरी का हवी? सुरक्षितपणे दरमहा गलेलठ्ठ पगार मिळावा म्हणून. मग पगार म्हणजे धनच नव्हे का? मला बाबांसारखा मर्यादित पगार नको होता. त्या पगारात सारा घरखर्च भागविण्याचं ते लो इन्कम बजेट म्हणजे अपुऱ्या पांघरुणासारखं होतं. डोक्यावर चादर ओढावी तर पाय उघडे पडतात. पाय झाकावे तर डोकं उघडं पडतं. चैन तर करायला मिळायची नाही. मोठ्या हॉटेलात जाणं मुश्कीलच. कधी गेलंच तर मेनू कार्ड उर्दूसारखं उजवीकडून डावीकडे पाहायचं. दर अगोदर वाचायचा. कमी असेल तरच त्या किंमतीत कोणता पदार्थ मिळणार ते पाहायचं. मला आता बाबांसारखं मोजक्या पैशात राहाणं नको होतं. श्रीमंत व्हायचं होतं.

बाबांनी विद्येचं महत्त्व सांगितलं. पण विद्या म्हणजे फक्त शाळा कॉलेजचं शिक्षण म्हणून कसं चालेल? पैसा प्राप्त करण्याची कला हीही विद्याच नव्हे काय? धनेश्वर मला जो मार्ग दाखवतील तीही विद्याच नव्हे काय? सरस्वती आणि लक्ष्मी दोन्हीही माझ्या हातातच आहेत ना? मी विद्येच्या सहाय्याने लक्ष्मी प्राप्त करेन. लक्ष्मीच्या जोरावर अधिक लक्ष्मी कशी मिळेल याची विद्या घेत राहीन. असेही जमू शकेल ना?

पण आता धनेश्वर काका काय सल्ला देतात तेच पाहिलेलं बरं. त्यांच्या भेटीची मी वाट पाहात होतो. त्या भेटीपूर्वी मनात विचार येत होते ते श्रीमंती आणि गरिबीचे. शाळेत गुरुजी एक कथा सांगत होते. कथेची सुरुवात करताना ते म्हणाले, "आटपाट नगर होतं. तिथं एक गरीब ब्राह्मण राहात होता. तो खूप विद्वान होता…"

हा कथेतला ब्राह्मण नेहमी गरीबच का? तो खूप खूप विद्वान असूनही गरीब का? कथेत नेहमी चांगला माणूस गरीब दाखवितात. म्हणजे गरिबी म्हणजेच चांगले का? गरिबीला कथाकार श्रेष्ठत्व का देतात?

माझं मन या प्रश्नाभोवती पिंगा घालीत होतं. ते म्हणत होतं की ज्या समाजात गरिबी ही गुणवत्ता मानली जाते तो समाज श्रीमंत कसा होणार? 'ठेविले अनंते तैसेची रहावे' याचा सोयिस्कर असा आळशी व अल्पसमाधानी अर्थ घेऊन कसे चालेल? सतत असमाधानी, दुःखी राहू नये म्हणून संतांनी हे वचन सांगितले. याचा अर्थ मी कधीच नव्या योजना आखू नयेत असे नाही. शाळेतही परंपरागत शिक्षण देणं चाललं होतं. ते शिक्षण म्हणजे वाळूच्या घड्याळासारखं होतं. शाळेच्या प्रयोगशाळेत काचेच्या कपाटात एक वाळूचं घड्याळ होतं. काचेची दोन नरसाळ्याच्या आकाराची भांडी जोडलेली. त्या भांड्यातली वाळू हळूहळू भांड्याच्या दुसऱ्या भागात पडते. ती ठराविक वेळात जमा होत असल्याने त्यावरून वेळ मोजता येतो. पुन्हा भांडे उलटे ठेवले की पुन्हा वाळू पडणे सुरू.

शाळेतलं शिक्षणही असच चाललं होतं. ठराविक तासाला तेच ठराविक शिक्षण. त्यात बदल नाही. सरांनी पाठ घेण्यासाठी टिपणांचा एक कागद तयार केलेला. त्यांनी शाळेत नोकरी धरल्यावर तो प्रथम तयार केला. पण इतक्या वर्षांत त्यात काहीही बदल केला नाही. पूर्ण वाळू पडल्यावर जसे वाळूचे घड्याळ उलटे करायचे तसे ते आपला पाठ मुलांच्या डोक्यावर ओतून मोकळे व्हायचे. या अभ्यासाचा मला धनवान व्हायला कसा उपयोग होणार या विचारानं मी अस्वस्थ होतो.

धनेश्वरकाकांना भेटण्याचा दिवस जवळ येत चालला होता. तोपर्यंत शाळेतला एक एक दिवस मी ढकलत होतो. इतिहास, सनावळी सांगत होता पण कोठेही आपण मोठं कसं व्हावं हे माझ्यापर्यंत पोहोचत नव्हतं. छत्रपती शिवाजी महाराजांच्या जन्मतारखेबद्दल वाद असल्याचं सरांकडून आणि वृत्तपत्रातूनही कळलं होतं. चुकीच्या तारखेमुळे कुंडलीही बदलेल असं सांगत होते पण मला माझी भविष्यातली रेखा घडवायची होती. ते सामर्थ्य द्यायला सर अपुरे पडत होते. इतिहासात युद्धांनी पानेच्या पाने भरली होती. माणूस म्हणजे कोण अशी व्याख्या केली तर, 'युद्ध करणारा प्राणी' असे सांगावे लागेल.

एकदा एका तत्त्ववेत्त्याला एका सामान्य माणसाने प्रश्न विचारला की पहिल्या महायुद्धात दूर पल्ल्याच्या तोफांचा वापर झाला. दुसऱ्या महायुद्धात बॉंबचा मारा करण्यात आला. तिसऱ्या महायुद्धात कोणती महाभयंकर अस्त्रे वापरली जातील? तेव्हा तो तत्त्ववेत्ता म्हणाला की मला तिसऱ्या महायुद्धात वापरल्या जाणाऱ्या भयंकर अस्त्रांबद्दल सांगता येणार नाही पण चवथ्या महायुद्धात काय वापरतील ते

निश्चितपणे सांगता येईल. पुढे त्यानी खुलासा केला की चवथ्या महायुद्धात दगड काठ्या वापरल्या जातील! तिसऱ्या महायुद्धात सर्वनाश झालेला असेल व त्यानंतर पुन्हा माणूस रानटी अवस्थेपासून वाटचाल सुरू करेल.

ही युद्धाची वर्णनं मला हवं असेलेलं श्रीमंती ज्ञान देऊ शकत नव्हती. शाळेतलं शिक्षण चांगलं का व्यवहार ज्ञान चांगलं याबाबतीत माझ्याही मनात युद्धच सुरू होतं.

गणिताच्या तासाला प्रश्न होता एक लाख रुपये मुद्दलावर साडेदहा टक्के व्याजाने तीन वर्षांनी किती पैसे मिळतील? गणित म्हणून ते बरोबर होते पण मुद्दलाची रक्कम प्रत्यक्षात कमवायची कशी हे शिकविलं जात नव्हतं. नागरिक शास्त्र विषयात आदर्श नागरिक होण्यासाठी काय करावं हे सांगितले होतं. आदर्श नागरिक राहाण्यासाठी त्याच्याकडे भरपूर पैसे नको का? ते कसे कमवायचे याचे शिक्षण नव्हते. 'पैसा कसा मिळवावा', 'श्रीमंत उद्योगपतीचे चरित्र', 'श्रीमंत कसे व्हावे', 'पैसा कसा वाढवावा' असे तास शाळेच्या वेळापत्रकात असते तर किती बरं झालं असतं नाही?

आज धनेश्वरकाकांना भेटण्याचा दिवस होता. भेटीची वेळ संध्याकाळची होती. शाळेतले तास केव्हा संपतात असं झालं होतं. आज घड्याळाचे काटे वेगाने फिरावेत असं वाटत होतं. शाळा सुटण्याची घंटा वाजविणाऱ्या शिपायाकडील टोल आपण घ्यावा व घंटा आजचा दिवस तरी वेळेपूर्वीच वाजवून मोकळं व्हावं वाटत होतं. धनप्राप्तीचा मार्ग दाखविणारे धनेश्वर केव्हा भेटतात असे मला झाले होते.

ठरलेल्या वेळेच्या आधी दहा मिनिटे मी धनेश्वर काकांच्या ऑफिसमध्ये पोहोचलो. रिसेप्शनिस्टनं हसतमुखानं स्वागत केलं. समोरच्या सोफ्यावर बसायची विनंती केली. मी सोफ्यावरून रिसेप्शनिस्ट केव्हा बोलावते हे पाहात होतो. तिने कॉम्प्युटरवर अपॉईंटमेंट्सची विंडो ओपन केली. माझी अपॉईंटमेंट आहे का पाहून घेतलं. त्यात माझं नाव होतं. तिने केबिनमध्ये इंटरकॉमवर मनोहर बुद्धिवंत आल्याचं सांगितलं. आतील दोघेजण बाहेर आल्यावर माझा नंबर असल्याचे तिनं मला सांगितलं. समोर टीपॉयवर वर्तमानपत्र होतं. त्यातलं पान डोळ्यासमोर धरलं तर ते भविष्याचं होतं. त्यात माझ्या राशीचं आजचं भविष्य होतं, 'धनप्राप्तीचा योग आहे'. मी म्हटलं, धन मिळायचं तेव्हा मिळो. आज धनेश्वर भेट तरी फलदायी होवो म्हणजे झालं.

रिसेप्शनिस्टनं मला क्रिस्टल ग्लासमधून प्यायला पाणी दिलं. धनेश्वर काकांच्या केबिनमध्ये बसलेले दोघे वरिष्ठ अधिकारी बाहेर आल्यावर मला बोलावलं.

''मे आय कम इन सर?'' मी केबिनमध्ये प्रवेश करताच विचारलं.

''मोस्ट वेलकम. बी सिटेड प्लीज.'' एवढ्या मोठ्या साहेबांच्या बोलण्यात किती नम्रता होती!

केबिन म्हणजे प्रशस्त दालन होतं. फॉल्स सिलिंगमधून टेबलावर जास्त प्रकाश पडेल अशी योजना केली होती. भिंतीवर कमळामध्ये उभ्या असलेल्या लक्ष्मी देवीचे चित्र होते. सोन्याचा मुकुट मस्तकावर होता तर सर्वांग सुवर्ण अलंकारांनी मढले होते. लक्ष्मीच्या हस्तकमलातून सुवर्णाची नाणी खाली पडत होती. त्या चित्राला सुरेख सोनेरी चौकट केलेली होती. चित्रावर खास दिव्याचा झोत टाकला होता. त्यामुळे ते चित्र एकदम कोणाचेही लक्ष आकर्षित केल्याशिवाय राहात नव्हतं.

भिंतीवरचं घड्याळ खास रोमन आकड्यात होतं. घड्याळाच्या नक्षीकामावरून ते सर्वसाधारण बाजारात मिळणाऱ्या घड्याळापेक्षा उच्च प्रतीचं आहे हे ध्यानात येत होतं. मागे कोटचा हँगर लावायचा लाकडी स्टँड होता. त्या स्टँडला पॉलिश केलेलं असल्यामुळं सगळं टापटीप ठेवायचा इथला शिरस्ता आहे याची जाणीव होत होती. इंग्रजी एल या मूळाक्षराच्या आकाराचं टेबल, मुद्दाम त्या केबिनसाठी करवून घेतलेलं होतं. त्यावर पांढराशुभ्र इंपोर्टेड टेलिफोन, इंटरकॉम ठेवलेले. एका बाजूला कामाचे काही फोल्डर होते. तेही प्लॅस्टिकचे, नीटनेटके होते. एकावर एक असे व्यवस्थित ठेवलेले होते. समोर प्लॅनर होता. एक पेपर पॅड होते. दुसरे पेपर होल्डर होते. त्यातला कागदाचा एक तुकडा घेतला की त्यावर काही लिहून तो त्याच्या एका बाजूला असलेल्या चिकट गममुळे खूण म्हणून चिकटायचा. भिंतीजवळच्या दोन्ही कपाटात पुस्तकं रुबाबात बसली होती. फ्लोअरवर फिकट निळं वॉल टू वॉल कार्पेट बसविलेलं होतं.

फिरत्या एक्झिक्युटिव्ह चेअरमध्ये धनेश्वर विराजमान झालेले होते. मी बसलेल्या व्हिजिटर्स चेअरमध्ये एकदम आरामशीर वाटत होतं.

"येस, डिअर मनोहर." धनेश्वरांनी मला नावानं हाक मारल्यामुळं मनावरचा तणाव नाहीसा झाला.

"सर, तुमचं ज्ञानरंजन या संस्थेनं आयोजित केलेल्या शिबिरात मी भाषण ऐकलं होतं. तुम्ही शाळेच्या अभ्यासापेक्षा पैसे मिळवायचं व्यवहारज्ञान शिकण्यावर भर द्या असं म्हणाला होतात. तेव्हापासून आपणही श्रीमंत व्हावं असं मी मनाशी ठरविलं."

"व्वा! सुरेख. छान निर्णय आहे तुझा! तुझे वडील काय करतात?"

"माझ्या वडिलांचं नाव विद्याधर बुद्धिवंत. ते विद्यापीठात प्राध्यापक आहेत."

"अरे व्वा! तू विद्याधरचा मुलगा! अरे विद्याधर आणि मी एकाच शाळेत शिकलो. तो खूप हुशार विद्यार्थी होता. शाळेत सतत पहिला नंबर असायचा. एखादे वेळेस दुसरा नंबर आला तरी तो अस्वस्थ व्हायचा... हो, सी.डी. देशमुखांची गोष्ट आठवली. सी.डी. म्हणजे रिझर्व्ह बँकेचे माजी गव्हर्नर, भारताचे माजी अर्थमंत्री. ते मॅट्रिकला असताना त्यांचा मित्र त्यांच्याकडे धावत धावत येत आनंदानं ओरडून म्हणाला की मॅट्रिकचा निकाल लागला. त्यावर सी.डीं.नी विचारलं की परीक्षेत दुसरा

नंबर कोणाला मिळाला? कारण पहिला नंबर त्यांनाच मिळणार हा त्यांना आत्मविश्वास होता.

आमच्या वर्गात अशीच अवस्था विद्याधरची होती. पहिला नंबर म्हणजे त्याचाच, असं समीकरण झालं होतं. वर्गात सरांनी कोणताही प्रश्न विचारला की उत्तर देताना मुलांनी हात वर करायची पद्धत होती. मग सर ज्याला विचारतील त्यानं उत्तर द्यायचं. कोणाला उत्तर देता आलं नाही की सर म्हणत, 'विद्याधर सांगेल' आणि खरोखरच विद्याधरचं उत्तर तोंडपाठ असायचं. अशा माझ्या बुद्धिमान शालेय मित्राचा तू मुलगा आहेस ही आनंदाची गोष्ट आहे.''

धनेश्वरांची ही प्रस्तावना सुरेख होती. त्यावर मी खूष होतो. पण मला त्यांना माझ्या मुद्द्यावर आणण्यासाठी मी म्हणालो,

"सर तुमच्यासारखं श्रीमंत व्हायचं असेल तर काय करायचं?''

"छान, छान प्रश्न विचारलास. मी ते तुला सांगेन...'' तेवढ्यात फोन वाजला. त्यांनी त्यावर वीस लाख रुपयांची प्रॉपर्टी बुक करण्याची मंजुरी देऊन टाकली. अन् पुन्हा माझ्या विषयाकडे वळत म्हणाले,

"तुला श्रीमंत व्हायचंय ना?''

"हो.''

"पण ते व्हावं असं तुझ्या मनात केव्हा आलं?''

"तुमचं भाषण ऐकलं तेव्हा. पण त्यानंतर असा एक प्रसंग घडला की मी मनाशी निश्चयच केला की आपणही श्रीमंत आणि श्रीमंतच व्हायचं.''

"कोणता प्रसंग?''

"आमच्या सोसायटीतील लोकांची ट्रीप लोणावळ्याला जाणार होती. पुणे रेल्वे स्टेशनपासून सारेजण लोकलने लोणावळ्यास पोहोचणार होते. घरापासून पुणे स्टेशनपर्यंत जाण्यासाठी आमच्या शेजारचे कदम त्यांची व्हॅन काढणार होते. त्यांच्याकडे ड्रायव्हर असल्यामुळे तो साऱ्यांना सोडून परत येणार होता.

आम्ही गोलाकार असे आठ-दहाजण बसलो होतो. बहुतेकांच्याकडे स्वतःच्या कार्स होत्या. पण ड्रायव्हर नव्हते. माझ्याकडे कार नव्हती, त्यामुळे ड्रायव्हर असायचा प्रश्नच नव्हता. वडील प्राध्यापक होते. घर व्यवस्थित चालत होते; पण कार घेऊ शकले नव्हते.

कदमांनी त्यांच्या व्हॅनमधून कोण कोण येणार याची यादी करायला सुरुवात केली. ते एकेकाला विचारून नावे लिहीत होते. माझ्या बाजूला बसलेल्या आधीच्या आणि नंतरच्या माणसांची त्यांनी नावे घेतली. मला वगळले. वगळले म्हणजे विचारलेच नाही. त्यांचा निवडीचा निकष माझ्या लक्षात आला. फक्त कार असणाऱ्यांनाच त्यांनी विचारलं होतं. व्हॅनमध्ये जागा असूनही त्यांनी मी तुलनेनं गरीब म्हणून मला

डावललं होतं. माझा सर्वदिखत अपमान झाला होता. पुणे स्टेशनवर मला रिक्शानं जावं लागलं होतं.

त्याचवेळी मनात आलं की एक दिवस मीही कार घेईन. त्याशिवाय माझं मन शांत होणार नाही. या जगात पैशाला किंमत आहे. श्रीमंतीला मान आहे. गरिबीला पाहावी लागते अवहेलना. सहन करावा लागतो अपमान.''

''असंच काही घडलं तर ते उपयुक्तही होऊ शकतं. वाईटातूनही चांगलं होतं म्हणतात ते असं...'' पुन्हा फोन वाजला.

इंटरकॉमवरून त्यांनी सेक्रेटरीला सांगितलं की थोडा वेळ आता फक्त कॉल नोट करून ठेव. आत देऊ नकोस!

मी मनात म्हटलं, श्रीमंत क्यायचा मार्ग ऐकायला मिळण्यातही इतके अडथळे. मग प्रत्यक्ष मार्गक्रमण किती खडतर असेल!

"तू सध्या काय करतोस?'' त्यांनी माझा बायोडेटा तपासायला सुरुवात केली.

"मी दहावीला आहे.'' मी हे महत्त्वाचं वर्ष असल्याच्या भावनेनं बोललो.

"वुईश यू बेस्ट ऑफ लक! पण मला विचारशील तर मी सांगेन की पहिली, दुसरी, तिसरी असं आपण बारावी पर्यंत जातो. त्यातलं एक वर्ष म्हणजे दहावी. हल्ली दहावीचं वातावरण आठवी पास झाल्यापासूनच सुरू करतात.

भयभीत झालेले पालक म्हणू लागतात– 'मुलगा आता नववीत गेला म्हणजे पुढच्या वर्षी दहावीत जाणार. दहावीवर सगळं अवलंबून आहे. दहावीसाठी त्या त्या विषयाच्या क्लासला प्रवेश मिळण्यासाठी आताच त्या क्लासच्या नववीच्या वर्गला जॉईन झालेलं बरं! दहावीचा अभ्यास नववीच्या परीक्षेनंतर लगेच सुरू करायला हवा. सुटीचा उपयोग अभ्यासासाठी आणि अभ्यासासाठीच करायचा. आई आणि वडिलांनी प्रत्येकी दोन-दोन महिने रजा घेण्याची योजना गेल्या वर्षापासूनच आखलीय. ते मुलाच्या अभ्यासाकडे वैयक्तिक लक्ष देणार...'

संपूर्ण घरावर दहावीचा परिणाम होत असतो. नातेवाईक सतत या दहावीची आठवण करून देऊन विचारपूस करीत असतात. एकदा एक आई मुलीला दहावीच्या परीक्षेला सोडायला शाळेत गेली तर एकूण साऱ्या वातावरणाने ती रडायला लागली. मुलगी दहावीची परीक्षा देतीय म्हणजे काही अघटितच घडतंय असं तिला वाटायला लागलं.

पालक मुलांना पंच्च्याण्णव टक्के गुण हवेत म्हणून बजावतात. एका पाल्याला त्र्याण्णव टक्के गुण मिळाले तर आई-वडील दु:खी झाले होते! मेरीटमध्ये यायला हवं हीही काही पालकांची अपेक्षा असते. या काळात मुलांचं खेळणं बंद, नाटकात भाग घेणं नाही; सिनेमा बंद, स्पर्धांतून भाग नाही. काही पालक मुलाला त्रास नको म्हणून स्वत:ही टी.व्ही. पाहाणं कमी करतात.

साऱ्या नातेवाईकात, मित्रमंडळीत हा दहावीचा संदेश पोहोचलेला असतो. फोन, पत्र, प्रत्यक्ष भेटीत काहीही बोलणं झालं की एक पालुपद हमखास असतं, ते म्हणजे 'दहावीचा अभ्यास काय म्हणतो? भरपूर अभ्यास कर. पुढील सगळं करिअर त्यावर अवलंबून आहे'. संपूर्ण घराला दहावीचा फिव्हर आलेला असतो! इतक्या अपेक्षा ठेवल्याने त्या मुलावरही प्रचंड तणाव येत असतो. निकाल अपेक्षेप्रमाणे लागला तर ठीक. नाहीतर आपण पेपरमध्ये काही आत्महत्येच्या बातम्या वाचतो.

आमच्यावेळी असं काही फॅड नव्हतं. काही पालकांना तर मुलगा नक्की कितवीत आहे हेही सांगता यायचं नाही. मुलगा शाळेत शिकतोय व पुढे कॉलेजात जाईल एवढं ठाऊक असायचं.

या दहावीमध्ये शिकवतात तरी काय? त्या विषयांचा जीवनाला सामोरं जाण्यासाठी उपयोग होतो का? दहावीत मेरिटमध्ये आलेली मुले पुढे मोठी झाली का हा एक अभ्यासाचाच विषय होईल. तू आत्ता दहावीत आहेस म्हणजे तू अभ्यास करू नको असं यावेळी तरी मी म्हणणार नाही. पण दहावी म्हणजे सर्व काही असं समजू नकोस. ज्याला श्रीमंत व्हायचंय त्यानं अमुक एक अभ्यासक्रम झाल्यावर पैसे कमवायला लागू म्हणून चालणार नाही. त्यांनी लवकरात लवकर पैसे प्राप्तीच्या कलेकडे वळायला हवं. आता तू अभ्यास आणि कमाई दोन्ही चालू ठेवू शकतोस.

दहावीत मेरिटमध्ये येण्याच्या खटपटीस लागलास तर कमाई करता यायची नाही. माझा सल्ला चमत्कारिक वाटेल पण तो असा असेल की दहावी पास झाले म्हणजे बस झाले. वरच्या मार्कांच्या मागे लागण्यापेक्षा काही पैसे कमावून दाखव..."

"मी याचा जरूर विचार करतो. घरच्या लोकांशी बोलतो. त्यांना पटेल की नाही हे आत्ता सांगणं अवघडच. पण मी त्यांना समजावून सांगेन. पण श्रीमंत कसं व्हायचं?"

"आज पहिला धडा पूर्ण झाला. तुला पुढचा धडा काही दिवसांनी देईन. पण आधी मी सांगितलेला गृहपाठ पूर्ण कर. मग बघूया. बेस्ट ऑफ लक! तुला शुभेच्छा देतो! बरंय."

"थँक्यू व्हेरी मच सर. मी लवकरच पुन्हा येईन."

प्रकाश क्लासेसची अंधकारमय सुरुवात

आता मला पैसे कमवायचे होते. नोकरी करून, काही सेवा देऊन, काही तयार करून किंवा व्यापार करून. पैसे कसे कमवायचे हे धनेश्वरांनी सांगितलं नव्हतं. त्यामुळे मला पुरेसं मार्गदर्शन मिळालं नाही असं एकदा वाटलं तर दुसऱ्यांदा आपल्याला पैसे मिळविण्याचा मार्ग शोधण्याचं स्वातंत्र्य आहे असं वाटलं. काही व्यवसाय करण्याचा विषय घरी काढणं अवघडच होतं. कारण दहावीच्या वर्षात असं काही करणं हे कोणालाही पटणारं नव्हतं.

मी विचार केला की दहावीमध्ये कमी मार्क पडले तरी आपण पास नक्कीच होऊ शकतो. पास झाल्यावर कॉलेजला अॅडमिशनही मिळेल. हो! चांगल्या नावाजलेल्या कॉलेजात कदाचित प्रवेश मिळणार नाही पण बेताच्या अशा कॉलेजमध्ये नक्कीच मिळेल. उलट जरा कमी नावाजलेलं कॉलेज असलं की तिथे उपस्थितीची सक्ती नसते. आपल्या व्यवसाय उद्योगासाठी कॉलेजला दांड्या मारायला लागल्या तरी चालेल.

पण व्यवसाय करून पैसे कमवायचे यात धनेश्वरांनी नवीन ते काय सांगितलं? त्यांनी श्रीमंत होण्याचा असा ठोस काहीच कार्यक्रम सांगितला नाही. पण आता काही पैसे कमविले तरच ते पुढचा मार्ग सांगतील. त्यामुळे पुढचा धनेश्वर पाठ घेण्यासाठी धनाच्या आराधनेचा म्हणजेच पैसा प्राप्तीचा गृहपाठ

काय बरं करावं?

धनेश्वरांच्या ऑफिसमधून मी घराकडे यायला निघालो. धनेश्वरांची भेट झाल्याचं समाधान होतंच. पण पुढचं काम आव्हानात्मक होतं. पैसे कमवायचे तर इतरजण पैसे कसे कमवतात हे पाहावं असं माझ्या मनात आलं. वाटेत दिसणारं प्रत्येक दुकान, ऑफिस, फेरीवाले हे मी आज वेगळ्या अर्थानंच पाहू लागलो. ते काय व्यवसाय करतात व ते तो कसा करीत असतील याचा विचार करायला लागलो. त्यांना त्या व्यवसायापासून किती कमाई होत असेल याचे आडाखे मनाशी बांधायला लागलो.

'महाराष्ट्र सिक्युरिटी सर्व्हिसेस' ह्या ऑफिसजवळ थांबून तपशील वाचून घेतले. हा व्यवसाय चांगला वाटला. हल्ली ऑफिसेस, गोडाऊन्स, दुकाने, चित्रपटगृहे, बँका, इन्शुरन्स कंपन्या यांना सिक्युरिटी गार्ड लागतात. त्याशिवाय सर्व हौसिंग सोसायट्यांनाही गार्ड्स हवेच असतात. माणसामधील हाव, कमी कष्टात जास्त पैसा मिळविण्याची वृत्ती जोपर्यंत वाढते आहे तोपर्यंत चोऱ्या होतच राहाणार. या चोऱ्यांना पायबंद घालायला गार्डस् हवेतच. पेपरमध्ये जाहिरात देऊन माजी सैनिक किंवा सुशिक्षित बेकार यांना मुलाखतीस बोलावून त्यांची निवड करून प्रतिक्षा यादी करून ठेवायची. त्यांना युनिफॉर्म द्यायचा. चांगलं वागण्याचं ट्रेनिंग द्यायचं.

पेपरमध्ये दुसरी जाहिरात देऊन 'गार्ड मिळतील' असं जाहीर करायचं. मागणीप्रमाणे प्रतिक्षा यादीवरील वॉचमन वा गार्ड पुरवायचे. त्यांना काम मिळेल तेव्हा आपल्याला कमिशन मिळेल. सध्यातरी गार्डना आपल्या नोकरीत म्हणून घ्यायचं नाही. त्यांना घेतलं तर त्यांचा पगार चालू राहायचा आणि मागणी नसेल तर नुकसान व्हायचं. पण नुसतं यादीप्रमाणं पुरवठा करीत राहिल्यानं आपल्याला कधीच तोटा होणार नाही.

माजी जवानांना काम मिळवून दिल्याचा आनंद, उद्योगपतींना त्यांच्या उद्योगास लागणारी एक सेवा उपलब्ध करून दिल्याचं समाधान, शिवाय पैसेही मिळणार. एकंदरीत सुरक्षा व्यवस्थेचा हा व्यवसाय सुरक्षित आहे. पण हा व्यवसाय करणारी व्यक्ती धडधाकट, सशक्त व प्रौढ हवी. शिवाय स्वतःचा टेलिफोन हवा. आपण आत्ता अठरा वयाखालचे आहोत तेव्हा हा मार्ग सध्या नको. पण पुढे करता येईल असा उद्योग म्हणून वहीत नोंद करून ठेवावी हे बरं! पुढचं दुकान आहे 'ओम सुपर मार्केट'. इथं काय मिळतं हे पाहण्यापेक्षा काय मिळत नाही हे पाहावं लागेल. सर्व किराणा आणि भुसार माल इथं उपलब्ध असतो. एक साबण म्हटला तरी अनेकविध प्रकार. साबणवडी, साबणचुरा, साबणपावडर, लिक्विड सोप. मग या प्रत्येक पकारात विविध आकार आणि असंख्य कंपन्या.

पण एक गोष्ट लक्षात आली की प्रत्येक साबणाच्या जाहिरातीत 'न्यू' हे विशेषण

लावूनच जाहिरात केलेली असते. न्यू लक्स, न्यू लिरील. सिनेमात जेवढ्या म्हणून चांगल्या नट्या आहेत त्यांनी हा न्यू लक्स वापरल्यामुळेच त्यांची कांती नितळ झालेली असते असं बिंबवलं जातं. 'नाही निर्मळ मन काय करील साबण' या तुकारामांच्या उक्तीकडे कोण लक्ष देणार? खुद्द तुकाराम महाराज जरी एखाद्या साबण कंपनीत गेले तरी त्यांना तुमच्या सौभाग्यवती जिजाऊ यांना हा साबण वापरायला सांगा. त्यांच्या चेहऱ्यावर स्मित हास्य येईल. त्यांचा कजागपणा नाहीसा होईल असं सांगायला कमी करायचे नाहीत!

या ओम मार्केटमध्ये झाडू, खराटे, बादल्या, वॉटर बॉटल, शाळांची दप्तरे, वह्या, पेन, रबर, रंगपेटी, काडेपेटी, उदबत्ती...! जे जे मनात आणाल ते मिळणार. हे दुकान म्हणजे जणू कल्पवृक्षच. एखादी वस्तू नसेल तर नाही म्हणणार नाहीत. ती त्यांच्या वहीत लिहून घेतील व उद्या घेऊन जा म्हणतील. अधिक हुशार दुकानदार असेल तर ग्राहकाचा घरचा पत्ता घेतील व तिथे पाठवून देतील.

एकदा एका गृहस्थांनं या दुकानात रॉकेल मिळेल का असं विचारलं. या दुकानात रॉकेल मिळत नसल्यानं आजूबाजूच्या उपस्थित ग्राहकांनी कुत्सित हास्य केलं. 'कुठेतरीच काहीतरीच विचारतो आहे' ही भावना अजिबात न दाखविता दुकानदारानं मात्र दुसरे दिवशी रॉकेल घेऊन जा सांगितलं. दुसरे दिवशी रॉकेलचा डबा ताब्यात घेताना ग्राहकानं विचारलं,

"काल लोक माझ्याकडे बघून का हसले? मी रॉकेल आहे का विचारलं यात काही चुकलं का?"

"इथं रॉकेलची दुकानं वेगळी आहेत. बहुतेकजण रॉकेलच्या गाडीवर रॉकेल खरेदी करतात. तुम्ही किराणामालाच्या दुकानात रॉकेल विचारल्याने लोक हसले."

"मग तुम्ही तसं न सांगता रॉकेल उद्या देतो कसे म्हणालात?"

"मी रॉकेल गाडीवरून घेऊन ते तुमच्यासाठी ठेवलं."

त्या दुकानदारानं ग्राहकाला कायमचं जिंकलं होतं. शक्यतो ग्राहकाला नाही म्हणायचं नाही हे यशस्वी धंद्याचं गमक आचरणात आणलं होतं.

हे सुपरमार्केट पाहिल्यावर स्मृती केवढ्या सुपरस्पीडनं जाग्या झाल्या. या व्यवसायासाठी प्रचंड भांडवल हवं. मनुष्यबळ हवं. आता हे दुकान पाहाण्याखेरीज मला काहीही करता येणार नव्हतं.

पुढची शोरूम होती टीव्हीएस व्हिक्टर या मोटार सायकलची. आकर्षक शोरूममध्ये ओळीत सहा मोटारसायकल्स ठेवल्या होत्या. मोटारसायकलची वैशिष्ट्ये दाखविणारा ग्लोसाईन बोर्ड होता. मल्टी फोकस फॉर्क रिफ्लेक्टर, दुहेरी रंगातील पुढील फेंडर मेटॅलिक सिल्व्हर रंगाचे इंजिन, सर्वोत्तम ग्रीपसाठी रिअर टायर ट्रेड, दोन स्टेपमध्ये ॲडजेस्टेबल मागचे शॉक ॲबसॉर्बर्स, दुहेरी रंगातील सीट, मल्टी

फोकस क्लीअर लेन्स इंडिकेटर, दुहेरी रंगातील आरसे... एकवीस नवीन वैशिष्ट्यांसहित, सहा आकर्षक रंगात, चार स्ट्रोक, ११० सीसी, ८५ किलोमीटर प्रतिलीटर, ६ किलोवॅट इकोनोमिटरसहित ही सारी वैशिष्ट्ये दाखविलेली. उत्पादनाचे जास्तीत जास्त गुण प्रकर्षाने मांडले पाहिजेत हे यावरून लक्षात आले. लक्ष वेधून घ्यायला कॉलेज तरुण आणि तरुणी मोटर सायकलची राईड करताना दाखविलेले होते हे सांगायला नकोच. अशा व्यवसायाला प्रशस्त जागा, डिलरशीप मिळविण्यासाठी भरावयाचे डिपॉझिट, वाहन खरेदीसाठी खेळते भांडवल, वाहनांची देखभाल करायला वर्कशॉप असे सर्व काही हवे.

जरा पुढे आल्यावर बोर्ड दिसला तो ज्ञानेश क्लासेसचा. आठवी पासून महाविद्यालयीन शिक्षणापर्यंतचे सर्व क्लासेस चालविले जातात असा त्या बोर्डवर खुलासा होता. हल्ली क्लासशिवाय शिक्षणच पूर्ण होत नाही. अनेक लटपटी, खटपटी करून शाळेत प्रवेश मिळवायचा. त्यासाठी किती ओळखी लावायच्या, किती कागदपत्रे गोळा करायची, किती हेलपाटे मारायचे आणि किती खर्च करायचा! प्रवेश मिळाल्यावर उपस्थिती दिसणार शाळेतल्या मस्टरवर आणि शिक्षण घेणार क्लासमध्ये. या क्लासनाही वाढती मागणी असल्याने इथेसुद्धा प्रथम येणाऱ्यांनाच प्रवेश मिळतो म्हणे. मोठ्या क्लासला जरी जागा, फर्निचर यासाठी भांडवल लागत असेल तरी नुसती दोघा चौघांची शिकवणी घेण्यासाठी काही भांडवलाची गरज पडणार नाही. आपण दहावीत असल्यामुळे नववीपर्यंतच्या मुलांच्या शिकवण्या घेऊया. शिकवण्याने आपल्याही ज्ञानात भर पडते म्हणतात. तेव्हा धनेश्वरांना आपली कमाई दाखवायला हा शिकवणीचा मार्ग बरा. धनेश्वरांना केवळ दाखवायला म्हणून नाही तर खरंच आपण पैसे मिळवायचा श्रीगणेशा करायचाच.

विविध दुकानांचे, कार्यालयांचे फलक मला दिसत होते. ते अजून बारकाईने पाहायचे होते. पण आता घरी लवकर जायला हवं. यापुढे प्रत्येक दुकान मी वेगळ्या नजरेने पाहाणार होतो. खूप खूप पाहायचं होतं. त्या पाहण्यातून शिकायचं होतं.

धनेश्वर भेटण्यापूर्वी मला ही सारी दुकानं दिसलीच होती ना? पण आता त्या पाहाण्याला एक वेगळा अर्थ मिळाला होता.

घरी आल्यावर दारातच वडिलांनी विचारलं,

''धनेश्वर भेटले?''

''हो. ते तुमचे वर्गमित्र आहेत. तुमच्याबद्दल ते चांगलं बोलत होते. वर्गात तुमचा नंबर पहिला असायचा असंही त्यांनी सांगितलं.''

''अरे व्वा! एवढा मोठा झाला तरी त्यानी ओळख ठेवलीय म्हणायचं. नाहीतर काहींना पैशापुढे काहीही दिसेनासं होतं. बरं! तुला काय म्हणाले?''

''मला ते म्हणाले की श्रीमंत व्हायचं असेल तर तू आत्ता पैसे कमवायला

सुरुवात कर. पैसे कमव आणि पुन्हा भेटायला ये म्हणजे पुढचा धडा शिकवतो.''

"मग तू काय करायचं ठरवलंयस?''

"मी त्यांना पैसे कमवून दाखविणार आहे. मी दहावीचा अभ्यासही करणार व पैसेही कमविणार!''

"ते कसे?''

"मी नववीपर्यंतच्या मुलांच्या शिकवण्या घेणार. त्यामुळे माझा अभ्यासही पक्का होईल व मला पैसेही मिळतील.''

"दहावीच्या अभ्यासाकडे दुर्लक्ष होऊ देऊ नकोस. शिकवण्या मिळविणं आणि त्या टिकवणं यात तुझा खूप वेळ जाईल. हे वर्ष महत्त्वाचं. तुला शिकवण्या घेऊ नकोस असं मी सांगितलं तर तू नाराज होशील अशी मला भीती वाटते. तुझ्या शिक्षणाचा खर्च करण्याची माझी ताकद आहे. पण तू ठरवलंच असशील तर ते कर. कारण दहावीच्या वर्षात मला तुझं मन दुखवायचं नाही.''

क्लासेस घ्यायचं ठरवलं आणि 'प्रकाश क्लासेस' असं मी नाव ठरवून टाकलं. कॉम्प्युटरवर मोठी अक्षरं तयार केली. ती एका पुठ्ठ्यावर लावून बोर्ड लावला. 'आठवी व नववीचे वर्ग घेतले जातील' हा बोर्ड घरात कुतूहलाचा आणि थोडा चेष्टेचाही विषय झाला. शेजारीपाजारीही बोर्डकडे पाहात पाहात पुढे जात होते. मात्र त्यांचं पाहाणं साधं नव्हतं. कधी डोळे विस्फारून तर कधी डोळे किलकिले करून पाहात. त्यांच्या कॉमेंट्सही टोमणे मारण्याच्याच होत्या.

"मनोहर आता मनोहर गुरुजी झाले.''

"मनोहर आता 'सर' झाला.''

"दहावीच्या वर्षात हे कशाला सुरू करायचं?''

"आता आठवी नववीचे निकाल चांगले लागणार हं!''

"मनोहर तू आता कोट शिवायला टाक, म्हणजे सर दिसशील तरी!''

"वडील प्राध्यापक असून त्यांनी कधी ट्यूशन्स घेतल्या नाहीत. पाहूया मुलगा काय करतो ते.''

मी ही सारी वाक्ये हसतखेळत स्वीकारत होतो. बोर्ड लावून आठ दिवस झाले पण एकही विद्यार्थी ट्यूशनसाठी मिळाला नाही. मी कॉम्प्युटरवर दहा पोस्टर्स तयार करून घेतली. ती जवळपासच्या भागात रात्रीच्या वेळी लावली. बाजारातून थोडी खळ आणली होती. रात्री रहदारीही कमी झाली होती. तेव्हा हे पोस्टर चिकटवण्याचे काम उरकून टाकले. बाहेर फिरताना आपली पोस्टर्स कशी लागलीत हे मी पाहात होतो. जाणारे येणारे पोस्टर पाहातात का इकडेही लक्ष जात होतं.

पुढच्या चार दिवसात ट्यूशनसाठी कोणी फिरकलं नाही. मी आता संध्याकाळी

काही घरात जाऊन ट्यूशनसाठी विद्यार्थी मिळतात का पाहायचं ठरविलं. माझी शाळा आटोपून मी घरी आलो. चहा घेतला. बाहेर पडलो. जवळच्या ओंकार सोसायटीमध्ये गेलो. 'फेरीवाले, विक्रेते यांनी सोसायटीमध्ये येऊ नये. हुकुमावरून' असा मध्यमवर्गीयांच्या सोसायटीमध्ये बोर्ड असतो तसा बोर्ड माझे स्वागत करीत होता. बोर्डवर 'हुकुमावरून' असं का लिहितात ते देव जाणे. कोणाचा हुकूम? लिहिलेले वाक्य हा हुकूमच असताना पुन्हा हुकुमावरून कशासाठी? मी फेरीवाला नव्हतो पण ट्यूशनला मुलं मिळवायची म्हणजे एक प्रकारची सेवा विकायचीच होती ना? शिक्षकाला विक्रेता सदरात बसविताना मला कसेसेच झाले.

मागे माझ्या मित्राकडे गणेश चतुर्थीला गणेश मूर्तींची प्रतिष्ठापना करण्यासाठी गुरुजींना पाचारण केले होते. पूजाअर्चा झाली. आरती झाली. गुरुजींना दक्षिणा द्यावयाची होती. तेव्हा मित्राने गुरुजींना विचारले,

"गुरुजी मजुरी किती द्यायची?"

गुरुजी काय कपाळ सांगणार!

शिक्षकाला विक्रेता म्हणणे काय आणि गुरुजींना मजूर समजणे काय, दोन्ही हास्यास्पद होतं.

मध्यमवर्गीय सोसायटीच्या सर्व खुणा इथं उपस्थित होत्या. साधे गेट होते. वॉचमन परवडत नसल्यामुळे 'काय करू नये' या अर्थाचे बोर्ड होते. माळी ठेवणं परवडणारं नव्हतं म्हणून, लॉन, गार्डन वगैरे काही नव्हतं. जिन्यातली एक टाईल निघालेली होती. इलेक्ट्रिक फिटिंग कन्सिल्ड नव्हते. लिफ्ट नव्हती. जिन्यात झिरोचे बल्ब लावलेले होते. पण दाराशी किंवा बाल्कनीमध्ये कुंडीत तुळस होती. प्रत्येकाच्या दारात छोटीशी का होईना 'श्रीराम' किंवा ठिपक्यांची रांगोळी होती.

मी एका फ्लॅटची बेल वाजवली.

दार उघडले गेले. माझ्या हातात काहीही विकायला नाही हे पाहिल्यावर ते मला 'आम्हाला काहीही नको' असे म्हटले नाहीत. हातात कोणत्याही मंडळाचं पावती पुस्तकही नाही पाहिल्यावर त्यांनी सावधपणे विचारलं–

"काय हवं?"

"मला तुमच्याशी बोलायचंय." मी ट्यूशन विकायला आलोय कसं म्हणणार म्हणून मी एक जनरल स्टेटमेंट केलं. त्यांना बहुधा वेळ असावा. घरी सौं.शी बोलण्यासारखं काही नसावं म्हणून त्यांनी मला आत येऊन बसायची परवानगी दिली.

"मी मनोहर बुद्धिवंत. मी आपल्या जवळच राहातो. मी आठवी व नववी इयत्तेसाठी ट्यूशन सुरू केल्यात. आपल्याकडे या शिकवणीचा लाभ घेण्यासारखं कोणी आहे का?"

''नाही. आमची मुलं मोठी आहेत. त्यांची लग्ने होऊन त्यांना मुलं होतील आणि ती शाळेत जाऊ लागतील तेव्हा पाहू!''

स्वत:च्या विनोदावर ते स्वत:च जोरानं हसले. मी त्यांना आठवी-नववीत शिकणारी मुलं इथं अन्य कोणत्या फ्लॅटमध्ये आहेत का ते विचारलं. त्यांनी वरच्या मजल्यावर विचारायला सांगितल्यावर मी तिकडे निघालो.

पहिल्या मजल्यावरची बेल वाजवली. त्यांनी दार उघडल्यावर ते उघडेबंब सद्गृहस्थ आत जाऊन बनियन घालून आले. मी माझी रेकॉर्ड वाजवल्यावर त्यांनीही आत येऊन बसायला परवानगी दिली.

''मी ट्यूशन सुरू करतोय. आपल्याकडे आठवीत शिकणारा मुलगा आहे ना!''

''हो. पण ट्यूशन कोण घेणार आहे? तुमचे वडील का?'' माझ्या वयाकडे बघून त्यांनी हा प्रश्न केला. मी काय समजायचं ते समजलो. शिक्षक हा शिक्षकासारखाच जरा तरी वयस्क दिसायला पाहिजे अशी त्यांची अपेक्षा असावी.

''मी अत्यल्प फीमध्ये शिकवणार आहे.'' मी माझ्या शिकवणीचे मार्केटिंग करण्याचा प्रयत्न केला. त्यांच्या चेहऱ्यावर कुचेष्टा, नाराजी, नकार हे दाखविणाऱ्या छटा उमटल्या. माझी आशा मावळली.

पुढच्या फ्लॅटमध्येही आत जाऊन बसायला परवानगी मिळाली. सौजन्याची हॅटट्रीक झाली. इथंही आठवीचा विद्यार्थी होता. माझ्या प्रस्तावनेनंतर त्यांनी अध्यक्षीय खुलासा केला.

''ट्यूशन जूनमध्येच सुरू केली. आता मध्येच दुसऱ्या वर्गाला कसे जाणार?''

आणखी एका फ्लॅटमध्ये जाऊन प्रस्तावना केल्यावर ते म्हणाले,

''मनोहर बुद्धिवंत. म्हणजे नाव अगदी शिकवणी घेण्यास सुयोग्य असंच आहे हो! पण आमच्या मुलानं वर्षाची फी दुसऱ्या क्लासमध्ये आधीच भरली आहे.''

पुढच्या फ्लॅटमध्ये सल्लाच मिळाला.

''तुम्ही दहावीत आहात. तर स्वत:च्या अभ्यासाकडे पाहा. या वर्षात असा वेळ वाया घालवू नये.''

मी घरी परत आलो. प्रथम वाटलं, आपण निराश झालोय. ट्यूशनचा बोर्ड लावून, प्रचार करूनही विद्यार्थी मिळत नाहीत. पण थोड्याच वेळात लक्षात आलं की हे व्यवसाय सुरू करण्याचं शिक्षण आहे. कोणतीही वस्तू विकायची असेल, सेवा द्यायची असेल तर ती देण्यापूर्वी मार्केट सर्व्हे करायला हवा.

ईगल फ्लास्क कंपनीच्या मार्केटिंग मॅनेजरची वृत्तपत्रात आलेली मुलाखत मला आठवली. जागतिक स्तरावर मालाला मागणी निर्माण करण्याच्या ईगल फ्लास्क कंपनीने पुण्याजवळ कारखान्याच्या आसपास मोठी शोरूम बांधायचे ठरविले. पुण्याजवळच्या लोकांमध्ये थर्मास, फ्लास्क यांची किरकोळ विक्री व्हावी ही त्यांची

अपेक्षा होती. बोर्ड ऑफ डायरेक्टर्सनी प्रकल्पाला संमती दिलेली. जनरल मॅनेजरनी मार्केटिंग मॅनेजरला कार्यवाहीच्या सूचना दिलेल्या. बजेटची काही काळजी नको. अप्रतिम शोरूम व्हायला पाहिजे आणि किरकोळ विक्री मोठ्या प्रमाणावर व्हायला पाहिजे.

मार्केटिंग मॅनेजरना ऐंशी लाखाचे बजेट मिळाले होते. प्रशस्त इमारत बांधायची होती. ती उत्कृष्ट इंटेरिअर डेकोरेशननं आकर्षक करायची होती. एअर कंडिशननं त्यात शीतलता आणायची होती. दारात रिसेप्शनिस्ट स्वागत करणार होती. ग्राहकांना बसायला रोटेटिंग आणि मऊ-मऊ कुशनच्या खुर्च्या ठेवण्यात येणार होत्या. वॉल-टू-वॉल कार्पेट पायांना सुखद स्पर्शाची अनुभूती देणार होतं. शेल्फमधील फ्लास्कवर कन्सिल्ड सिलींगमधून दिव्यांचे झोत पाडणार होते. एक अप्रतिम शोरूम अशी योजना आखली होती.

मार्केटिंग मॅनेजर कामासाठी सिद्ध झाले. त्यांनी योजनेप्रमाणे कामाला सुरुवात करण्यापूर्वी लोकांना काय हवे, सर्वसाधारण जनतेची काय अपेक्षा आहे हे पाहायचे ठरविले. ते पुणे-मुंबई हायवेवर आले. फॅक्टरी जवळचाच हा तळेगाव गावाजवळचा भाग. समोरून येणाऱ्या एका कारला त्यांनी हात केला. त्यांना एक किलोमीटरपर्यंत पुढे जायचंय म्हणून लिफ्ट देण्याची विनंती केली. कारमध्ये बोलताना ईगल फ्लास्क फॅक्टरी जवळच आहे हे माहिती आहे का? फ्लास्क विकत घेण्यासाठी किती वेळ आपण देऊ शकता? काय किंमतीपर्यंतचे फ्लास्क खरेदी करायला आवडेल असे प्रश्न सहज म्हणून विचारले. एक किलोमीटरवर कारमधून खाली उतरले. मनापासून आभार मानले. झाडाखाली थांबून वहीत टिपणे घेतली. पुन्हा समोरून येणाऱ्या ट्रकला हात करून लिफ्ट मागितली. एवढा चांगला माणूस ट्रकसाठी लिफ्ट मागतोय म्हटल्यावर ट्रक ड्रायव्हर सुखावला. मार्केटिंग मॅनेजरच्या ट्रक ड्रायव्हर बरोबर गप्पा सुरू झाल्या...

किती दिवसांनी या रस्त्यानी जाता. इथं ईगल फ्लास्क कंपनी आहे याची कल्पना आहे का? मोठी शोरूम बांधल्यावर खरेदी कराल का? हे सारं त्यांनी विचारून घेतलं. आपण काही प्रश्नोत्रासाठी आलोय हे भासूही दिलं नाही. ड्रायव्हरने केबिनमध्ये लावलेल्या हिंदी चित्रपटातील गाण्यापासून सुरुवात करीत, त्याला भावणाऱ्या हिंदीमध्ये बोलत त्यांनी भावी ग्राहकाची अपेक्षा जाणून घेतली.

एसटी बस, प्रायव्हेट प्रवासी बस, लावणीची कॅसेट लावून चाललेला ट्रॅक्टर, सायकलस्वार, मोटारसायकलस्वार, बैलगाडी, स्कूटरस्वार, पादचारी सर्वांबिरोबर प्रवास करत त्यांनी ग्राहकांच्या अपेक्षा जाणून घेतल्या. त्या हायवेवर पंधरा किलोमीटर अंतरात कधी पुण्याच्या दिशेने तर कधी मुंबईच्या दिशेने त्यांनी फेऱ्या मारल्या. खरा मार्केटिंग सर्व्हे केला व कंपनीला पाहणीचे निष्कर्ष सादर केले.

भव्य व प्रशस्त शोरूमची आवश्यकता नाही.

मोठ्या शोरूममध्ये माल महाग मिळतो असा समज आहे.

मोठ्या शोरूममधील सोयींचा भार ग्राहकावर लादला जातो.

मोठ्या शोरूममध्ये खरेदीस वेळ लागतो.

रस्त्याच्या कडेला माल मिळाल्यास तो स्वस्त मिळतो.

कारमधून जाता जाता सहज खरेदीचा एक वेगळाच आनंद असतो.

अखेरीस सदर मार्केटिंग मॅनेजरनी वरिष्ठांना भव्य शोरूमची योजना बदलण्यास सांगितले. एक शेड हायवेवर बांधण्यात आली. त्याला दारं, खिडक्या, काचा, कार्पेट, फॉल सिलिंग असलं काहीही नव्हतं. फक्त पंचवीस हजारात भव्य शेड उभी राहिली. जाता येता गाड्या थांबू लागल्या. त्यांना गाडीतूनच शेडमधले आकर्षक फ्लास्क दिसत होते. वस्तूच त्यांना बोलावून घेत होती. कमी खर्चात मोठी विक्री होत होती. हायवेवर आणखीही शेड उभ्या राहू लागल्या.

ग्राहकाचे अंतरंग समजावून न घेता व्यवसायास सुरुवात करणे म्हणजे अंधारात टॉर्चशिवाय चालणे होय. माझ्या वडिलांच्या मित्रानी सांगितलेला किस्सा मला आठवला.

एका कंपनीने व्हॅक्युम क्लीनर तयार केले. त्याची विक्री करण्यासाठी सेल्समन निवडले. त्या सेल्समनना ट्रेनिंग देण्यात आलं...

''व्हॅक्युम क्लीनर हा अतिशय कार्यक्षम बनविलेला आहे. कोणतीही धूळ तो सुरू होताच खेचून घेतो. त्याच्या वापरानंतर तो भाग धूळविरहित होतो. स्वच्छता राखण्यासाठी या व्हॅक्युम क्लीनरला पर्याय नाही. या प्रॉडक्टला आयएसओ हे गुणवत्तेचे प्रशस्तिपत्रक प्राप्त झालेले आहे. तुम्ही कार्यालयातून जा. घराघरातून जा. हा क्लीनर विकत घेण्याची विनंती करा.

एखादा गृहस्थ हा क्लीनर आम्हाला नको म्हणाला तर तुमच्या जवळच्या पिशवीतील धूळ तिथे फेका. तुम्ही हे काय करताय म्हणून तो तुम्हाला विचारणा करेल. त्याला कृतीने उत्तर द्या. क्लीनरचा प्लग इलेक्ट्रीक स्वीचमध्ये बसवा. बटन सुरू करा. क्षणार्धात तुम्ही पसरलेली सारी धूळ क्लीनर शोषून घेईल. हे प्रभावी प्रात्यक्षिक पाहिल्यावर कोणता ग्राहक हा क्लीनर आम्हाला नको असे म्हणेल बरे? चला कामाला लागा. अॅग्रेसीव्ह मार्केटिंग करा. केल्याने होत आहे रे आधी केलेची पाहिजे.''

प्रशिक्षणानं प्रभावित झालेला प्रशिक्षार्थी एका नव्या बंगल्याजवळ गेला. दार

उघडं होतं.

"मालक, मी एक नवीन अप्रतिम प्रॉडक्ट आणलंय. ते पाहा.''

"मला नको आहे.''

"ते खास तुमच्यासाठी आणलंय. त्याला आयएसओ सर्टिफिकेट मिळालंय.''

"मला नकोय.''

"कसलीही धूळ, माती असो ते क्षणार्धात खेचून घेतं.''

"मला खरंच नकोय कारण...''

मार्केटिंग मॅन घरमालकाचे नकारार्थी शब्द ऐकण्याच्या मन:स्थितीत नव्हता. त्याने क्लासमध्ये शिकवल्याप्रमाणेच धूळ फेकली. आणि इलेक्ट्रीक बटण कुठे आहे विचारू लागला. त्यावर बंगल्याचा मालक म्हणाला, "मी मघापासून सांगतोय मला तुमचा हा क्लीनर नको कारण मला अजून इलेक्ट्रीक कनेक्शन मिळायचंय. पण तुम्ही माझं म्हणणं नीट ऐकून न घेता आपलीच रेकॉर्ड वाजवित बसलात. ग्राहकाला काय हवं याचा विचार न करता अशी धूळफेक करायला लागलात.''

आता मार्केटिंग मॅनेजरची काय अवस्था झाली असेल यावर फार न बोललेलंच बरं!

माझ्या प्रकाश क्लासेसची ही अशी अंधकारमय अवस्था झाली. प्रकाशाचे बोर्ड झळकले. पण विद्यार्थीरूपी एकही किरण मिळाला नाही. काही दिवस बोर्ड तसाच ठेवायचा मी निर्णय घेतला. पुन्हा काही विचारणा होते का पाहूया असा विचार केला.

■

फुलबाजीनं दाखवला प्रकाश

असाच एक दिवस फिरत असताना मला एक बोर्ड दिसला. 'उत्कृष्ट शिवकाशी फटाके घाऊक दरात मिळतील' दिवाळीच्या सुटीत हा धंदा करावा असं माझ्या मनात आलं. मी त्या दुकानाच्या मालकांची गाठ घेतली.

''मी विद्यार्थी आहे. पण मला हा व्यवसाय करायला आवडेल.''

''आम्ही इथं विक्रीसाठीच बसलोय. तू माल विकत घे आणि घरोघरी जाऊन विक.''

''माझ्याजवळ माल खरेदीला पैसे नाहीत. तुम्ही मला माल उधारीवर द्या. वाटल्यास कमिशन कमी करा.''

''ते जमणार नाही.''

''मग मला नमुन्यापुरता माल द्या. मी तो घरोघरी दाखवीन. त्यांच्या ऑर्डर नोंदवून आणीन. माल पुरवेन तसतसे पैसे तुम्हाला देत जाईन.'' यामुळे माझ्या अंगावर कोणताही माल पडणार नव्हता.

''पण नमुन्याचा आणि पहिल्या एखाद्या ऑर्डरचा माल म्हणजे पाचशे रुपये तरी उधारी होणारच ना!''

''त्यासाठी मी आपल्या दुकानात संध्याकाळी तासभर तरी काम करेन.''

''तुझी चिकाटी चांगलीच आहे रे. ही बघ मालाची यादी, त्याची विक्रीची किंमत. तू हजार रुपयांची कमिशन देणार. हजार ते तीन हजारपर्यंत विक्री केलीस

तर दहा टक्के आणि तीन हजारावर विक्री केल्यास पंधरा टक्के कमिशन देईन.''

''मान्य आहे. धन्यवाद. मी आत्ताच थोडा वेळ दुकानात बसतो.''

''ठीक आहे. ग्राहकाशी गोड बोलायचं. आवाजाचे फटाके घेतले की मुलांना फुलबाजाही घ्या असं सुचवायचं. नवीन मालामध्ये रॉकेट आहे, रायफल आहे, ते सांगायचं. हुशारीनं साऱ्यावर त्याचवेळी लक्षही ठेवायचं. मालाची चोरीही होता कामा नये.''

मी दुकानात रंगून गेलो. तासाभरातच साऱ्या प्रकारांची मला माहिती झाली. किंमती पाठ व्हायला लागल्या.

रविवारी मी फटाक्याचे नमुने घेऊन बाहेर पडलो. माझा दृढनिश्चय पाहून घरच्यांनी अडविले नाही. ते फक्त मी काय करतोय हे पाहात राहिले. जवळच्याच ओंकार सोसायटीजवळ आल्यावर आत जावं का नाही असा विचार मनात आला. कारण ते म्हणायचे हा मुलगा गेल्या आठवड्यात शिकवण्या घेण्यासाठी आला होता आता फटाके विकायला आलाय. काय कॉम्बिनेशन आहे!

मी ती सोसायटी नंतर करू, सुरुवातीसच अपयश नको असा सावध विचार केला. प्रथम झुलेलाल सोसायटीत जाऊ. सिंधी लोक बऱ्यापैकी फटाक्यांवर खर्च करतात. ही सोसायटी म्हणजे फ्लॅटची नव्हती. ही होती बंगल्यांची. एका बंगल्यात प्रवेश मिळाल्यावर मी त्यांना फटाके पाहण्याची विनंती केली.

''हम देखेंगे. मगर अभी खरीदेंगे नाही.''

''चलेगा. देखो तो सही... ये नया रॉकेट है. ये है रायफल...''

त्यांच्या नातवाला ती इतकी आवडली की 'अभी चाहिये' म्हणत त्यांनं भोकाडच पसरलं. त्यांनी लगेचच खरेदी केली. माझ्या योजनेप्रमाणे मला फक्त बुकिंग हवे होते. सर्व माल नमुन्यासाठी माझ्याजवळ राहायला हवा होता. पण रोखीने विक्री होतीय म्हटल्यावर मी त्यांना हवा तो मला विकून टाकला. त्यामुळे मला पुढच्या बंगल्यात लगेच जाता येणार नव्हते. मला परत स्टॉलवर जाऊन माल आणावा लागणार होता. पण कष्ट पडले म्हणून काय झालं. आधी कष्ट मग फळ. माझी पहिल्याच ठिकाणी पाचशे तीस रुपयांची रोख विक्री झाली होती.

स्टॉल मालकाचाही विश्वास वाढत गेला.

मी त्याच्या स्टॉलवर रोज तासभर बसायचो. मालक व्यवहारचतुर होता. त्याला खरेदी करायला आलेले गिऱ्हाईक आणि नुसतं चौकशीला आलेले कोणते हे सहज लक्षात यायचं. तो ग्राहकाला खरेदीला बरोबर प्रवृत्त करायचा. मला हे ट्रेनिंगच होतं. मी घरोघरी फिरून फटाके बुकिंग करायचो. पण आता मालकाचा विश्वास वाढल्यानं तो जास्त मालही देऊ लागला.

माल दाखविताना मी रायफलचे बटन ओढून दाखवी. त्यातून स्पार्क उडायला

लागला की घरातला मुलगा ते हातात धरायला मागे. मी त्याच्या हातात देऊन त्याला बटण ओढायला शिकवे. मलाही मालाची विक्री करण्यात गंमत वाटू लागली. गिऱ्हाईके ओळखीच्या लोकांकडे जायला सुचवू लागली. ती घरे लांब असली तरी मी जाऊ लागलो. पाचशे रुपये वरच्या खरेदीवर एक रॉकेट मोफत असे मी जाहीर केल्यामुळे चारशे रुपयाची खरेदी करणारेही पाचशेच्या वर खरेदी करू लागले. मी बारा हजार रुपयांची फटाके विक्री केली होती. अठराशे रुपये रोख कमिशन मिळाले होते. आता मी धनेश्वरांना पुन्हा भेटायला पात्र झालो होतो.

दिवाळी आनंदात गेली. या दिवाळीत मी फुलबाजी गोलगोल फिरवताना आई म्हणाली, "परसातली भाजी असते तशी मनोहरची ही परसातली फुलबाजी आहे. घरची आहे. स्वकमाईची आहे. या फुलबाजीतून पडणाऱ्या चांदण्या खऱ्या आनंदाच्या आहेत.''

सदर फटाका प्रकरणात मी दहावीचं टेन्शन विसरून गेलो होतो. आपल्याला आता काही विकायला येतं या अनुभवामुळे एक वेगळाच आत्मविश्वास निर्माण झाला होता. फटाक्यातील फुलबाजीनं माझ्या भवितव्यावर यशाचा प्रकाश टाकला होता. त्यामुळे आता मी दहावीची परीक्षाही भीतीरहित अवस्थेत देऊ शकणार होतो. त्या परीक्षेला अजून अवकाश आहे. त्यापूर्वी धनेश्वरांना भेटून ते पुढं काय सांगतात हे पाहाणं आवश्यक होतं.

नोकरी कशासाठी,
कर भरण्यासाठी

मी धनेश्वरांना ऑफिसमध्ये फोन लावला. रिसेप्शनिस्टने तो उचलला.

''मला धनेश्वरसरांची अपॉईंटमेंट हवीय.''

''होल्ड ऑन प्लीज! मी त्यांना विचारून सांगते.''

''ओ.के.!''

''प्लीज स्पीक टू मिस्टर धनेश्वर.''

प्रत्यक्ष धनेश्वरांनीच माझ्याशी बोलण्याची इच्छा प्रदर्शित केली हे मला सुखावहच होतं.

''सर मी मनोहर बुद्धिवंत. मी आपल्याला भेटू इच्छितो.''

''या. जरूर या. जर काही पैसे कमविले असतील तर उद्या संध्याकाळी पाच वाजता या. पण अजून स्वकष्टाची कमाई झाली नसेल तर पंधरा दिवसांनी पुन्हा फोन करा.''

''सर मी उद्याच भेटतोय. उद्या भेटण्याला मी पात्र झालोय.''

''काँग्रॅच्युलेशन्स. डू कम. सी यू टुमॉरो!''

दुसरे दिवशी मी धनेश्वरांच्या ऑफिसमध्ये वेळेपूर्वीच पाच मिनिटे पोहोचलो. हे वेळेवर जाण्याचं शिक्षण मला शाळेत स्काऊटमध्ये मिळालं होतं. तिथे जाहीर केलेल्या मिनिटाला कार्यक्रम सुरू होत. कार्यक्रमाची जेवढी तयारी तेवढे आधी जावे लागायचे. पण कार्यक्रम त्या मिनिटालाच सुरू व्हायचा. वेळ पाळण्यानं एक प्रकारचं नियोजन करण्याचं शिक्षण मिळतं. वेळ गाठण्यासाठी त्यापूर्वी काय काय करावे लागणार

असते. ती कामे करताना कोणते अडथळे येण्याची

शक्यता आहे याचा अंदाज घेतलेला असतो. या साऱ्या घटकांचा विचार करून आपण वेळ गाठणार असतो.

वेळेच्या बाबतीत माझे बाबा, प्रा. विद्याधर बुद्धिवंत हेही फार आग्रही होते. ते म्हणत मी जर वर्गात पाच मिनिटे उशिरा गेलो तर पन्नास मुलांच्या वर्गात दोनशे पन्नास मिनिटांचा वेळ वाया गेला असं मी समजेन. वेळ पाळणाऱ्या व्यक्तींबद्दल आदर राखला जातो. त्यांच्याबद्दलचा विश्वास वाढतो. वेळ पाळण्याने एक परिपूर्णतेचा आनंद मिळतो.

धनेश्वरांनी बरोबर पाच वाजता त्यांच्या केबिनमध्ये बोलावले.

त्यांना प्रथम 'प्रकाश क्लासेस' सुरू करण्याचा माझा प्रयत्न आणि त्यात आलेले अपयश जसे घडले तसे सांगितले. त्यावर ते म्हणाले, "तू स्वत: होऊन एक योजना आखलीस हे चांगलं केलंस. ती राबविण्याचा प्रयत्न केलास हे अतिउत्तम. आणि क्लास का चालू शकत नाही हेही तूच जाणलेस हे तर सर्वोत्कृष्ट. तू केलेल्या प्रयत्नाबद्दल मन:पूर्वक अभिनंदन. कोणताही पराभव ही पुढच्या विजयाची नांदी असते!"

"खरोखरंच तसं झालं. त्यानंतर मी खचून गेलो नाही. नव्या व्यवसायाच्या वाटा शोधू लागलो. दिवाळीच्या सुटीचा लाभ घेऊन मी फटाक्याचा व्यापार केला. अठराशे रुपये कमविले..." मी सर्व तपशिलासह माझी यशोगाथा त्यांना सांगितली.

"व्हेरी गुड! तू मोठा होशील. श्रीमंतही होशील. ज्याला काही विकायचे कसे हे कळले ना तो मोठा होणारच. माल असो वा सेवा असो विकता आली पाहिजे. त्यासाठी दहावी पास हवे असे अजिबात नाही. संस्थेसाठी सदस्य मिळविणे असो वा देणग्या गोळा करणे असो तुमच्याजवळ विक्रयकला हवी. ही विक्री करण्याची कला जगाला सामोरे जाण्याचे शिक्षण देते."

"तुम्ही मला श्रीमंत कसे व्हायचे याचा पुढचा पाठ देणार होता ना?"

"होय. तो सुरू करण्यापूर्वी एक गोष्ट लक्षात ठेव. तू फटाक्याचा व्यापार केलास. पैसे कमविलेस. हे लहान प्रमाणावर झाले. ते जर मोठ्या प्रमाणावर असते तर?"

"मला अधिक कमिशन मिळाले असते."

"ते ठीक. पण तुझ्याजवळ फटाके विक्रीचे लायसन्स आहे का हे पाहिले गेले असते. त्या लायसन्समध्ये फटाके कोठे विकले जात आहेत त्या जागेचा उल्लेख असतो. त्या जागेबाहेर फटाके विकणे गुन्हा होऊ शकतो. जो धंदा आपल्याला करायचा त्याची कायदेशीर बाजूही समजावून घेणे महत्त्वाचे असते. 'मला कायदा माहीत नव्हता' हे म्हणणे ग्राह्य धरत नाहीत. इग्नरन्स ऑफ लॉ इज नो एक्स्क्यूज. तुझ्या फटाका विक्रीतल्या यशावर मी बोळा फिरवू इच्छित नाही. पण भविष्यात

कायद्याचं सर्वसाधारण ज्ञान तरी मिळविलं पाहिजे हे लक्षात ठेव. व्यवहार नीट झाला तर प्रश्न येत नाही. पण काही अपघात झाला तर सर्व गोष्टी कायदेशीर आहेत ना हे पाहिले जाते. एक लक्षात ठेव बेकायदेशीर अशी कोणतीही गोष्ट करायची नाही. तरीही खूप खूप पैसा कमावता येतो.''

''तुमचं हे मार्गदर्शन कायम लक्षात ठेवीन.''

''आज ज्याला त्याला नोकरी हवीय. त्यासाठी तो शाळेपासूनच मनाशी खूणगाठ बांधतो. शाळेत चांगले गुण मिळाले तर चांगल्या महाविद्यालयात प्रवेश मिळणार. हवी ती साईड मिळायलाही चांगले गुण हवेतच. कॉम्प्युटर इंजिनिअरकडे ओढा जास्त. मेडिकलला मोठी मागणी. हे सारं शिकताना व्यक्तिमत्त्व विकासाकडे लक्ष द्यायला वेळ मिळत नाही. खेळात भाग घ्यावा की चांगल्या गुणांसाठी अभ्यासाकडे लक्ष द्यावे? वक्तृत्व स्पर्धेत भाग घ्यावा का अभ्यासच बरा? नाटकात सहभागी व्हावे का अभ्यासासाठी त्यापासून दूर राहावे? अशा प्रश्नात तो अडकतो. बहुसंख्य लोकांकडून 'अभ्यास महत्त्वाचा' हे ऐकलेले असल्याने एक्स्ट्रा करिक्युलर ॲक्टिव्हीटीपासून तो दुरावतो.

पदवीधर झाल्यावर त्याला समारंभात एक प्रशस्तिपत्र मिळते. पण नोकरी मिळत नाही. तो अजून पुढचं शिक्षण घेतो. मास्टर्स डिग्रीच्या मागे लागतो. तीही मिळते. डिग्रीत मास्टर होतो. जीवनात परिस्थितीचा गुलामच राहातो. 'ॲप्लाय ॲप्लाय नो रिप्लाय' अशी त्याची स्थिती होते. तो नोकरीसाठी एम्प्लॉयमेंट न्यूज घेतो. सर्वत्र अर्ज करतो. ओळखी लावतो. पण बरेच दिवस निराशाच पदरी पडते. स्वत:हून काही करण्याची क्षमता कमी होऊ लागते. त्यात बँकेकडून शिक्षणासाठी कर्ज घेतले असेल तर आणखीच मनावरचा ताण वाढायला लागतो. शिक्षण कर्जासाठी घेतलेल्या कर्जावरचे व्याज वाढायला लागते. नोकरी नाही म्हणून दर तिमाहीला व्याज भरले गेले नसेल तर ते चक्रवाढ व्याजाने वाढते. सिक्युरीटी म्हणजे तारण म्हणून घर वगैरे दिले असेल तर त्याच्या विक्रीसाठी बँक काही कारवाई करणार नाही ना ही विवंचना मनास कुरतडू लागते. जामीनदारांना बँकेच्या नोटीसा गेल्या की ते आपल्या मागे लागतात.

या व्यापातून आपल्याला कशीबशी नोकरी मिळाली की हायसं वाटतं. हे हायसं किती वेळ वाटतं? अगदी थोडावेळ. या पगारातून बँकेचा शिक्षण कर्जाचा हप्ता जायला लागतो. पुढे आपण टी.व्ही. साठी कन्झ्युमर लोन घेतलं की त्याचा हप्ता सुरू होतो. मग घरासाठी कर्ज काढतो. प्रथम वन बेडरूमचा फ्लॅट. लग्न झाल्यावर टू बेडरूमचा फ्लॅट. त्या प्रत्येक वेळी आपण बँकेचं कर्ज काढत जातो. त्याचा हप्ता, त्यावरचे व्याज, स्टॅम्प फी, सिक्युरिटीजच्या विम्याचा हप्ता, व्हॅल्युएशन चार्जेस, सगळं पगारातून जायला लागतं.

माणूस नोकरी करतो ती फक्त बँकेसाठीच असं वाटायला लागतं. बँकेचं कर्ज काढायची काहींना इतकी सवय लागते की त्यांना सर्व बँकांच्या सर्व योजना पाठ व्हायला लागतात. कॉम्प्युटरवर बँकांच्या वेबसाईट बघणं सुरू होतं. तेही कर्जयोजना काय, व्याजाचे दर काय, जुनं नवं करता येतं का हे तपासण्यासाठीच. कर्जच्या हप्त्यांमुळे 'टेक होम सॅलरी' म्हणजे हाती येणारा पैसा कमी होऊ लागतो. काहीजण तर आता आपल्याला कर्ज मिळत नाही असे वाटू लागले तर घरच्यांच्या नावावर प्रयत्न करायला लागतात. स्वत:च्या पगारावर जमत नाही तर घरच्या मुलांच्या नावावर किंवा पत्नीच्या नावावर सुशिक्षित बेकार योजनेखाली कर्ज मिळते का पाहातात. एका बँकेत जास्त कर्जे घेतल्याने ती बँक उभे करीत नसेल तर दुसऱ्या बँकेकडे जातात.

कर्जाशिवाय पैसे उभे करायचा मार्ग म्हणजे क्रेडीट कार्ड! काही बँका तीस दिवसांचे क्रेडीट देतात तर काही पंचेचाळीस दिवसांचे क्रेडीट देतात. म्हणजे आज खर्चा व तीस दिवसांनी पैसे भरा. बँकेकडून कार्ड घेतले व ते आपल्याबरोबर पाकिटात ठेवले की झाले. कापड खरेदी करा. क्रेडीट कार्ड दुकानदाराला द्या. तो क्रेडीट कार्डवर खरेदी केल्याबद्दल मालावर त्याचा दोन टक्के चार्ज लावतोच. पण खरेदी करणाराही एखाद्या डिस्काऊंट कुपनकडे किंवा बोनस ऑफरकडे आकृष्ट झालेला असतो. बाय वन गेट वन फ्री मध्ये त्यांनी दोन पँटस् खरेदी केलेल्या असतात. एक पँट फ्री मिळाली या आनंदात तो क्रेडीट कार्डचा चार्ज विसरूनच जातो. त्यामुळे क्रेडीट कार्ड कंपन्यांचा चांगला नफा होतो.

या क्रेडीट कार्ड कंपन्या बँकांना आपल्या बरोबर घेतात. त्यांच्या सहकार्याने व्यवसाय करतात. व्हिसा कार्ड, मास्टर कार्ड, अमेरिकन एक्सप्रेस कार्ड ही एकमेकांमध्ये स्पर्धा करीत आहेत. स्वत:ची कार्डे जास्त खपविण्याचा प्रयत्न करीत आहेत. टेलिफोन डिरेक्टरी पुढ्यात ठेवून प्रत्येकाला फोन करून आमचे कार्ड घ्याल का विचारतात.

एकदा कार्ड घेतले की खरेदी करण्याची प्रवृत्ती निर्माण होते. घरातली मंडळीही खरेदीचा आग्रह करायला लागतात. बायको हिच्याचे दागिने घ्या म्हणणार. मुलगा जीन्स, शर्टस् घेऊया म्हणणार. पैसे नाहीत म्हणता येणार नाही. घरात क्रेडीट कार्ड आहे ना! घरातल्या माणसांचे नावही क्रेडीट कार्डवर 'अॅड ऑन' म्हणून करता येते. म्हणजे तेही खरेदी करू शकतात. हॉटेल्स, प्रवासी कंपन्या, डिपार्टमेंटल स्टोअर्स, रेल्वे स्टेशन, विमानतळ अशा ठिकाणी बोर्ड झळकत असतात– 'वेलकम् क्रेडीट कार्ड'. ही कार्ड खपविताना या कंपन्या स्पर्धेत वरचढ होण्यासाठी अॅक्सिडेंट इन्शुअरन्स कव्हर मोफत देतात. कोणी मेडिक्लेम इन्शुरन्स प्रिमियममध्ये डिस्काऊंट देतात. एकंदरीत काय, क्रेडीट कार्ड वापरायची सवय लागावी म्हणून प्रयत्न

करतात.

या क्रेडीट कार्डची बिलेही खात्यात पडून बँक खात्यातली राहिलेली रक्कम संपवून टाकतात. पगार हा बँकेचे हप्ते आणि क्रेडीट कार्ड बिलांची रक्कम यात संपून जातो. काही वेळा क्रेडीट कार्डच्या बिलांची रक्कम खर्ची टाकायला बँक खात्यात पैसे नसतात. मग त्यासाठी बँक ओव्हरड्राफ्ट देते. त्यावर छत्तीस टक्के व्याज लावते. या ओव्हरड्राफ्टची रक्कम वेळेत भरता आली नाही तर त्यासाठी दीर्घ मुदतीचे कर्ज देते. पुन्हा त्याचे हप्ते भरणे आलेच.''

''एकंदरीत पगारदारांची जगताना चांगलीच ओढाताण होते म्हणायची.'' धनेश्वरांचं क्रेडीट कार्ड वर्णन ऐकून मी चक्रावून गेलेलो. त्यांना प्रतिसाद घ्यायचा म्हणून मी हे वाक्य उच्चारले. धनेश्वर पगारदाराची दुरवस्था पुढे सांगू लागले,

''पगारदारांकडे फक्त बँकेचीच पैशासाठी मागणी असते असे नाही. त्याला सर्व प्रकारचे कर भरावे लागतात. तो राहातो त्या फ्लॅटचा घरफाळा म्युनिसिपल कॉर्पोरेशनला भरतो. पाणीपट्टी तर भरावीच लागते. समाजातील शिक्षण प्रसारासाठी होणारा खर्च भरून काढण्यासाठी शिक्षण कर आहेच.

पगारदाराचे उत्पन्न पूर्ण उघड असते. त्यावर इन्कम टॅक्स भरावा लागतो. वर्षाच्या उत्पन्नावर जरी हा कर असला तरीही तो त्या प्रमाणात त्याच्या पगारातून दरमहा कापला जातो. या अॅडव्हान्स टॅक्सवर त्याला कोणतेही व्याज मिळत नाही. शिवाय त्याला ही नोकरी मिळाली म्हणून प्रोफेशनल टॅक्स भरावा लागतो. पगारदार हा गरीबच राहातो. म्हणताना त्याला मध्यमवर्गीय म्हणतात. सर्वात जास्त कर त्याला भरावा लागतो.

या सर्वातून त्याच्याकडे जी थोडीफार शिल्लक राहाते त्यातून त्याला आवश्यक वस्तू तर खरेदी कराव्या लागतात. त्या प्रत्येक वस्तूमागे त्याला प्रत्यक्ष आणि अप्रत्यक्षपणे कर भरावा लागतो. एक्साईज ड्युटी आहे, महानगरपालिकेचा जकात कर आहे, विक्रीकर, लक्झरी टॅक्स एक ना अनेक. तो इतका कर भरत असतो की सत्ताधाऱ्यांना तो 'घेता किती घेशील दो कराने' असे विचारूही शकत नाही.

त्याने शर्ट खरेदी केला की त्यामध्ये जकात कराचा समावेश असतो. शिवाय विक्रीकरही भरावा लागतो. तो सिनेमाला गेला तर करमणूक कर असतो. औषध विकत आणलं तरी त्यावर सेल्स टॅक्स असतोच. त्याच्या दुचाकी वा चारचाकीवर वाहनकर आहेच. त्यात पेट्रोल टाकले की त्याच्या पाकिटातून कर भरण्यासाठी पैशाचा ओघ धो धो वाहू लागतो. त्याने हॉटेलात काही खाल्ले की त्यावर टॅक्स आहेच. गरीब नोकरदार कराच्या चरकातून असा काही पिळून काढला जातो की त्याचे फक्त चिपाड राहाते. तो अधिकच गरीब होतो.

बँक आणि कर याच्या तावडीतून त्याची सुटका नसते. पैसा अपुरा पडू लागतो.

तो जादा काम करून ओव्हरटाईम अलाऊन्स मिळवायचा प्रयत्न करतो. जादा उत्पन्नावर जादा कर आकारणी होते. पुन्हा तो पैशासाठी काम करीत राहातो. पण गरीबच राहातो.''

''मग नोकरदार स्वत:साठी काही खर्च करतो की नाही?''– माझी शंका.

''फारसे नाही. प्रथम तो स्वत:च्या शिक्षणासाठी घेतलेले कर्ज फेडत बसतो. मग आई-वडिलांच्या आजारपणासाठी खर्च करतो. या सर्व व्यापात त्याचीही तब्येत लवकरच कुरकुरायला लागते. त्याच्या पन्नाशीनंतर त्याच्या आजारपणाचा खर्च सुरू होतो. खर्च भागवायला जादा काम. त्यामुळे जादा ताण आणि परिणामत: तब्येतीत बिघाड. गरीब बिचारे कर भरतात आणि श्रीमंत 'कर नाही तर डर कशाला' या म्हणीची प्रचिती वेगळ्या अर्थाने घेत असतात.''

''म्हणजे श्रीमंतांना कर भरावे लागत नाहीत? श्रीमंतांना तर जास्त कर असतो अशी माझी समजूत आहे.''

''श्रीमंत फारसे कधीच कर भरत नाहीत. ते उत्कृष्ट कर सल्लागाराचा सल्ला घेतात. करामध्ये कोणत्या सवलती आहेत ते त्यांना पूर्णपणे अवगत असते. श्रीमंतांचा व्यवसाय असतो. धंद्यात नफा कितपत दाखवायचा हे त्यांच्या हातात असतं. फार नफा झाला तर ते दुसरा तोट्यातला कारखाना विकत घेतील. त्या कारखान्याचा अनेक वर्षांचा साठलेला तोटा यांच्याकडे येतो. त्या तोट्यामुळे यांच्या व्यवसायाचे उत्पन्न कमी दाखविता येते.

मध्यमवर्गीय हॉटेलात गेला की त्यावर त्याला कर भरावा लागतो. श्रीमंत हॉटेलात गेल्यावर तो त्यांच्या व्यवसायाचा खर्च म्हणून पूर्ण कंपनीला पडतो. तेवढ्याने कंपनीचा नफा कमी दिसतो. मग त्यांना इन्कम-टॅक्सही कमी बसतो. श्रीमंत कधीच कर भरत नाहीत. पगारदाराला पेट्रोलचा खर्च करासह बसतो. श्रीमंतांना कारमध्ये टाकलेले पेट्रोलचे बील धंद्यात खर्ची टाकता येते. श्रीमंतांना खर्च किती होतोय असला मध्यमवर्गीय विचार करायचे कारण नसते. त्यांचा खर्च त्यांचा व्यवसाय करीत असतो. ते जितका जास्त खर्च करू शकतील तितका त्यांना कर कमी भरावा लागणार असतो. त्यांना हवी असतात फक्त खर्चाची बिले. पगारदाराच्या घरच्या कामवाल्याबाईला पगारवाढ देताना किती अवघड जातं. घरच्या बाईसाहेबांना बजेट सांभाळता सांभाळता नाकी नऊ येतं. पण श्रीमंतांच्या घरच्या कामवाल्या बाईचा पगार सहज व्यवसायातील खर्च म्हणून दाखविता येतो. म्हणजे त्या खर्चामुळे पस्तीस टक्के उत्पन्नकरही वाचला. त्या अर्थाने पाहिले तर श्रीमंताकडील कामवाली बाई त्यांना पगारदाराकडील कामवाल्या बाईपेक्षा पस्तीस टक्क्याने स्वस्त मिळालेली असते!''

''मी हे ऐकून थक्कच झालोय हो!''

"गरिबांचा पैसा त्यांना गरिबीकडे नेतो. श्रीमंतांचा पैसा त्यांना अधिक श्रीमंत करतो. पगारदार कसा कफल्लक होतो हे मी सांगितलं. त्याच्याकडे काही राहातच नाही. पण श्रीमंत त्यांच्याजवळच्या पैशालाच कामाला लावतात. मध्यमवर्गीयाकडचा पैसा कर भरण्यासाठी, कर्ज फेडण्यासाठी आणि खर्चासाठी कामी येतो. श्रीमंताकडचा पैसा गुंतवणुकीत जातो. तो अधिक पैसा निर्माण करतो. त्यांना कर भरायचा नसतो. कर वाचवायला उपयोगी पडेल एवढीच ते कर्जे काढतात. कर्जही त्यांच्या नावावर नसतं. ते असतं कंपनीच्या नावावर. कंपनीची जबाबदारी त्या कंपनीच्या नावापुढील शब्दाप्रमाणेच लिमिटेड असते. श्रीमंताकडील प्रत्येक खर्चही त्यांचा उत्पन्नकर वाचवीत असतो.

श्रीमंत हे कर भरत नाहीत. पण जर कधी थोडाफार भरावा लागला तर ते अगदी शेवटी भरतात. याउलट गरीब आणि मध्यमवर्गीय कर प्रथम भरतात. त्यांना तो भरावाच लागतो.

श्रीमंत कधीही पैशासाठी काम करीत नाहीत. पैसा त्यांच्यासाठी कामाला लागलेला असतो. नोकरदार मात्र पैसा आणि पैशासाठीच काम करीत राहातो. पुण्यातला कोथरूडचा माणूस स्कूटरवरून रेल्वे स्टेशनजवळच्या सेंट्रल बिल्डिंगपर्यंत नोकरीसाठी येतो. प्रचंड ट्रॅफिक, वाहतुकीतले अडथळे, ट्रॅफिक सिग्नल या साऱ्यांचा अंदाज घेऊन त्याला सकाळी साडेनऊला घरातून बाहेर पडावे लागते. स्कूटर रेस सुरू असल्याप्रमाणे मिळेल त्या फटीतून तो आपली स्कूटर पुढे आणण्याचा प्रयत्न करतो. 'पळा पळा कोण पुढे पळे तो' अशी स्थिती असते.

कार्यालयात पोहोचल्यावर कामाबरोबरच आपल्या पैशाची चर्चा करीत बसतो. माझा बेसिक इतका आहे; तो केव्हा वाढणार ही त्याला विवंचना असते. त्यासाठी युनियनच्या काय हालचाली आहेत यावर चर्चा चालते. वेतनवृद्धीची तारीख काय आहे हे तो घोकत बसतो. महागाईभत्ता बरेच दिवसात वाढला नाही असंच त्याला वाटत असतं. पगारात वजावट करणारे विमा, प्रॉव्हिडंड फंड, ऐच्छिक प्रॉव्हिडंड फंड, कर्ज हप्ते, कर हे असतातच. तुटपुंजा पगार, खर्च अधिक म्हणून अधिक काम, अधिक कर अशा या पळापळीच्या चक्राला मी 'स्कूटर रेस' म्हणतो. हे मध्यमवर्गीय नुसते सकाळ संध्याकाळी स्कूटरवरून धावपळ करताहेत.''

श्रीमंत मात्र हवे तेव्हा त्यांच्या ऑफिसला जाऊ शकतात, कारण ते मालक असतात. ते घरातूनही व्यवसाय सांभाळू शकतात. हॉलिडे होमला जाऊन मजा करता करता मोबाईलवर जनरल मॅनेजरला सूचना देऊ शकतात. नोकरदार ऑफिसला गेला तरच पगार मिळणार. श्रीमंत कंपनीत जावो वा न जावो, त्याची गुंतवणूक त्याला नफा देत राहाणार.''

स्कूटर रेसमधून बाहेर पडा

''पण आता जे स्कूटर रेसमध्ये अडकले आहेत ते त्यातून कधीच बाहेर येऊ शकणार नाहीत का?'' माझी शंका.

''येऊ शकतील. त्यांनी नोकरी करत काही व्यवसाय सुरू करायला हवा. तू दहावीचा अभ्यास असूनही फटाके विक्रीचा धंदा केलासच ना? 'स्कूटर रेस'मधून बाहेर पडण्याची प्रबळ इच्छा हवी. डोळे उघडे ठेवून संधी पाहायला हव्यात. त्या संधीचा लाभ घेऊन कामाला लागलं पाहिजे. स्वत:चे पैसे जमविले पाहिजेत. त्या पैशात सतत वाढ होईल असे उद्योग केले पाहिजेत. व्यवसाय जोरात चालतोय वाटलं तर नोकरी सोडून द्यावी. स्कूटर रेसमधून बाहेर पडावं. नोकरीत राहिलं तरी व्यवसायामुळे तो स्कूटर रेसमधून बाहेर पडू शकेल.

मी पुण्याहून मुंबईला डेक्कन क्वीनने चाललो होतो. एक पुस्तक विक्रेता ट्रेनमध्ये पुस्तक विकत होता. दोन्ही हाताने पुस्तकाचा सबंध गठ्ठा हातात धरून तो संथपणे चालला होता. प्रत्येक पुस्तकाचा रुंदीचा भाग प्रवासी पाहात व त्या रुंदीवर लिहिलेल्या पुस्तकाच्या नावावरून खरेदी करावं का ते ठरवित. मी त्यातलं एक पुस्तक, *आय एम ओके यू आर ओके* हे घेतलं. शेजारी जागा होती तिथं तो पुस्तक विक्रेता बसला. त्याला मी त्याच्या व्यवसायाबद्दल विचारलं. त्यानं अतिशय आनंदानं मला त्याच्याबद्दल माहिती दिली.

तो पुण्यात राहातो. मुंबईला सेल्स टॅक्स ऑफिसमध्ये नोकरी करतो. डेक्कन क्वीनचा मासिक पास काढलेला आहे. रोज पुणे-मुंबई व परत पुणे असा ट्रेनचा प्रवास असायचा. त्याला वाचनाची आवड होती. एक दिवस तो पुस्तक वाचत असताना शेजाऱ्यानं पुस्तक वाचायला मागितलं. हा अनुभव दोन-तीन वेळा आल्यावर त्यानं ट्रेनमध्ये पुस्तकं विकायला सुरुवात केली.

प्रवासी ज्या पुस्तकाची मागणी करीत ते तो त्यांना पुरवित गेला. पुन्हा तो प्रवासी केव्हा प्रवास करणार तेव्हा तो ते पुस्तक आणून देऊ लागला. काहींचे फोन नंबर घेऊन त्यांना त्यानं घरपोच पुस्तकंही दिली. ज्या पुस्तकाच्या कडेच्या रुंदीवर नाव आहे अशीच पुस्तकं विकली जातात हे त्यानं त्याच्या व्यवहारातलं मर्मही सांगितलं. हातात धरलेल्या पुस्तकाच्या थप्पीमधील पुस्तकाची रुंदीच फक्त प्रवाशांना दिसते. त्यामुळे प्रवाशांना कोणती पुस्तकं विक्रीस आहेत हे समजायचं. ऑफिस सांभाळून त्यानं पुणे-मुंबई-पुणे प्रवासात हा व्यवसाय यशस्वीपणे केला. हा 'स्कूटर रेस'मधून बाहेर पडू शकला.

त्यानं सांगितलेली आणखी एक गंमत आठवली. तो पुण्याच्या 'सकाळ' या प्रचंड खपाच्या दैनिकात 'फक्त आजच व. पु. काळे यांची पुस्तके पंचवीस टक्के सवलतीने मिळतील' अशी जाहिरात द्यायचा. ही जाहिरात रविवारी या पेपरमध्ये यायची. सुटी असल्याने हाही रविवारी त्याच्या घरी हजर असायचा. आजच सवलत आहे म्हटल्यावर वाचक घर शोधत यायचे. पुस्तकं खरेदी करायचे. पुढच्या रविवारी तो 'फक्त आजच' हे शब्द ठेवून पु.ल. देशपांडे यांची पुस्तकं जाहीर करायचा. वास्तविक तो कोणत्याही दिवशी कोणत्याही पुस्तकावर पंचवीस टक्के डिस्काउंट देऊ शकत असे. पण 'फक्त आजच सूट' या शब्दामुळे जादू घडायची. ग्राहक पत्ता शोधून काढून यायचे. पुस्तकं खरेदी करायचे. हा डेक्कनक्वीन वीर नोकरदारवृत्तीच्या 'स्कूटर रेस'मधून बाहेर पडलाच की नाही!''

"मीही आता निश्चय केलाय. मी व्यवसाय करणार. श्रीमंत होणार. स्कूटर रेसमध्ये अडकणार नाही.''

"छान! चांगला निर्णय घेतलास. तू तुझं शिक्षण चालू ठेव. पण शिक्षण म्हणजे सर्व काही असं मानू नकोस. तुला आवडेल तो व्यवसाय करत जा. पण पैसे कमवित जा. आता फटाके विक्रीतून तुला पैसे मिळालेतच. विशेष म्हणजे तुझ्याकडे काहीही नसताना तू ते कमावलेस. तू खूप मोठा होशील. या पैशाला शक्ती असते. तो अधिक पैसे कमवून देईल. पैसा जोपर्यंत व्यवसायात गुंतत नाही. तोपर्यंत तो किमान बँक खात्यात तरी ठेवावा. त्यावर थोडे का होईना व्याज मिळते. पैसा अधिक पैसा कमवायला सुरुवात करतो. तुम्ही एकदा बँकेच्या खात्यात पैसे ठेवले की बँक तुमच्यासाठी कामाला लागते. ती तुम्हाला ठरलेल्या व्याजदराने निश्चित पैसे देणार.

व्याज रात्रीसाठीही मिळतं. सुटीच्या दिवशीही मिळतं. फक्त आपण लवकर ते बँकेत ठेवले पाहिजेत. चक्रवाढ व्याज म्हणजे व्याजावर व्याज. तुमच्या बँकेतल्या पैशावर तिमाही व्याज मिळतं. ते व्याज आपण घेतलं नाही तर त्या व्याजावर व्याज सुरू होतं. पैसा पैशासाठी काम करायला लागतो. तुला मिळालेली फटाक्यातील रक्कम तू कोठे ठेवलीस?''

''माझ्या जवळच आहे.''

''तू ती रक्कम बँकेत ठेवायला पाहिजे. राष्ट्रीयकृत बँक निवड. ती सरकारी बँक असल्याने सुरक्षितता अधिक. त्या बँकेचे जास्तीत जास्त शेअर्स सरकारने घेतलेले असतात. बँकेच्या ठेवीदारांना रक्कम परत करण्याची जबाबदारी सरकारवर आहे. छोट्या बँका अधिक व्याज देतात. पण त्या अडचणीत आल्या तर व्याजही नाही आणि मुद्दलही नाही. बँकांमधील ठेवींचा विमा उतरविलेला असल्याने सर्वच बँका सुरक्षित असायला हव्यात. पण लहान बँकांनी विमा कंपनीकडे प्रिमियम भरला असेल तरच हे विम्याचे संरक्षण मिळणार. हे समजणं अवघड. यासाठी तुझ्या घराजवळची राष्ट्रीयकृत बँक निवड. आता तू बचत खाते उघडून तुझे पैसे त्यात ठेवलेस तर तुला व्याज केव्हापासून मिळेल?''

''मी उद्याच खातं उघडणार. उद्यापासूनच व्याज मिळेल!''

''उद्या तारीख काय?''

''बारा.''

''बचत खात्यात दहा तारखेस असलेली शिल्लक व महिनाअखेरीपर्यंत असलेली कमीत कमी शिल्लक यातील किमान रकमेवर व्याज मिळते. या महिन्याच्या दहा तारखेला तुझे खाते उघडले नसल्याने तुझी दहा तारखेची बचत शून्य असणार. तुला या महिन्याला व्याजच मिळणार नाही.''

''त्यावर काही मार्ग?''

''बचत खात्यात किमान लागणारे शंभर रुपये राहू दे. बाकीची रक्कम बारा तारखेपासून पुढच्या महिन्याच्या नऊ तारखेपर्यंत शॉर्ट टर्म डिपॉझिटमध्ये ठेव. आता बँका सात दिवसाच्या किमान मुदतीपासून दहा वर्षांच्या दीर्घ मुदतीपर्यंत ठेवी स्वीकारतात.''

''आम्हाला हे शाळेत का शिकवित नाहीत?''

''मी तेच तर म्हणतोय. शाळेतलं शिक्षण मुलांना व्यवहारज्ञान देत नाही. मुलांना हिशोब ठेवणे, व्याजाची आकारणी करणे, गुंतवणुकीचे मार्ग सांगणे हे शिकवायलाच हवे. आता तू बँकेत खातं उघडायला जाशील तेव्हा आणखी काही गोष्टी शिकायला मिळतील. बँक म्हणजे काय, तिथे कोणत्या प्रकारचे व्यवहार चालतात, खातं कोणाला उघडता येतं, खातं उघडताना काय करायचं हे तिथं

समजेल. शाळेत आठवडाभर शिकून जे समजणार नाही ते तिथं एक तासात समजेल. एक लक्षात ठेव स्वतःच्या बचतीसारखा दुसरा आधार नाही. समर्थ रामदास स्वामींनी दासबोधात लिहिलंय–

मिळविती तितुके भक्षिती
ते कठीण काळी मरोन जाती।
दीर्घ सूचनेने वर्तींती
तेची भले।।

मिळेल ते संपवणारे 'स्कूटर रेस'चे लोक असतात. पगार पुरतच नाही ही त्यांची ओरड असते. बचतीचा भाग आपल्यासाठी नाही असंच ते समजून चालतात. कितीही उत्पन्न कमी असलं तरी त्यातून थोडी तरी बचत करायला हवी. भविष्याचा विचार करून जे वागतात जी शहाणी माणसं होत.

पूर्वी खेड्यामध्ये बायका जात्यावर धान्य दळायच्या. पिठाच्या गिरण्या सुरू झाल्या नव्हत्या. कणगीतून दळण्यासाठी धान्य काढलं की मूठभर धान्य एका मातीच्या डेऱ्यात टाकायचं. मग राहिलेलं धान्य दळणासाठी घ्यायचं. पुढं रोज एक एक मूठ करीत डेऱ्यात बरचसं धान्य साठलं होतं.

पुढे एक वर्ष पाऊस फार कमी झाला. पाण्याची टंचाई झाली. दुष्काळ पडला. दुष्काळाच्या या दिवसात एक पाहुणा घरी आला. घरात धान्य नव्हतं. पाहुण्याला जेवायला कसं घालायचं. तेव्हा घरातल्या कर्त्या बाईला धान्य बाजूला ठेवून भरलेला डेरा आठवला. पाहुण्यांचा योग्य तो आदर राखता आला.

बचतीत हे सामर्थ्य आहे. बॅंकेतलं खातं म्हणजे एक शक्ती आहे. स्कूटर रेसमधून बाहेर पडून प्रत्येकानं आपली बचत निर्माण केली पाहिजे. त्यासाठी खर्चावर नियंत्रण ठेवलं पाहिजे. ठेव पावती ही मनाला शांती देते. दिलासा देते. अडचणीच्या वेळी कोणी नाही तरी ही पावती तरी मदतीला येईल ही भावना असते. ठेवीदार ही पावती जपून घरातील स्टीलच्या कपाटात ठेवतो. कधी लग्नाच्या रिसेपशनला जायचं असलं की चांगल्या कपड्यासाठी तो हे स्टीलचे कपाट उघडतो. त्यावेळी त्याला या ठेवपावतीचे दर्शन होते. बरे वाटते. जीवनात राम वाटू लागतो.''

''तुमच्या इतकं या ठेवपावतीचं आणि बचतीचं महत्त्व बॅंकेतल्या लोकांना तरी माहिती असेल का कोणास ठाऊक.''

''बॅंकेतलेही लोक बहुसंख्येनी स्कूटर रेसमध्येच अडकलेले दिसतील. जनतेच्या बचत ठेवी स्वीकारणारे अनेक वेळा कर्जबाजारी असतात. बॅंकांच्या स्टाफला कमी व्याजदराने कर्जे उपलब्ध होतात. पण कर्ज ते कर्जच. जे कर्ज उत्पन्न मिळवून देते ते योग्य कर्ज. जे कर्ज केवळ देणं निर्माण करतं ते जबाबदारी वाढवतं. दूरदर्शन

संच कर्जानं विकत घेणं म्हणजे संपत्ती नव्हे तर देणं वाढतं.

हल्ली निसर्गरम्य ठिकाणांना भेटी देण्यासाठी प्रवासी कंपन्या जाहिराती देतात. 'पाच रात्री, सहा दिवस, सकाळचा ब्रेकफास्ट टू अँड फ्रो' असं पॅकेज असतं. त्यासाठी लागणारा पैसा उभा करायला बँका कर्ज देतात. हे कर्ज काढून ट्रीप करणे म्हणजे कोणतीही संपत्ती न वाढता देणी वाढविणं. पाच-सहा दिवसांची मजा करायची आणि तीन वर्षे कर्जाचे हप्ते भरायचे. तीन वर्षे तणाव सहन करायचा. ज्या कर्जातून उत्पादन होणार आहे, योग्य तो नफा होणार आहे तेच कर्ज लाभदायक. खर्च हा शिल्लक रकमेतूनच व्हायला हवा...

...आज मी पुन्हा एकदा तुझं अभिनंदन करतो. तू श्रीमंत व्हायचं ठरविलंस आणि तू ते होशीलच असा मला विश्वास वाटतो. बेस्ट लक!''

मी धनेश्वरांच्या ऑफिसमधून बाहेर पडलो.

मी चांगलाच चार्ज झालो होतो. जगामध्ये व्यवहारचतुर होण्यासाठी किती विषय आहेत याची कल्पना मला धनेश्वरांकडून मिळाली होती. अर्थ म्हणजेच पैसा या विषयासंबंधी कितीतरी पोटविभाग आहेत याची जाणीव झाली होती. शाळा कॉलेजचं शिक्षण करायचं पण त्यासाठी पूर्ण वेळ घ्यायचा नाही, असं मी ठरविलं. काही ना काही पैसा हा कमवायचाच. त्या धडपडीसाठी वेळ राखायचा.

घरी पोहोचलो तेव्हा बाबांना मी धनेश्वर भेटल्याचं सांगितलं. सारा वृत्तांत सांगितला. पण मी अभ्यासासाठी पूर्ण वेळ देणार नाही हे तेवढं सांगितलं नाही. 'राखावी बहुतांची अंतरे भाग्य येते तदनंतरे' या उक्तीने धंद्यात यशस्वी होणं जमणार होतं, तसेच घरच्यांनाही सांभाळणं मला महत्त्वाचं वाटत होतं. 'मी घर सोडून चाललो' असं हिंदी चित्रपटातलं दृश्य मला निर्माण करायचं नव्हतं.

घरच्या मंडळींनी माझ्या एकंदर वागण्यावरून दहावीचा बागुलबुवा करण्याचं सोडलं होतं. आता माझाही आत्मविश्वास वाढला होता. मी स्वतःच अभ्यास करीत होतो. आतापर्यंत नववीपर्यंत जसे पेपर्स दिले तसेच मी दहावीला दिले. मला सत्तर टक्के गुण मिळाले.

बुद्धिवंत आडनाव असलेल्या प्राध्यापकांच्या घरात किमान नव्वद टक्क्यांची तरी अपेक्षा होती. पण मी अजिबात दुःखी नव्हतो. मला पहिल्याच फेरीत पास झाल्याचा आनंद होता. पुढे पैसे कमवायला एकदाचं या शिक्षणाच्या तावडीतून मुक्त व्हायचं होतं. घरात मात्र निराशा दिसत होती. पण ते मला वाईट वाटू नये म्हणून दाखवित नव्हते.

घरातला सकाळचा पेपर सारं काही दहावी या विषयावर जोर देणारा होता. 'अजित जोशी राज्यात, तर दीप्ती कुलकर्णी पुणे विभागात प्रथम' असा मथळा होता. यशवंत, गुणवंत अशा मथळ्याखाली दहावीच्या परीक्षेत विविध विभागात

प्रथम आलेल्या विद्यार्थ्यांचा हातात बुके घेतलेला फोटो होता. दृष्टिक्षेपात निकाल या चौकटीत राज्यात विभागीय मंडळात पहिल्या आलेल्या विद्यार्थ्यांची नावे आणि त्यांना मिळालेले गुण दाखविले होते. 'राज्यात दहावी निकालात मुलींचे वर्चस्व' अशा चौकटीखाली हुशार मुलींची नावे छापली होती.

मी सारं शांतपणे वाचलं होतं. या मुलांनी शंभर टक्के गुण मिळविले तरी त्यांना काही विकता येतं का हा प्रश्न माझ्या मनात उभा होता. अभ्यासात मुलींचे वर्चस्व म्हणूनच व्यवहारात त्या मागे पडतात असंही समीकरण मी मनाशी सहजपणे मांडलं. माझे सत्तर टक्के मला काही कमी वाटत नव्हते. मी एकदा व्यवसायाकडे झेप घ्यायची ठरविल्यावर किमान पस्तीस टक्के गुण मिळाले तरी हरकत नाही असं ठरविलेलं. मला तर माझ्या ध्येयाच्या दुपटीने गुण मिळालेले. या गुणांवर अकरावीला प्रवेश मिळतो ना मग झाले तर!

मी अकरावीला कॉमर्स घ्यायचे ठरविले. मला धनेश्वर काकांनी बुककिपींग, अकाऊंटन्सी या विषयाचे धंद्यासाठी ज्ञान हवे असे सांगितले होते. शिवाय बिझिनेस एन्टरप्राईज या विषयाचा व्यवहारात थोडाफार उपयोग होईल अशी मी आशा बाळगून होतो.

मी 'सर' झालो

मी महाराष्ट्र कॉलेजमध्ये प्रवेश घ्यायचं ठरवलं. प्रवेश घ्यायला अजून महिना होता. तरीही कॉलेज कसं काय आहे ते पाहूया या उद्देशानं मी फिरत फिरत कॉलेजमध्ये गेलो. प्रशस्त मैदान होतं; प्रचंड वास्तू होती. सध्या सुटीमुळं तिथं लहान मुलांचं शिबिर चालू होतं. मुलांना राहायला तंबू ठोकलेले होते. मुलं खेळ खेळत होती. काहीजण रायफल शूटींगचा सराव करीत होते. मी ते पाहात पाहात त्यांच्या जवळ पोहोचलो. मी बराच वेळ उभा असलेला पाहून शिबिराच्या संचालिका म्हणाल्या, ''तुला शिबिरात यायची इच्छा आहे का? ही लहान मुलं असली तरी तुला त्यांना शिकवायला म्हणून घेऊ. शिबिर अजून सात दिवस आहे. मुलांना गोष्टी सांगणं, सभेत कसं बोलायचं हे शिकवणं तुला जमेल का? तुझ्याकडून आम्ही फी घेणार नाही.''

मी सभेत कधीच बोललेलो नव्हतो. पण एकदा धनेश्वरकाकांनी सांगितलेलं आठवलं– ''ज्याला व्यवसायात यशस्वी व्हायचंय त्याला बोलायला आलं पाहिजे. कम्युनिकेशन हा विषय फार महत्त्वाचा. एका वेळी अनेकांशी बोलण्याचे प्रसंग धंद्यात येतात. कर्मचाऱ्यांशी बोलावं लागतं. ग्राहकांच्या सभेत बोलावं लागतं.''

त्यानंतर धनेश्वर काकांचं आणखी एक वाक्य आठवलं– ''ऑपॉर्च्युनिटीज आर नेव्हर लॉस्ट. दे आर टेकन बाय आदर्स.''

मी धाडस केलं. मी म्हणालो, ''मॅडम मी जरूर शिकवीन. मला गोष्टी सांगण्याची आवड आहे. पण खरं तर मी सध्या छोटासा जॉब मिळतोय का पाहतोय!''

आश्चर्य म्हणजे मॅडमनी मला आठवड्याचे दीडशे रुपये द्यायचंही मान्य केलं. मी संध्याकाळपासून येतो सांगून शिबिरातून बाहेर पडलो ते नगरवाचनालय गाठलं. वाचनालयाचं कार्यालय संगणकीकृत केलेलं होतं. 'सभेत कसे बोलावे' या विषयावर कोणती पुस्तकं आहेत विचारल्यावर त्या कॉम्प्युटर ऑपरेटर मुलीनी माऊस क्लीक करून हवी ती विंडो ओपन केली. पुस्तकांची यादीच वाचायला मिळाली.

वक्तृत्व शास्त्र – न. वि. तथा काकासाहेब गाडगीळ

श्रोते हो – दत्तो वामन पोतदार

मी वक्ता कसा झालो (मी कसा झालो) – आचार्य प्रल्हाद केशव अत्रे

सभेत कसे बोलावे – भीमराव कुलकर्णी

सभेत कसे बोलावे – माधव गडकरी

सभेत कसे बोलावे – श्याम भुर्के

वाचनालय प्रमुखांच्या मदतीनं मी तिथंच बसून नोट्स काढल्या. या प्रकारात मी दुपारचं जेवायचं विसरून गेलो होतो. घरी आल्यावर शिबिरात मी शिकवायला जाणार असल्याचं सांगितलं. घरच्यांनी आनंदाने संमती दिली. कदाचित आता संमती असो वा नसो हा ते काम करणारच म्हणूनही त्यांनी परवानगी दिली असावी. माझे बाबा आईला एकदा म्हणाले होते,

''मुलं आज्ञाधारक व्हावी असं वाटत असेल तर एक गोष्ट करायची.''
''कोणती?''

''त्यांना आज्ञाच करायची नाही. म्हणजे कसं छान चालतं!''

मी पांढरा शर्ट, स्पोर्ट्स पँट, पायमोजे आणि स्पोर्ट्स शूज असा रुबाबदार पोषाख केला. एका पुस्तकात दुपारीच वाचलं होतं; 'वक्त्यांनं चांगलेसे कपडे परिधान करून ऐटीत जावं.' मागे बाबांनी दिल्लीहून आणलेली एन.सी.सी.मध्ये वापरतात तशी कॅप घरात होती. ती घातली. आता रुबाब वाढला होता. आई म्हणाली, ''टाय बांध.'' मलाही कल्पना आवडली. पण मला टाय बांधता येत नव्हता. बाबांनी प्रात्यक्षिक दाखविले. तरीही मला नीट जमेना. डावी बाजू पोटापर्यंत धरून उजव्या बाजूने वेढा टाकून पुन्हा डाव्या बाजूला टाय आणून आतून बाहेर घेतला. एकदाचा टाय बांधला गेला. पण तो जास्त लांब झाला.

मी मनात म्हटलं जर मी स्वतः व्यवस्थित टाय बांधून जायचं ठरविलं तर आज काही मी वेळेवर पोहोचणार नाही. बाबांनी शिकवल्याप्रमाणे मीही वेळ पाळतो.

त्यावर उपाय म्हणून बाबांनी त्यांच्या गळ्यात पटकन टाय बांधला. तो काढून माझ्या गळ्यात तयार नॉटसह बांधला. मी आता पूर्णपणे रुबाबदार झालो होतो. उद्या पुन्हा टाय बांधायला शिकायचंच असं ठरवून मी बाहेर पडलो. शिबिरस्थानी माझा रुबाब पाहून मॅडमनी आनंदानं स्मितहास्य केलं.

मी उत्साहात होतो. आज मी सर झालो होतो. आज मी शिकवता शिकवता स्वत:ही सभेत कसं बोलायचं हे शिकणार होतो. धनेश्वर काकांच्या सल्ल्याप्रमाणे पैसेही कमविणार होतो. हे श्री इन वन पॅकेज पाहून मी आनंदात होतो.

पण...

मुलांपुढे आपण भाषण करायचं. प्रथमच असा बाका प्रसंग आलाय. जमेल ना; फजिती होईल का; असे अनेक प्रश्न मनास भेडसावू लागले. प्रसिद्ध विनोदी साहित्यकार द. मा. मिरासदार यांचं नवशिक्या वक्त्याला केलेलं विनोदी मार्गदर्शन आठवलं. ते म्हणाले होते,

''प्रथमच बोलणाऱ्या वक्त्याने स्मशानात मृतात्म्यास श्रद्धांजली अर्पण करताना बोलावे. त्यावेळी भाषणाच्या भीतीने आपण घाबरलो तरी श्रोत्यांना असे वाटते की याला अतीव दु:खं झाले आहे. त्याच्या तोंडून शब्द फुटेना तरी कोणी हसत नाही. त्यांना वाटते याला शोक आवरत नाही. वाक्य अर्धी तुटली तरी लोकांना वाटते केवढा हा भावनाविष्कार. स्मशानातले भाषण चुकले तरी फजिती होत नाही!''

माझ्या छातीची धडधड वाढली होती. मी दुपारी पुस्तकात वाचल्याप्रमाणे दीर्घ श्वास संथपणे घेतला. थोडावेळ श्वास रोखून ठेवला. हळूहळू तो सोडला. हे मी मॅडम किंवा अन्य कोणाच्याही लक्षात येणार नाही या बेतानं केलं. धडधड खरंच कमी झाली.

समोर श्रोते कोण आहेत हे पाहून आपलं भाषण करावं ही सूचनाही मला पुस्तकातूनच मिळाली होती. आता मुलांपुढं बोलायचं असल्यानं त्यांच्यापुढं वैचारिक भाषण नको होतं. त्यांना गोष्टच आवडणार होती. मुलांचा सहभागही महत्त्वाचा होता. त्यासाठी मुलांना गोष्टी सांगायला संधी देणंही आवश्यक होतं. मग आपण त्यांच्या बोलण्यात काय सुधारणा हव्या एवढंच सांगायचं होतं.

मी मुलांच्या पुढे उभा राहिलो. ''बालमित्रांनो, मी घोषणा सांगेन, तुम्ही माझ्या मागून घोषणा घ्यायची. भारत माता की जय.''

...

''जय हिंद! जय हिंद''

...

''छत्रपती शिवाजी महाराज की जय!''

...

''जय जवान, जय किसान''

...

''आम्ही मोठे होणार! आम्ही मोठे होणार!''

...

आम्ही सभेत बोलणार! आम्ही सभेत बोलणार!

...

''आम्ही गोष्ट सांगणार! आम्ही गोष्ट सांगणार.''

...

''व्वा! व्वा!! काय जोरदार घोषणा दिल्यात. अभिनंदन. तुम्ही हुशार मुले आहात. आता तुमच्यापैकी कोणाला गोष्ट सांगायचीय?''

एका मुलीनं हात वर केला. मी तिला पुढं येऊन गोष्ट सांगायला सांगितलं.

तिनं ससा आणि कासव यांची गोष्ट सांगितली. ती गोष्ट कशी सांगितली यावर मी काही मुद्दे सांगितले.

● दोन पायावर समान भार देऊन उभे राहावे.

● टेबल, माईक, स्वत:चे डोके, नाक, कान याला हात लावू नये.

● श्रोत्यांकडे पाहून बोलावे.

● पहिले वाक्य दमदारपणे बोलावे.

● सुरुवात आकर्षक करावी.

● मी प्रथमच बोलत आहे, माझी तयारी झाली नसताना मी आलो आहे, अशी आत्मविश्वास गमावणारी वाक्ये उच्चारायची नाहीत.

● विचार सर्वांना समजावा म्हणून उदाहरणे द्यावीत.

● आवाजात चढउतार ठेवावा.

● नजर सर्व श्रोत्यांमध्ये फिरती ठेवावी.

● अनावश्यक शब्दांची पुनरावृत्ती टाळावी.

● वेळ कमी पडत असल्यास भरभर सारे न सांगता थोडेच मुद्दे सांगितले तरी चालेल. लांबलेले भाषण श्रोत्यांना सहसा आवडत नाही.

● कथेचा व भाषणाचा शेवटही आकर्षक असावा.

हे मुद्दे मुलांना सांगताना मलाच मार्गदर्शक होते. पण मी प्रथमच सभेत बोलायला उभा आहे हे दाखवून दिलं नाही. आपण यापूर्वी अनेक भाषणं दिल्याचा आव आणून मी त्यांना आचार्य प्रल्हाद केशव अत्रे यांची 'दिनूचे बील' ही कथा रंगवून सांगितली.

मुलं खूष झाली. मॅडमही खूष झाल्या. मी उत्साहानं दुसऱ्या दिवशीच्या कथेच्या तयारीला लागलो. शिबिरात मुलांना दूध देणं, नाष्टा देणं, त्यांची हजेरी घेऊन नोंद

करणं ही कामंही मी स्वेच्छेनं केली. शिबिराच्या समारोपात मुलांनी माझं खूप कौतुक केलं. मॅडम म्हणाल्या, "आता मनोहरदादा प्रत्येक शिबिराला येऊन आपल्याला गोष्ट सांगणार हं!" पुढचं आमंत्रण मिळालं होतं. मी वक्ता होण्यासाठी आवश्यक पाऊल टाकलं होतं. धनेश्वर मंत्राप्रमाणे दीडशे रुपये स्वकमाई केली होती!

शिबिराच्या मॅडम कॉलेजच्या कार्यकारिणी सदस्य होत्या. त्यांनी प्राचार्यांना सांगितलं, "मनोहर कर्तबगार आहे. हुषार आहे. त्याला जरूर ॲडमिशन द्या!"

प्रवेश मिळाला!

धनेश्वर मंत्राप्रमाणे दीडशे रुपये लगेच बॅंकेत भरले. बॅंकेत जाण्यामुळं माझ्या व्यवहारज्ञानात चांगलीच भर पडत होती. मागे खाते उघडायला बॅंकेत गेलो होतो तेव्हा ओळख द्यावी लागेल म्हटल्यावर मी विचारले होते, "मी माझे पैसे बॅंकेत ठेवणार तर दुसऱ्या खातेदाराची ओळख काय करायची?"

"खातेदाराला चेकबुक मिळते. त्याने पैसे नसताना लोकांना चेक दिले तर चेक परत जाणार. ज्यांना पैसे मिळाले नाहीत ते लोक चेक देणाऱ्या व्यक्तीकडे जाणार. जर ती व्यक्ती सापडली नाही तर ते बॅंकेकडे धाव घेणार. दिलेल्या पत्त्यावर खातेदार सापडला नाहीतर बॅंकेने काय करायचे? जनतेला काय उत्तर द्यायचे? तेव्हा ओळखदार त्या खातेदाराची माहिती सांगू शकेल. यासाठी आणि अशा अन्य उपयुक्त बाबींसाठी ओळख लागते."

"इथं बॅंकेत बरेच खातेदार काऊंटरवर उभे आहेत. त्यांच्यातील एखाद्या खातेदाराची सही चालेल का?"

"ओळख देणाऱ्यास खातेदाराचे घर किंवा व्यवसायाचे ठिकाण माहिती हवे. तरच त्याने ओळख द्यावी."

खात्यात पैसे भरायची स्लीप भरायला येऊ लागली. पैसे काढायची विथड्रॉल स्लीप माहिती झाली. पैसे पाठवायला मेल ट्रान्स्फर, डिमांड ड्राफ्ट असतात हे समजले. ड्राफ्ट आणि चेक मधला फरक समजला. खात्यात पैसे असतील तरच चेकचे पैसे मिळणार. ड्राफ्ट बॅंक पैसे घेऊन देत असल्याने पैसे मिळणारच. चेकचे पैसे दुसऱ्याच्या खात्यात सुरक्षितपणे मिळावे म्हणून चेक क्रॉस केलेला चांगला. लाभधारकालाच पैसे खात्यात मिळावे अशी इच्छा असेल तर चेकच्या क्रॉसींगमध्ये 'अकाऊंटपेयी' लिहावे. दरमहा पैसे जमा करण्याचे रिकरिंग खाते, मुदतठेव, युनिट ठेव योजना, करंट खाते असे ठेवीचे प्रकार लक्षात येऊ लागले. कर्ज योजनांची माहितीही शाखेतल्या पोस्टरवरून कळू लागली. वैयक्तिक कर्ज, कंझ्युमर लोन, गृहकर्ज योजना, पेन्शनवर कर्ज, स्मॉल स्केल इंडस्ट्रीला कर्ज, व्यापारास, व्यावसायिकास कर्ज, शिक्षण कर्ज हे सारे प्रकार लक्षात येऊनही धनेश्वर काकांनी वर्णन केलेला कर्जाचा सापळा लक्षात घेता कर्ज घेण्याची माझी तरी हिंमत नव्हती.

एटीएम, टच स्क्रीन, टेली बँकींग, अेनीव्हेअर बँकींग, एनी टाईम बँकींग, सेव्हन डेज वर्कींग, क्रेडीट कार्ड अशा नवनवीन सेवांचा परिचय व्हायला लागला. माझ्या दोन-तीन हजार रुपयांच्या खात्यामुळे मला ही माहिती मिळत होती. बाहेर तीन हजार रुपये फी आकारूनही बँकेसंबंधी एवढी माहिती मिळायची नाही. धनेश्वर मला खातं उघडायला का सांगत होते ते आता माझ्या लक्षात आलं होतं. मी तर ठरविलं की दहा वर्षाच्या वरच्या प्रत्येकानं बँकेत खातं उघडलंच पाहिजे हे सर्वत्र सांगायचं.

■

स्टेशनरी शॉपचे 'हार्मनी' झाले

अकरावीचं वर्ष सुरू झालं. प्राचार्यांचं पहिल्याच दिवशी भाषण झालं. नियमितपणे महाविद्यालयात या, अभ्यासात लक्ष द्या. पुढील वर्ष बारावीचं आहे. ते तुमच्या आयुष्याची दिशा ठरविणार आहे. बारावीचा पाया अकरावीत रचला जातो. अकरावीलाही तेवढेच महत्त्व द्या, असे आवाहन त्यांनी केलं.

प्राचार्य सांगत होते ते खरं होतं. पण मला कोणाचेही विचार धनेश्वरकाकांच्या विचारांशी पडताळून पाहाण्याची सवय झाली होती. कॉमर्सच्या विद्यार्थ्यांना सर भरपूर अभ्यास करा सांगत होते. त्यांना आत्तापासून पैसे कमवा का म्हणत नव्हते? एवढा उत्कृष्ट मार्ग का सांगत नव्हते? पैसे मिळविताना मिळणारे शिक्षण हे कोणत्याही वर्गातील शिक्षणापेक्षा श्रेष्ठ नव्हते का? मी मनाशी पुन्हा ठरवलं आपण अकरावीमध्ये पास व्हायचं. सर्वच्या सर्व गुण मिळाले पाहिजेत असं काही नाही. मेरिट लिस्ट, प्रथम येणं वगैरे तर अजिबातच नको. नाहीतर प्रा. विद्याधर बुद्धिवंत या आपल्या पिताश्रीप्रमाणे आपण मध्यमवर्गीयच राहायचो. भरपूर अभ्यास, चांगले गुण, नोकरी, पगार, त्यातून भरावे लागणारे कर, बँक हप्ते, जवळ राहाणारी तुटपुंजी रक्कम, अधिक काम, अधिक कर, पुन्हा आर्थिक ओढाताण या 'स्कूटर रेस'मधून मला बाहेर पडायचं होतं.

एक मन म्हणायचं, बारावी झाल्यावर धंदा व्यवसाय याबद्दल विचार करू. पण दुसरं मन म्हणायचं, धनेश्वरकाकांनी 'पैसे कमव' मंत्र दिलाय. तो पाळला तरच त्यांच्याकडूनही 'अर्थमंत्र' मिळत राहाणार. ते शिक्षणही महत्त्वाचं आहे. त्याकडेही दुर्लक्ष करून चालणार नाही. सध्यातरी अभ्यासमंत्र देणारे माझे गरीब बाबा आणि 'धनमंत्र' देणारे धनेश्वरकाका दोघांचंही ऐकणं भाग होतं.

संध्याकाळी कॉलेजचे तास संपल्यावर ट्युटोरियलसाठी वह्या खरेदी करायला कॉलेजच्या स्टेशनरी शॉपमध्ये गेलो. खरेदीसाठी मुलांनी रांगा लावल्या होत्या. शॉपमध्ये वह्या, पुस्तके, पेन, पेन्सिल, रबर, कंपास, ग्राफचार्टशीट अशी विविध प्रकारची स्टेशनरी होती. शॉपमध्ये विक्रीसाठी स्टाफ कमी असावा असे मला वाटले. मुलांना वह्या मिळायला बराच वेळ रांगेत उभं राहायला लागत होतं. मी रांग सोडून दिली. मला ट्युटोरिअल वही मिळायला किती वेळ लागेल याची अजिबात पर्वा केली नाही. शॉपच्या प्रमुखांना भेटलो.

"मी मनोहर बुद्धिवंत. मी आपल्या कॉलेजमध्ये अकरावीत शिकतोय. आता इथं वह्या पुस्तकं घ्यायला खूप गर्दी झालीय. विक्रीसाठी एकच सेल्समन आहे. मी मदत करू का? मला विक्रीचा अनुभव आहे.''

त्यांनी मला नखशिखांत न्याहाळले.

"तुम्ही प्राचार्यांना भेटा. इथं विक्रीसाठी माणसाची गरज आहे. पण प्राचार्यच निर्णय घेऊ शकतात.''

"ठीक आहे.''

मी तडक प्राचार्यांच्या कार्यालयात गेलो. ऑफिसची वेळ संपली तरी ते तिथेच काम करीत होते. मी शिपायाबरोबर निरोप पाठविला. त्यांनी दोनच मिनिटात आत बोलावलं.

"सर, मी मनोहर बुद्धिवंत. इथं अकरावीत ॲडमिशन घेतलीय.''

"प्राध्यापक विद्याधर बुद्धिवंतांचा मुलगा का?''

"हो. तुम्ही कसं ओळखलंत?''

"चेहऱ्यावरून. ठेवण सारखीच आहे.''

"सर, आपल्या कॉलेजच्या स्टेशनरी शॉपमध्ये मुलांना खरेदीसाठी रांगेत उभं राहायला लागतं. सेल्समन कमी आहेत. मी सेल्समन म्हणून काम करू का?''

"पण तू कॉलेज शिकून हे कसं करणार?''

"स्टेशनरी शॉपला संध्याकाळी गर्दी असते. तेव्हा मी दोन तास काम करीन.''

"ठीक आहे. तू आता एक महिना काम कर. मग तुझं काम बघून आणि शॉपला गरज आहे का पाहून पुढं काम चालू ठेवायचं का बघू.''

"थँक्यू सर. मी आत्ताच शॉपमध्ये जातो. तिथं आत्ता मुलांच्या रांगा लागल्यात.''

''तू पगाराचे काही बोलला नाहीस?''

''सर, मी ते तुमच्यावर सोपवितो. तुम्ही योग्य मोबदला द्याल याची मला खात्री आहे.''

''ठीक आहे. तू जा. शॉपमध्ये नाईक इनचार्ज आहेत. त्यांना मी फोन करून सांगतो.''

''धन्यवाद!''

मी त्वरेने शॉप गाठले. मुलांना तत्परतेने माल दिला. मुलांच्या रांगा कमी केल्या. मुलं खूष, नाईकही खूष.

मला कॉलेजमधलं हे शॉप आवडायला लागलं होतं. मी कोणत्या मालाला मागणी आहे हे नोंद करून ठेवत होतो. तो माल वेळेवर मिळावा म्हणून पुरवठा करणाऱ्यांशी आधीच संपर्क साधत होतो. त्यांच्याशी योग्य तो पाठपुरावा चालूच होता. मालाची पार्सले व्यवस्थित लावून घ्यायचो. पार्सले फोडून माल मागणीप्रमाणे आला का ते तपासायचो. कमी वा खराब असला तर तसं त्वरेने कळवायचो. आलेला माल आकर्षकपणे लावायला सुरुवात केली.

पूर्वी शॉप हे गोडाऊन सारखं दिसत होतं. मी त्याची सुरेखपणे मांडणी केली. मुलांना शॉपमध्ये खरेदी करायला प्रसन्न वाटायला लागलं. सर्व मालाची दरपत्रके दर्शनी भागात लावली. दाराशी एक बॉक्स ठेवले. त्यात कोणता माल हवा याच्या चिठ्ठ्या मुलांनी टाकायची सोय केली. त्या चिठ्ठीवर मुलाचं नाव आणि वर्गातील रोल नंबर असायचा. मागणीप्रमाणे पार्सले तयार ठेवण्याची यंत्रणा उभी केली. फारसे उभे न राहाता मुलांना वह्या पुस्तके मिळू लागली. की चेन्स, पैसे ठेवायची पाकिटे, हातरुमाल, चॉकलेट्स, बेकरकेक्स, पँटचे लेदर बेल्टस्, पॉकिट डायऱ्या अशा नव्या वस्तूंची मी भर घातली. मुलांशी बोलताना या शॉपमध्ये अधिक कोणता माल हवा याची माहिती मी आधीच घेतली होती. नव्या मालाचाही त्वरेने उठाव होऊ लागला. माझ्या कल्पकतेने शॉपची विक्री वाढत होती. नाईक खूष. प्राचार्यांनी मला बोलावून कौतुक केलं. मला महिना दोन हजार रुपये त्यांनी देणं आनंदानं सुरू केलं. मनामध्ये मी धनेश्वरकाकांच्या धनमंत्राचे आभार मानले.

मी सुटीत काही व्यवसाय करीत होतो. तोपर्यंत बाबा मला कोणताच विरोध करीत नव्हते. तसंच फारसं प्रोत्साहनही देत नव्हते. ते 'विद्याधर बुद्धिवंत' या त्यांच्या नावाला साजेल असं 'बाबारे, हे अभ्यास करायचे दिवस आहेत. आता तिकडे लक्ष दे' असं ऐकवायचे. मीही ऐकून सोडून द्यायचो. फारसे उलट प्रश्न करायचो नाही. पण आता मी कॉलेज सुरू झाल्यावरही रोज स्टेशनरी शॉपमध्ये जायला लागल्याने वडिलांनी जरा खडसावलंच, ''अकरावी म्हणजे काही अभ्यास केला नाही तरी चालतं असं नाही!''

"मी स्टेशनरी शॉपमध्ये फक्त दोन तास जातो. तिथं मी काम केल्यानं मला सेल्स मॅनेजमेंट समजते. हा विषय मला अभ्यासालाही आहे. त्यामुळे या दोन तासाच्या कामामुळे मला सेल्स मॅनेजमेंट विषयात तरी चांगले गुण पडतीलच."

"वह्या कशा विकाव्यात असा प्रश्न सेल्स मॅनेजमेंट विषयात विचारणार नाहीत. अभ्यासक्रमाप्रमाणे अभ्यास केल्यासच चांगले गुण मिळतील." – वडील.

"मी दिवसभर कॉलेजला जातोय. जाणार आहे. मी अकरावी निश्चित पास होईन. तुम्ही त्याची काळजी करू नका."

"नुसत्या पास होण्याला महत्त्व नाही. चांगले गुण मिळायला हवेत."

विषय कटू वळणावर जायला नको म्हणून मध्येच आई म्हणाली,

"तो चांगले गुणही मिळवील. स्टेशनरी शॉप कॉलेजच्या वर्षाच्या सुरुवातीला जोरात असतं. एकदा मुलांच्या वह्या पुस्तकांची खरेदी झाली की मग फारसं काम तिथं नसतं. मग त्याला अभ्यासाला भरपूर वेळ मिळेल."

आईच्या वाक्यानं वातावरणावर हळुवार फुंकर घातली होती. परिस्थिती शांत झाली होती. पण मला असं शॉप ठराविक दिवसात चालणारं ठेवायचं नव्हतं. मी तिथे नोकरीसाठी आहे अशी माझी भावना नव्हती. ते माझं शॉप आहे अशा आत्मीयतेने मी त्याकडे पाहात होता. मी मुलांशी गप्पा मारताना त्यांना कोणत्या सिझनमध्ये काय लागतं याची माहिती गोळा करून ठेवली होती. त्याप्रमाणे मी सर्व योजना नाईकांना पटवून दिली. नाईक सुरुवातीस म्हणाले की एवढा व्याप कशाला वाढवायचा. पण मी त्यांना मदत करीन असं आश्वासन दिल्यावर ते तयार झाले.

"प्राचार्यांना ही योजना पाठवून देतो." – नाईक

"पाठवून देण्यापेक्षा आपण त्यांना भेटून सांगूया. मग योजनेचे कागद प्रत्यक्ष हातात देऊया."

"पाठवून दिल्यावर नंतर ते आपणास बोलावतील तेव्हा भेट होईलच ना?"

"यामुळे योजना मागे पडण्याची शक्यता आहे. आपण प्रथम त्यांच्याशी बोललो तर त्यांना केवळ आकड्यांची योजना पाहायला न मिळता आपली इच्छा, कळकळ आणि आत्मविश्वास त्यांच्या लक्षात येईल. मग योजनेतील आकड्यांचे महत्त्व कळेल. प्रथम नुसती योजनेची कागदपत्रे त्यांच्याकडे पाठवली तर तेही 'पुढे पाहू', 'कमिटीपुढे ठेवू' असा शेरा मारून ठेवतील."

माझ्या समाधानासाठी नाईक 'हो' म्हटले. पण त्या 'हो' मुळे त्यांना प्राचार्यांकडे जावं लागलं. मी कोणत्या महिन्यात कोणता माल आणायचा हे सरांना पटवून दिलं. त्यांनी स्टेशनरी शॉपच्या विस्ताराची योजना त्यांना पसंत पडल्याचं सांगून मॅनेजमेंट कमिटीपुढे ती ठेवण्याचं आश्वासन दिलं.

आता मी व नाईक दोघेही समाधानानं बाहेर पडलो.

''नाईक, भेटल्यावर जे काम होतं ते कागदानं, निवेदनानं कधी होत नाही.''– मी.

''पण नियमाप्रमाणे अर्ज तर करावाच लागतो ना?'' –नाईक.

''तो द्यायचाच. पण भेटून मग द्यायचा.''

प्राचार्यांनी सदर विषय मॅनेजमेंट कमिटीपुढे हिरीरीने मांडला असावा. सदस्यांच्या शंका-कुशंकांना त्यांनी व्यवस्थित उत्तरे दिली. योजना मंजूर झाली. कॉलेजनं शॉपमध्ये अधिक भांडवल घातलं. शॉप कित्येक वर्षे विक्रीच्या बाबतीत स्टेशनरी म्हणजेच स्थिर राहिलं होतं. ते आता विक्रीचा आलेख चढता दाखवू लागलं. स्टेशनरी शॉपचं डिपार्टमेंटल स्टोअर व्हायला लागलं होतं.

हा बदल फक्त एका तंत्रानं झाला होता. बरेच वर्ष स्टेशनरी शॉपमध्ये फक्त विक्री होत होती. आता तिथं मार्केटिंग व्हायला लागलं होतं. विक्री आणि मार्केटिंगचा फरक माझ्या चांगलाच लक्षात आला होता. विक्रीमध्ये आहे तो माल विकत राहायचं. जास्तीत जास्त काय करायचं तर त्या मालाचे गुणगान गात राहायचं. तो माल घ्या म्हणायचं. आमचा माल आहे तसाच राहाणार. तो फक्त चांगला कसा आहे हे सांगायचं. पण मार्केटिंगमध्ये लोकांना काय हवं ते जाणायचं आणि आपल्या मालामध्ये त्याप्रमाणे बदल करायचा. ग्राहकाकडून प्रतिसाद जाणण्यासाठी सूचना पेटी, प्रश्नावली, चर्चा अशा माध्यमांचा वापर करायचा. मुख्य म्हणजे आपले कान आणि डोळे उघडे ठेवायचे. ग्राहक काय बोलतात ते ऐकून आपल्यात बदल करायचा. ग्राहक काय वस्तू वापरतो, कोणत्या सेवा घेतो हे जाणून त्याप्रमाणे आपल्या सेवात बदल करायचा. ग्राहकाला सारखं सांगून त्याच्या वृत्तीत बदल करण्यापेक्षा त्याला काय हवंय हे जाणून आपल्यात बदल करायचा.

महिन्यानंतर एक घटना घडली.

स्टेशनरी शॉपवर एखादं कार्यालय असावं असा काळ्यावर पांढऱ्या अक्षरांचा 'स्टेशनरी शॉप' एवढाच फलक होता. तो अगदी छोटा होता. बरेच वर्षांत तो पुन्हा रंगविलेला नव्हता. रंग उडाला होता. कोपऱ्यात थोडा गंज चढला होता. तो टांगायला तार वापरलेली होती. एका खिळ्याला तो असा टांगला होता की तो तिरका बसला होता.

मी नाईकांना म्हटलं की आपण नवा चांगला ग्लो साईनचा, आतील दिव्यामुळे उठून दिसणारा बोर्ड करूया.

''बोर्डवर खर्च नको. कॉलेजची मुलं इतके दिवस आपल्याकडून माल घेतातच ना?''

''आपले ग्राहक टिकवून ठेवण्यासाठी आपल्याला लक्ष द्यायला हवं.''

''सध्या तर आपली विक्री वाढलीय ना. आता इतर काळजी कशाला?''

"वाढत्या विक्रीमुळे नफा वाढणार आहे. या नफ्यातून ग्राहक हिताच्या गोष्टी केल्या तर पुढे आणखी विक्री होते.''

"तुझ्या कल्पना आतापर्यंत तरी यशस्वी झाल्यात. पण आपण उगीचच काम वाढवत बसलोय. पण तू म्हणतोसच तर सरांना पुन्हा भेटू.''

सरांच्या पूर्वपरवानगीनं मी नाईक यांना घेऊन त्यांच्याकडं गेलो. सरांनी आनंदानं स्वागत केलं.

"सर स्टेशनरी शॉपचा बोर्ड जुना झालाय. तो ग्लासाईनमध्ये करून घेऊया.''

"खर्च किती येईल?''

"त्या खर्चाकडे खर्च म्हणून न पाहाता गुंतवणूक म्हणून पाहूया. मुलं शॉपकडे आकर्षित होतील. विक्री वाढेल, नफा वाढेल. बोर्डचा खर्च सहज बाहेर पडेल.''

"ठीक आहे; कोटेशन मागवा.''

"धन्यवाद सर. मला अजून एक सुचवावेसे वाटते. स्टेशनरी शॉप हे नाव अगदीच रुक्ष आहे. आपण नवं आकर्षक असं नाव देऊया.''

"कोणतं?''

"माझ्या मनात एक नाव आहे. पण ते मी आत्ता सांगणार नाही. आपण सर्वांना हे शॉप आपलंसं वाटावं म्हणून कॉलेजमध्ये 'स्टेशनरी शॉपला नाव सुचवा अन् बक्षिस मिळवा' अशी स्पर्धा घेऊया. त्यातून सर आपण योग्य ते नाव निवडूया. मुलांच्या पसंतीचं दुकानाला नाव असल्यावर त्यामुळे विक्रीस अधिकच चालना मिळेल.''

यावेळी सरांनी मॅनेजमेंट कमिटीपुढे विषय मांडतो असे म्हटले नाही. ते म्हणाले,

"व्वा! सुरेख कल्पना.''

सरांचा होकार मिळाल्यावर मी स्केच पेनने कागदावर लिहून काढलं.

बक्षिस मिळवा!
कॉलेजमधील स्टेशनरी शॉपला सुरेख नाव सुचवा.
भाषेचे बंधन नाही.
आपल्या ऑफिसमध्ये ठेवलेल्या बॉक्समध्ये चिठ्ठी टाका.
तीस सप्टेंबर पर्यंत.

कॉलेजच्या आवारात पाच ठिकाणी पोस्टर्स लावली.

मुलामुलींमध्ये या नावाचीच चर्चा होती. गटागटाने मुलं नावाबद्दल सूचना देत होती. भरपूर चिठ्ठ्या बॉक्समध्ये पडत होत्या. प्राध्यापकही नावे सुचवू लागले.

कॉलेजमध्ये असा स्पर्धेला प्रतिसाद यापूर्वी क्वचितच मिळाला असावा. मुदत संपल्यावर चिठ्ठ्या परीक्षकांच्यापुढे उघडल्या...

रंगोली गुलाब मैत्रेय गुलमोहर सारस हार्मनी संवाद
चंदन रसिक सुपर्ण विद्यार्थी सांकेत अनमोल आयडियल
शालिमार ज्ञानेश नंदादीप उत्कर्ष यंगस्टर अक्षर नक्षत्र
साधना अल्बम पाऊलवाट स्नेहल स्कायलाईन मधुगंध एंजल
क्राऊन होप पोएम ड्रीमलँड डायमंड विद्या

कितीतरी... अगणित...

एकानं तर चक्क लावणीची ओळच लिहिली होती.

मला हो नाव काय पुसता,

मी आहे कोल्हापूरची लवंगी मिरची

पुढं म्हटलं होतं, 'कॉलेज मिरची' नाव द्या.

स्पर्धेचा निकाल जाहीर करण्यासाठी ऑडिटोरियममध्ये कार्यक्रम सुरू झाला. प्राचार्य, परीक्षक व्यासपीठावर विराजमान झालेले होते. सभागृह कॉलेज युवक-युवतींनी खच्चून भरले होते. सभागृहात एक गोष्ट खच्चून भरली होती, ती म्हणजे उत्साह... अमाप उत्साह. प्राचार्य बोलायला उभे राहिले. त्यांनी स्टेशनरी शॉपची प्रगती सांगितली. विशेष म्हणजे त्यांनी चक्क जाहीर केलं...

''ही प्रगती, ही आजची स्पर्धा या साऱ्यामागं कल्पकता आहे ती आपल्या महाविद्यालयातील मनोहर बुद्धिवंत याची. नावाप्रमाणं त्याचं व्यक्तिमत्त्व मनोहर आहे. आडनावाप्रमाणे त्यानं या योजनेसाठी बुद्धी वापरलीय. मी त्याला व्यासपीठावर येऊन बसावे अशी विनंती करतो!''

टाळ्यांच्या कडकडाटामध्ये मी धावतच व्यासपीठावर पोहोचलो. हात उंचावून साऱ्यांना अभिवादन केलं.

चांगल्या दहा नावांना सरांनी पुरस्कार दिले.

'स्टेशनरी शॉप'चं नाव 'हार्मनी' झालं.

या नावीन्यपूर्ण स्पर्धेची बातमी सकाळ, लोकसत्ता, महाराष्ट्र टाईम्स, इंडियन एक्सप्रेस आणि टाईम्स ऑफ इंडियामध्ये झळकली. माझं पेपरमध्ये आलेलं नाव पाहून बाबांना व आईला आनंद झाला. धनेश्वरकाकांचा अभिनंदन करणारा फोन आला. त्यांना भेटायला जायचं ठरवलं. त्यांना भेटलं की 'गोष्टी सांगेन युक्तीच्या चार' या उक्तीप्रमाणे काही ऐकायला मिळतं.

पैसा हा पैसा मिळवितो

कॉलेज परिसरातलं मुलांचं शिबीर, तिथं मी इन्स्ट्रक्टर म्हणून केलेलं काम, त्याचा कॉलेज प्रवेशाला झालेला उपयोग, कॉलेजमधील स्टेशनरी शॉपमध्ये केलेलं काम हे सगळं ऐकून धनेश्वरकाका एकदम खूष झाले. त्यांनी पुन्हा माझं अभिनंदन केलं. विषयाची गाडी सुरू करताना त्यांनी गाडी एकदम गिअरमध्ये टाकली.

"तू योग्य मार्ग सोडून चालल्यामुळे योग्य मार्गावर आहेस."

"..." शांतता. मला नीट अर्थ कळला नव्हता. तेही त्वरेनं खुलासा करीत नव्हते. ते पुन्हा म्हणाले, "मोठी माणसं कमी मळलेला रस्ता स्वीकारतात. म्हणूनच ती मोठी होतात. मध्यमवर्गीय नेहमीचा रस्ता पकडतात, नेहमीसारखेच मध्यमवर्गीय राहातात. तू सर्वसामान्यांना आवडणारा फक्त शिक्षणाचा आणि नोकरीचा असा, त्यांना योग्य वाटणारा मार्ग सोडून चालला आहेस म्हणून तू माझ्या अर्थाने योग्य मार्गावर आहेस."

"मला या स्टेशनरी शॉपमधून खूप शिकायला मिळतंय!"

"पण लक्षात ठेव. स्टेशनरी शॉप ही पैसा मिळवायला स्विकारलेली नोकरी नाही. ते पैसा कमविण्याचं शिक्षण आहे. कॉलेजमध्ये हे शिक्षण दिलं जात नाही असं मी सांगत आलो. तुला कॉलेजच्या वर्गात

ते मिळालं नाही पण तू कॉलेजच्या आवारातल्या या शॉपमध्ये मिळविलेस. 'आर्थिक बुद्धिमत्ता' ही एक मनाची अवस्था आहे. ही वृत्ती आहे. ती तुझ्यात आता निर्माण होतेय. ही आर्थिक बुद्धिमत्ताच आर्थिक प्रश्न सोडविते...''

"...श्रीमंत होण्यासाठी पैसे कमवायला शिकावं लागतं. ते तू केलं आहेस. करीत आहेस. नेहमी नवे नवे मार्ग मिळण्यासाठी विचार करीत राहायचं. कोणी यशस्वी झालेलं दिसलं तर तो कशामुळे यशस्वी झाला असेल याचा विचार करायचा. कोणी अयशस्वी झाला तर ते अपयश कशामुळे आलं याची कारणं शोधायची. नव्या गोष्टी सुचण्याला क्रिएटीव्हिटी म्हणतात. ती तुझ्यामध्ये आहे. कीप इट अप!...''

...जीवन सरळ आरामात जाता कामा नये. जीवनाने आपल्याला इकडून तिकडे, तिकडून इकडे ढकलले पाहिजे. जीवनात अनेक प्रसंगांना सामोरं जावं लागतं. या प्रत्येक वेळी हे जीवन आपल्याशी बोलायला लागतं. त्याच्याशी समरस होऊन संवाद करायचा. जीवनाचा स्वीकार करायचा. तू वीणा गवाणकरांचं '*एक होता कार्व्हर*' हे पुस्तक जरूर वाच. एक निग्रो मुलगा असतो. अनाथ. त्याचं पालनपोषण करायला कोणीही नाही. एक मासाचा गोळा असल्याप्रमाणं लेचापेचा असा तो रस्त्याच्या कडेला पडलेला होता. कार्व्हर नावाच्या जोडप्यानं तो गोळा उचलून घरी आणला. त्याचा सांभाळ केला. मुलगा शाळेच्या वयाचा झाला. पण निग्रो असल्यामुळं शाळेत प्रवेश मिळाला नाही. त्याने शाळेच्या बाहेर उभं राहून वर्गातलं ऐकून घेतलं. घरी शिकला. शिक्षण पुरं केलं. लहानपणापासून तो बागकामामध्ये रस घेत होता. त्याच्या हातात जणू जादूच होती. त्याने माती उकरून त्याच्या प्रेमळ हाताने रोप लावले की ते उभारायचे, फुलायचे.

त्याची ही बागकामाची कीर्ती कर्णोपकर्णी आजूबाजूस पसरली. त्यांच्याकडून त्याला बागकामासाठी बोलावणं येऊ लागलं. बागकामातला तो तज्ज्ञ झाला. ज्या मातीत काहीही उगवणार नाही असं म्हटलं जायचं त्या मातीतून तो फुलं-फळं निर्माण करायला लागला. शेतीपासून अधिक उत्पन्न कसं घ्यावं याचं मार्गदर्शन तो करू लागला. पुढे तो अमेरिकेतल्या विद्यापीठाचा कुलगुरू झाला. त्यानंतर त्याला एका गावकऱ्याचं पत्र आलं. त्या पत्रात त्याने या कार्व्हरला... हो त्याला मूळचं नाव नसल्यामुळे पालनकर्त्याचंच नाव त्यानं स्वीकारलं होतं... उद्देशून म्हटलं होतं, 'तुम्ही काहीही होऊ शकणार नाही तिथे काही निर्माण करता असं ऐकलं आहे. तुम्ही शून्यातून विश्व निर्माण करता. आमच्या गावात अशी भयानक स्थिती आहे की येथे काहीही निर्माण होऊ शकत नाही. तुम्ही आम्हास मदत कराल का?' कार्व्हरनं हे आव्हान स्वीकारलं. त्यांनी विद्यापीठाच्या कुलगुरुपदाचा राजीनामा दिला. त्या गावात गेला.

एक दिवस बागकाम करताना त्यांच्या अंगावरील कपड्यावर मातीचा डाग पडला. तो डाग धुऊनही गेला नाही. त्यांच्या ध्यानात आलं की या गावच्या मातीमध्ये रंगाचे गुण आहेत. त्यांनी वेगवेगळे प्रयोग करून ते सिद्ध केलं. या मातीतला हा उपयुक्त गुण सर्वांना समजावा यासाठी त्याने मातीनं गावातला चर्च रंगवून टाकला. चकाचक झालेला चर्च पाहून सर्व गावकऱ्यांच्या हा चर्चेचा विषय बनला. गावातल्या मातीपासून ते रंग बनवू लागले. गावातली गरिबी नाहीशी झाली. समृद्धी आली. ही कार्व्हरची सर्जनशीलता होती. मी तुला सांगितला हा कार्व्हर चरित्राचा थोडासा भाग आहे. तू ते पुस्तक वाच. तुझ्या अंगातील रोमारोमात कार्व्हर भिनेल. तू मोठा होशील.

...आपण जीवनातील संघर्षाचे स्वागत केले पाहिजे. त्या संघर्षातून अनुभवी बनले पाहिजे. कष्ट करण्याची तयारी असलेले, जिद्द बाळगणारे जीवनात यशस्वी होतात. बाकीचे जीवनातून पळ काढतात. श्रीमंत आणि मध्यमवर्गीयांमध्ये हा फरक असतो.

...यासाठी प्रत्येकानं स्वतःच्या विचारात बदल करायला शिकलं पाहिजे. दुसऱ्याला किंवा परिस्थितीला दोष देऊ नये. स्वतःमधील दोष दूर करायला काय करायचं हे पाहायला हवं. व्हेन आय ॲम पॉईंटींग आऊट वन फिगर टू आदर्स, फोर फिंगर्स आर ॲट माय एंड. या चार बोटांचा आपण विचार करावा. आपल्याला इतरांनी नीट वागावं, बदलावं वाटत असतं. पण आपण बदललं की इतरांच्यामध्ये बदल झालेला जाणवतो. तेव्हा आपल्यात बदल करणं हेच अधिक सोपं असतं. तुला हे सारं जमलेलं आहे.

...श्रीमंत पैशासाठी काम करत नाहीत. त्यांच्याकडील संपत्ती, पैसा त्यांच्यासाठी पैसा मिळवीत राहातो. मध्यमवर्गीय 'स्कूटर रेस'मध्ये पळत असतात. त्यांना तुटपुंजे पैसे मिळतात. श्रीमंत माणूस उन्हाळ्यामध्ये हवापालट म्हणून माथेरानला गेलेला असतो. सकाळी घोड्यावरून फिरून आलेला असतो. हॉटेलात टबबाथ घेऊन तो गार्डन रेस्टॉरंटमध्ये त्याच्या आवडीचं कॉर्न सूप पितोय. त्याच्या पुण्याच्या ऑफिसमधून त्याच्या मोबाईलवर निरोप येतो 'मागे चर्चा केलेली शिंदे यांची जमीन ते सात लाखाला द्यायला तयार आहेत. स्वस्तात डील होतोय.' त्यावर हे श्रीमंतजी 'व्हेरी गुड! काँग्रॅट्स! गो अहेड! मी दोन दिवसांनी येतो. सगळे कागद तयार ठेवा' म्हणतात. पुढं सूप घेणं चालू असतं. डीलमध्ये चांगला फायदा होणार असतो.

त्याच्या ऑफिसमध्ये काम करणारा मध्यमवर्गीय उशिरापर्यंत काम करून कागदपत्र तयार करीत असतो. तो स्कूटररेस मधील असतो. श्रीमंताकडील पैसा अधिक पैसा तयार करीत असतो. यासाठी लवकर श्रीमंत व्हायला हवं. अगदी गणितात विचारशील तर वयाच्या तिसाव्या वर्षापर्यंत बऱ्यापैकी पैसा धंद्यात व

शिलकेत हवा. शिलकेतला पैसाही चक्रवाढ व्याजाने पैसे तुमच्यासाठी मिळवत राहातो. तुम्ही हिलस्टेशनवर जीवनाचा आनंद लुटताय आणि इकडे गरीब बिचारा पैसा तुमच्यासाठी पैसा कमवित बसलाय! वर श्रीमंताचा हिल स्टेशनचा सगळा खर्चही भागविण्यासाठी लागणारा पैसा हा कामाला लावलेला पैसाच मिळवून देतो.''

''थांबा, थांबा! तुम्ही हे काय म्हणताय ते ऐकून मी पुरा चक्रावलोय. काही कळत नाही.''

''हिल स्टेशनच्या ट्रीपची सर्व बिले– पेट्रोल, हॉटेल, डिनर, हस्तकला वस्तू खरेदी, मध, चिक्की खरेदी ही श्रीमंतांच्या कंपनीच्या खात्यात पडत असतात. त्यामुळे त्यांचा नफा कमी दिसायला मदत होते. इन्कम टॅक्स वाचतो... पैशासाठी काम करणारे मध्यमवर्गीय असतात श्रीमंत नव्हे. श्रीमंतांचा पैसा त्यांच्यासाठी काम करीत राहातो.''

''आलं ध्यानात. पण हे सारं काही औरच आहे बुवा.''

''पुन्हा लवकर भेट. एक महत्त्वाचं सांगायचंय. आज मला एका क्लबमध्ये व्याख्यानाला जायचंय.''

''मी तुमच्याकडे येतो तेव्हा जसा असतो त्यामध्ये तुमच्या येथून जाताना बराच बदल झालेला असतो. मी आता चार्ज होऊन चाललोय. येतो. धन्यवाद.''

यशस्वी धंद्याची कसोटी

दिवाळीच्या सुटीत तो फटाकेवाला मला शोधत घरी आला.

"तुझ्यामुळे गेल्या वर्षी विक्री वाढायला मदत झाली. यावर्षी मी तुला माल क्रेडिटवर देतो."

"बघूया. मी विचार करतो. पण तुमच्याशी मला जरा बोलायचंय."

"बोल!"

"रागावणार नाही ना?"

"तू चांगला मुलगा आहेस. नक्कीच रागावणार नाही."

"माझे एक सल्लागार काका आहेत. ते म्हणाले, फटाक्याचे लायसन्स तुमच्या नावावर आहे ना पाहा. आणि फटाके विकण्याची जागा लायसन्समध्ये काय लिहिलीय पाहा."

"लायसन्स माझ्या नावावर आहे. मी यावेळी तू माझ्या वतीने काम करीत आहेस असे तुला पत्र देईन. म्हणजे तुला कोणतीही कायदेशीर अडचण येणार नाही. फटाके विक्री मात्र ठराविक मैदानावरच करता येते. पण मी तुला नमुना म्हणून माल देत असल्याचं एक पत्र देईन. त्यात फक्त ॲटमबॉंब प्रकार देता येणार नाही."

"चालेल, मी दुपारीच येतो आणि कामाला लागतो."

फटाके घेणारे लोक कोण आहेत, याचं मला ज्ञान असल्यामुळं मी त्वरेनं जाऊन ऑर्डर्स नोंदविल्या.

सकाळ, दुपार फटाके विक्री आणि संध्याकाळी 'हार्मनी' हे नव्या नावातलं स्टेशनरी शॉप यामुळे वेळ छान जात होता. भरपूर अनुभव मिळत होता.

घरात मात्र जरा धुसफूस सुरू झाली होती.

"इतकं राबायचं काही कारण आहे का?"

"अभ्यासाचं पुस्तक उघडल्याचं बऱ्याच दिवसात पाहिलेलं नाही."

"वर्ष वाया घालवलं नाही म्हणजे नशीब!"

माझ्यासारखी उपद्व्याप न करणारी अन्य बहुसंख्य मुलं अभ्यास एके अभ्यास करून खरं तर वर्षामागून वर्ष वाया घालवित होती. पण 'ऐकावे जनाचे करावे मनाचे' हे धोरण मी अवलंबिले होते. 'हार्मनी' आणि फटाके विक्रीचे पैसे मी बँकेच्या खात्यात ठेवले. किती दिवसाला किती टक्के व्याज आहे याचा अभ्यास करून मी त्याप्रमाणे पैशाची गुंतवणूक केली. बँकेतला प्रत्येक रुपया थोडं का होईना माझ्यासाठी व्याज मिळवून देत होता.

अकरावीच्या परीक्षेच्या वेळी एकदम महिनाभर मी जरा बऱ्यापैकी अभ्यासाकडे लक्ष दिलं तरीही 'हार्मनी' शॉपकडे अजिबात दुर्लक्ष केलं नाही.

अकरावीचा निकाल लागला. मी पासष्ट टक्के गुण मिळवून पास झालो. पास होणं हेच माझं ध्येय होतं. ते पूर्ण झालं म्हणून मी आनंदात होतो. घरी मात्र प्राध्यापक विद्याधर बुद्धिवंतांच्या मुलाला फक्त पासष्ट टक्के गुण मिळाले म्हणून निराशा होती. पण पास झालो याचं अंधुकसं समाधानही होतं. बाबा म्हणाले, "चला पास तरी झालास. आता मात्र बारावीचं वर्ष फारच महत्त्वाचं. आता तरी पूर्ण अभ्यासाकडे लक्ष दे. बारावीला नव्वदच्या आत गुण म्हणजे स्पर्धेतून बादच म्हणायचं. कॉलेजला हवा तसा प्रवेश हवा असेल तर आत्तापासून अभ्यासाला लाग."

माझ्या मनात आलं होतं की त्यांना सांगावं,

"माझ्या बँक खात्यात पंचवीस हजार रुपये जमलेत. हार्मनी, फटाका स्टॉल आणि सुरुवातीचं शिबिरातलं मानधन हे सारं मी बँकेत टाकलं होतं. माझ्यापेक्षा जादा गुण मिळालेल्या मुलांनी असे पैसे कमावले का? विशेष म्हणजे त्यांनी स्वकमाई केली का? स्वकमाईचा मौल्यवान अनुभव त्यांना मिळाला का? पुढं या मुलांना कोण विचारणार? मला माझं हित कशात आहे ते चांगलं समजतं. मला बुद्धिवंत नव्हे, तर धनेश्वर हे गुरू म्हणून मान्य होते. मला माझ्या मार्गानं जाऊ दे."

पण मी हे मनातच ठेवलं. मी त्यांना फक्त विनम्रपणे सांगितलं,

"मी मोठा होईन याची तुम्हाला खात्री देतो. तुम्ही फार काळजी करू नका."

बारावीच्या वर्षात मी कोणतेही क्लासेस लावले नाहीत. त्या क्लासेसना जायला माझ्याकडे अजिबात वेळ नव्हता. मला पैसे कमविणं चालूच ठेवायचं होतं. धनेश्वर काकांनाही भेटायचं होतं. वर्गातली मुलं 'तू कोणता क्लास लावलास' विचारीत. मी

क्लास लावला नाही असं जर म्हटलं तर त्यांना आश्चर्याचा धक्काच बसे. आपलं वर्ष वाया जाऊ द्यायचं नाही हे मात्र मी मनाशी पक्कं केलं होतं. प्रत्येक विषयाची पुस्तकं आणली होती. सर्व विषयाच्या पुस्तकातल्या अनुक्रमणिका वाचून तो विषय आहे तरी काय हे ढोबळमानानं सुरुवातीलाच समजावून घेतलं होतं. वार्षिक परीक्षेत काय प्रश्न विचारतात हे समजण्यासाठी मागील तीन वर्षातील प्रश्नोत्तरे तशा प्रकारच्या पुस्तकातून पाहून ठेवली होती.

वार्षिक परीक्षेचाच अंदाज आल्याने मनावर ताण वगैरे नव्हताच. वर्षाच्या सुरुवातीसच काही प्रश्नांची उत्तरे मला येत होती. पस्तीस टक्क्याला तर काही मरण नव्हतं. केव्हाही परीक्षा घेतली तरी प्रत्येक पेपरच्या त्या त्या दिवशीच्या तयारीनं पस्तीस ते पंचेचाळीस टक्के सहज मिळणार असा अंदाज होता. वर्गात बसून ज्ञानात जी भर पडणार यामुळे गुण पंचेचाळीस टक्क्याच्या वर जाणार होते. मग कशाला काळजी करायची. मी हार्मनी या आमच्या शॉपशी असलेले संबंध अजिबात कमी केले नाहीत. ते अधिक दृढ केले.

अभ्यासाची धावपळ नसल्याने धनेश्वरकाकांना भेटलो.

''काय म्हणतो अभ्यास?'' धनेश्वरकाकांनी गुगली टाकली.

''कोणता? बारावीचा का पैसे कमवायचा?''

''अर्थातच पैशावर प्रभुत्व मिळवायचा.''

''एक जरी आर्थिक काम हातात घेतलं तरी कितीतरी गोष्टी शिकायला मिळतात. आमच्या कॉलेजच्या हार्मनी शॉपच्या सर्व गोष्टीत मी लक्ष घालतो. त्यामुळे माल खरेदीपासून ते विक्रीपर्यंत साऱ्या व्यवहारातल्या खाचाखोचा माहिती होतात. कोणत्या मालावर किती डिस्काऊंट मिळतो, केव्हा जादा मिळतो सारं लक्षात येतं.

ते पोहण्यासारखं आहे. 'पोहावे कसे' हे पुस्तक वाचून उपयोग नाही. पाण्यात उतरायला हवं. पुस्तक म्हणजे शाळेतलं शिक्षण. प्रत्यक्ष पोहणं म्हणजे पैसे मिळवायला लागणं. यशस्वी व्यवसायाची कसोटी आहे. या कसोटीवर उतरलं तर धंदा यशस्वी होतो. या कसोटीचा पहिला भाग आहे सचोटी.

व्यवसायात प्रामाणिकपणा हवा. चांगल्या प्रतीचा माल विकला पाहिजे. माल खरेदी केल्यावर त्याचा दर्जा निकृष्ट आहे असं लक्षात आलं तर ग्राहक पुन्हा आपल्या दुकानाकडे फिरकणार नाही. समजा, कापड विक्रेता आहे. त्याने सर्वोत्कृष्ट कापड कोणते व त्याचा भाव काय हे सांगायला हवं. तसंच त्यापेक्षा कमी दराचं कापड दाखविताना त्या मानानं त्याचा दर्जा कसा कमी प्रकारचा आहे हे सांगायला हवं. मालाचा दर्जा व किंमत याबद्दल खरी ती माहिती दिली पाहिजे. थोडा कमी दर्जाचा माल व कमी किंमतीत मिळणार अशी ग्राहकाची अपेक्षा असेल तर तशी

दर्जाबद्दल सत्य माहिती ग्राहकाला दिली पाहिजे. मग ग्राहकाचा अपेक्षाभंग होणार नाही. तक्रार राहणार नाही.

ज्याला सातत्याने आणि दीर्घकाळ व्यवसाय करायचा त्याने खरेपणा जोपासला पाहिजे. प्रदर्शनात माल विकत घेतात तेव्हा कालांतरानं मालाचा दर्जा बरोबर नाही असं लक्षात आलं तर ग्राहकाला तक्रार करायला विक्रेताच सापडत नाही. आज मालाच्या दर्जामुळे ग्राहक आणि विक्रेता यांच्यातील वादामुळे कित्येक प्रकरणं न्यायालयात चालू आहेत. न्यायालयात प्रकरण गेल्यावर ग्राहकापेक्षा विक्रेत्याचं नुकसान जास्त होतं, कारण त्याची वाईट प्रसिद्धी होते. त्याबाबत चर्चा होते. काहीवेळा ती बातमी वृत्तपत्रात येते. ग्राहकाचं या प्रसिद्धीमुळं कोणतंच नुकसान होत नाही. नुकसान होतं ते विक्रेत्याचं.

मालाला आयएसआय मार्क मिळविला तर ग्राहकाला मालाच्या गुणवत्तेची खात्री पटते. ब्रिटनमधील नामवंत संस्था ब्युरो व्हेरिटाझ क्वालिटी इंटरनॅशनल ही कंपनीचे योजनाबद्ध काम, वक्तशीरपणा आणि मालाची गुणवत्ता हे तपासून आय.एस.ओ. ९००० सर्टिफिकेट देते. सोलापूरच्या शिवाजी वर्क्स कंपनीला आय.एस.ओ सर्टिफिकेट मिळाले. ते मिळण्यासाठी कंपनीतले सारेजण मनोभावे राबत होते. प्रत्येकाचं काम काय हे लिहिलेलं होतं. कोणी करायचं हे ठरलेलं होतं. किती वेळात पुरं करायचं हेही ठरलं होतं. आणि कसं करायचं हेही लिखित स्वरूपात होतं.

इथं सारं योजनाबद्ध होतं. गुणवत्ता हा ध्यास होता. तो भास नव्हता. तो आभास नव्हता. तो अभ्यास होता. तो हव्यास होता. एखादी वस्तू वाटेतच दिसली तरी 'साहेब' विचारत ही इथं का? ती अशी मध्ये असता कामा नये. ती जागेवरच हवी. वस्तू जागेवर जात होती, कामगारांच्या रजा कमी झाल्या. कामातलं लक्ष वाढलं. माल नाकारला जाण्याचे प्रसंग कमी झाले. कास्टींग्ज एकसारखी निघू लागली. उत्पादनाप्रमाणे परिसरही स्वच्छ झाला. जागोजागी चांगली रोपं असलेल्या अन् गेरूनं रंगविलेल्या कुंड्या साऱ्यांना आनंदित करू लागल्या. बागेच्या कडेच्या तिरप्या विटाही रंगविल्याने छान दिसू लागल्या. कार्यलयाच्या दारात हिरवीगार हिरवळ तजेलपणा आणू लागली. परिसरात कुठंही कागदाचे कपटे पडलेले दिसत नव्हते. कारण कारखान्यात एक बोर्ड होता. 'प्रत्येक वस्तूला जागा असते. अगदी कचऱ्यालासुद्धा.'

माजी पंतप्रधान कै. इंदिरा गांधी एकदा परदेशात गेलेल्या असताना त्यांनी एक किस्सा सांगितला होता. तिथं एका शहरात कुणी रस्त्यात कागद टाकला की त्याला दंड व्हायचा. एका भारतीय मुलाने एक कागद चोळामोळा करून रस्त्यात टाकला. पोलिसांनी त्याला हटकलं. दंड केला. दंडाची पावती दिली तर त्या मुलानं सवयीनं ती पावतीही पुन्हा रस्त्यातच टाकली.

या कंपनीत एक अभिनव प्रयोग राबविण्यात आला होता. कंपनीतील जी कामं

स्त्रिया करू शकतात ती कामगारांच्या महिलांकडे सोपविली. शिवशाही महिला मंडळ झेरॉक्स, टायपिंग इ. कामं करू लागलं. पुरुषांना अधिक किमतीची कामं करायला वेळ मिळाला. घरच्या बायकांना आपणही काही करू शकतो ही प्रतिष्ठा मिळाली. गुणवत्ता घराघरात पोहोचली.

गुणवत्ता हा आपला स्वभाव झाला पाहिजे. माणसाचं आयुष्य त्यामुळे चांगल्या गोष्टींचा ध्यास घेतं. माणूस केवळ कारखान्यात नाही तर बाहेर, घरी सर्वत्र शिस्तबद्ध व्हायला लागतो. चांगुलपणा त्याच्या रोमारोमात भिनतो.

आयएसओ ९००० प्रशस्तिपत्रक प्रदान केल्यावर सुप्रसिद्ध उद्योगपती शंतनुराव किर्लोस्कर म्हणाले, 'आयएसओ प्रमाणपत्र म्हणजे काही मॅट्रिकचं सर्टिफिकेट नाही. एकदा मिळालं की ते कायम आपल्या कपाटात राहातं. जर माल चांगल्या दर्जाचा सातत्यानं राहिला नाही तर सर्टिफिकेट ते परत घेऊन जातील. तुमच्या कारखान्यातील स्वच्छतागृह किती स्वच्छ आहे हेही महत्त्वाचं. तिथपासून ते वर्कशॉपपर्यंत सारं टापटीप हवं. सातत्यानं, सचोटीनं व्यवसाय करायचा असला तर गुणवत्तेतही सातत्य हवं.' ''

मी हे ऐकण्यात गुंग झालो होतो. धनेश्वरकाका पुढे सांगू लागले,

"यशस्वी धंद्यासाठी सचोटीनंतर जो गुण आवश्यक आहे तो म्हणजे हातोटी. व्यवसायाची पूर्ण माहिती हवी. ग्राहक कोण, भावी ग्राहक कोण, त्यांना काय हवं, ते कोठे मिळतं, ते हवं तेव्हा देण्यासाठी आतापासून काय योजना करायला हवी हे पाहायला हवं. ग्राहकाला अधिक समाधानी जो करेल त्याच्याकडं ग्राहक जाणार. हे स्पर्धेचं युग आहे. जंगलात हरिणाला वाटत असतं की सर्वांत जास्त वेगानं पळणाऱ्या सिंहापेक्षा मला वेगानं पळता आलं पाहिजे. तरच मी माझा जीव वाचवू शकेन. त्यावेळी सिंहाला असं वाटत असतं की या जंगलातील सर्वांत वेगानं पळणाऱ्या हरिणापेक्षा मला जास्त वेगानं पळता आलं पाहिजे. तरच मी हरिण पकडू शकेन व उपाशी मरणार नाही.

हातोटी हा विषय अनुभवाशी निगडित आहे. जो व्यवसाय करायचा त्याचं पूर्ण ज्ञान मिळवायला हवं. दुकानात माल कोणता ठेवावा, केव्हा ठेवावा हे समजलं पाहिजे. ग्राहकाला काय हवं त्याप्रमाणे माल ठेवला पाहिजे. मालाबद्दल माहिती देता आली पाहिजे. बोलणाऱ्याचे मूगही खपतात न बोलणाऱ्याचे गहूही खपत नाहीत. काही ग्राहक कोणता माल खरेदी करायचा हे ठरवून आलेले असतात. त्यांना मालाबद्दल माहिती देत बसायचे कारण नाही. त्यांना फक्त स्मितहास्याने स्वागत करून तत्परतेने सेवा दिली म्हणजे झालं.

किरणामालाच्या दुकानात साधारणतः असा ग्राहकवर्ग असतो. पण कापडाच्या दुकानात आलेलं गिऱ्हाईक चोखंदळ असतं. ते अनेक प्रकारचे कापड पाहातं व मग

निर्णय घेतं. अशावेळी विक्रत्यानं ग्राहकाला निर्णय घ्यायला मदत करायला हवी. त्याचं बोलणं उपयोगी ठरतं. ग्राहकाला त्याचं दुकानात स्वागत झालेलं मनापासून आवडतं.

एक बँकेत अधिकारी होता. त्याला बँकेकडून लीव्ह ट्रॅव्हल कन्सेशनची सोय होती. तो तीन आठवडे रजा घेऊन संपूर्ण दक्षिण भारत फिरून आला. आपल्या घरी परतल्यावर त्याला वाटलं जो तो आता आपली विचारपूस करेल. सोसायटीमध्ये आपल्या फ्लॅटकडे जाताना त्याची कोणीच चौकशी केली नाही. त्यानं दाराचं कुलुप काढलं. घरात येऊन थोडी विश्रांती घेऊन तो किराणा सामान आणायला किराणा मालाच्या दुकानात गेला तर त्या दुकानदाराने त्याला विचारले, 'साहेब गेल्या महिन्यात सामान नाही घेतलं. कुठे गावाला गेला होता का?' तेव्हा या साहेबांना बरं वाटलं. चला कोणी नाही तरी दुकानदारानं तरी आपली चौकशी केली.

आपण केस कापायला ज्या न्हाव्याकडे जातो त्याच्याकडे एखादा महिना गेलो नाही तर तो विचारतो, 'साहेब गेल्या महिन्यात आला नाहीत?' अशी विचारपूस झाली तर बरं वाटतं.''

''हातोटी गुण अंगी बाळगताना उद्योजकानं दोन कारखाने काढावेत.''

''दोन कारखाने?''

''शब्दश: अर्थ घेऊ नकोस. मला म्हणायचेत ते कारखाने आहेत बर्फाचे आणि साखरेचे. उद्योजकानं आपलं डोकं शांत ठेवावं. अशांत मनानं घेतलेले निर्णय चुकू शकतात. यासाठी मी गंमतीनं म्हटलं 'बर्फाचा कारखाना काढावा.' आता साखरेचा कारखाना म्हणजे मला काय म्हणायचं असेल?''

''नेहमी गोड बोलावं!''

''बरोब्बर. तुला सारं नीट समजायला लागलंय!''

''दुकानाचा बोर्डसुद्धा कसा दिमाखात हवा. अन्य फलक ग्राहकांना योग्य ती माहिती देणारे असावेत. स्वागताचे असावेत. त्यामध्ये होकारार्थी स्वर असावा. नकारघंटा नसावी. काही दुकानदार आमचेकडे काय मिळणार नाही हेच अधिक बिंबवतात. 'सुट्ट्या पैशाची प्रथम चौकशी करावी', 'एकदा विकलेला माल परत घेतला जाणार नाही', 'उधारी बंद आहे' इतकंच काय पुण्यात एका दुकानदारानं बोर्ड लावला होता– 'जोशी कुठं राहातात हे येथे विचारू नये!'

ग्राहकाशी नुसतं गोड बोलून उपयोग नाही तर त्याचं कामही चांगल्या पद्धतीनं केलं पाहिजे. 'सर्व्हिस वुइथ स्माईल' मध्ये स्मितहास्याबरोबर चांगली सेवाही आहे याचं भान हवं. एखादा माल आता उपलब्ध नसेल तर तो 'नाही' म्हणून सांगण्यापेक्षा 'उद्या मिळेल' असं सांगितलं तर ग्राहक दुसरीकडे जाणार नाही. 'ग्राहक राजा', 'ग्राहक देवो भव' हे कृतीत आणायला हवं.

कसोटीतला तिसरा गुण आहे चिकाटी. कोणताही व्यवसाय म्हणजे 'पी हळद आणि हो गोरी' असा प्रकार नसतो. व्यवसाय यशस्वी करायचा असेल तर चिकाटीनं काम केलं पाहिजे. दुकान सुरू केल्याबरोबर विक्री अपेक्षेप्रमाणे होत नाही, नफा होत नाही म्हणून व्यवसाय सोडून देणं चुकीचं. प्रथम नफ्याकडं लक्ष न देता उलाढालीवर लक्ष केंद्रित करावं. सतत ग्राहक पुढ्यात आले पाहिजेत. थोड्या ग्राहकाकडून जास्त नफा न कमविता जास्त ग्राहकांकडून कमी नफा कमावून शेवटी भरपूर नफा प्राप्त होऊ शकतो. हे ग्राहक मिळविण्यासाठी चिकाटीने व्यवसायाच्या जागी बसले पाहिजे. तसेच ग्राहकाला आकृष्ट करण्यासाठी विविध योजना आखायला हव्यात.

एक दिवस एका गृहिणीच्या सकाळीच लक्षात आलं की साखर संपलीय. आता चहाला ती हवीय. ती मुलाला म्हणाली, 'हे बघ साखर घेऊन ये. आपल्या सुरेश प्रोव्हिजन स्टोअरमध्ये जाऊ नकोस. ते इतक्या सकाळी उघडं असणार नाही. ओम स्टोअर्समध्ये जा. ते सकाळी सहा पासूनच उघडं असतं!'

एक काळ असा होता की मारवाडी हे व्यवसाय चिकाटीनं करणारे म्हणून प्रसिद्ध होते. नंतर त्यांच्यापुढे गेले ते सिंधी. सिंधी माणूस दुकान लवकर उघडतो. दुपारी बंद ठेवीत नाही. दुपारच्या जेवणाचा डबा त्याच्यासाठी घरून येतो. तो जेवणासाठी दुकान बंद ठेवत नाही. जेवताना गिऱ्हाईक आलं तर मध्येच उठून हात धुवून तो माल दाखवायला लागतो. माल विकल्यावर पुन्हा जेवण सुरू करतो. जेवताना उठावे लागले म्हणून मनामध्ये चिडचिड नसते. त्यामुळे ब्रेक घेऊन केलेलं जेवणही सुखावह होतं. त्याविरुद्ध काही माणसं सकाळी घरी सावकाश आटपून दहा वाजता दुकान उघडतात. दुपारी १ ते ४ विश्रांतीची सुटी घेतात. असं केल्यानं दुकानाला कायमची सुटी घेण्याची वेळ येते.''

''धनेश्वरकाका तुमचं निरीक्षण काय जबरदस्त आहे हो!''

''तुला एक किस्सा सांगतो. सिंधी लोकांनी एकदा त्यांच्या समाजाच्या स्नेहसंमेलनात रामायण बसविलं. नाटकातील सर्व पात्र सिंधीच होती. राम, लक्ष्मण, भरत सारे सिंधी समाजातले होते. प्रयोग चालू होता. प्रभू रामचंद्र वनवासात अरण्यात आले होते. आपले ज्येष्ठ बंधू श्रीराम राज्याचा त्याग करून वनवासात गेल्याचं कळल्यावर भरत त्यांना भेटायला येतो. तो त्यांना म्हणतो, 'भैय्या आपने ये क्या किया! आपही राज किजीये. कृपया वापीस आईये!' त्यावर प्रभू रामचंद्र म्हणतात, 'भरत, मैंने पिता दशरथजीको शब्द दिया है. मै वापीस नही आ सकता.' पुढे भरत म्हणतो, 'नही नही! भैय्या आपकोही राज करना है. आप अयोध्या चलिये.' प्रभू रामचंद्र पुन्हा समजावण्याचा प्रयत्न करतात. ते म्हणतात, 'मैंने शपथ ली है. मै चौदा बरस नही आ सकता.' लेखकाने लिहिलेली सर्व वाक्ये संपली तरी भरत पुन्हा रामाला 'आप वापीस आइये' हेच सांगत बसला. प्रभू रामचंद्रांना प्रश्न पडला की नाटक पुढं कसं

न्यायचं. त्यावर ते भरताला म्हणाले, 'भैया तू वापीस नही जायेगा तो दुकान कौन खोलेगा!' हे वाक्य ऐकताच दुकानाची आठवण होऊन भरताने एकदम विंगेकडे धाव घेतली. व्यवसायाबद्दलची ओढ अशी हवी!''

''तुमच्या विनोदबुद्धीला दाद द्यावी तेवढी थोडीच आहे.''

''पुण्यात रंगोली, प्रिन्सेस ही प्रसिद्ध कापडाची दुकानं आहेत. त्याचे मालक राजूशेट शेवानी हे सिंधी आहेत. त्यांचे वडील फाळणीच्या वेळी लाहोरहून पुण्यात आले. लक्ष्मीरोडवर उभे राहून ते कापड विकायचे. राजू शाळेत जात होता. शाळा सुटल्यावर घरी न जाता तोही लक्ष्मीरोडवर येऊन वडिलांच्या सोबत उभा राहून माल विकायचा. रात्री वडिलांबरोबर अकरा वाजता घरी जायचा. आज राजूशेठची लक्ष्मीरोड भागात किमान सात-आठ तरी भव्य दुकानं आहेत. प्रत्येक दुकानाची वर्षाला सरासरी दीड-दोन कोटींची विक्री असेल. पण राजूशेठ आजही दुपारी घरी जात नाहीत. दुकान सांभाळतात.

चिकाटी ही सर्व ठिकाणी हवी. हल्ली मुलं बी.ए.एम.एस. हा वैद्यकीय अभ्यासक्रम पुरा करून डॉक्टर होतात. बारावीनंतर खटपट करून, देणगी देऊन प्रवेश मिळविलेला असतो. भरपूर अभ्यास, प्रॅक्टिकल्स, ओपीडी ॲटेंडन्स, ट्युटोरिअल्स असे मन लावून सर्व पूर्ण करून तो डॉक्टर ही पदवी मिळवितो. स्वतःची डिस्पेन्सरी सुरू करतो. पण व्यवसाय मनाजोगता चालत नाही. जागा, फर्निचर यासाठी वडिलांनी त्यांच्या बचतीतून पैसे दिलेले असतात. व्यवसाय चालत नाही म्हणून तो नोकरी शोधायला लागतो. नोकरी मिळाली तर 'स्कूटर रेस'मध्ये सापडतो नाही मिळाली तर वैफल्यग्रस्त होतो.''

''धनेश्वरकाका मग त्यानं काय करायचं?''

''व्यवसाय चालत नाही हे मानणंच चुकीचं आहे. व्यवसाय चालायलाच हवा. भरपूर लोकसंख्या आहे. माणसं वेडीवाकडी वागत आहेत. निसर्गाच्या विरुद्ध वागण्याची फॅशन आहे. रात्री जागतात. सकाळी उशिरा उठतात. दिवसभर तणावाखाली राहातात. तब्येती बिघडायला कितीसा वेळ लागणार आहे. बहुतेकांना काही ना काही होत असतेच. व्यवसायात नव्याने प्रवेश करणाऱ्या डॉक्टरने नफ्यावर नाही तर टर्न ओव्हर म्हणजेच उलाढालीवर लक्ष द्यायला हवे. सतत पेशंट आपल्याकडे आले पाहिजेत.

ते येत नसतील तर एका पाठोपाठ एक अशी मोफत तपासणी शिबिरे आयोजित करायची. काहीही करून रोज पेशंट तपासायचेच. माणसं आजारी नसतील तरी आरोग्य तपासणी म्हणून ब्लड प्रेशर, वजन, आहार यावर सांगायचं. वेगवेगळ्या सामाजिक कार्य करणाऱ्या संस्था, कार्यालये येथे जाऊन मार्गदर्शन म्हणून आरोग्य तपासणी करायची ही चिकाटी ठेवली तर त्या डॉक्टरकडे पेशंटची अशी रीघ

लागेल की त्याने मग बाहेर फिरायची गरजच उरणार नाही.

प्रत्येकाला काही ना काही विकता आले पाहिजे हे महत्त्वाचे. बी.ए.एम.एस. अभ्यासक्रमात शरीराच्या सूक्ष्म भागापर्यंतचे ज्ञान दिले जाते, पण व्यवसाय कसा करायचा हे सांगितले जात नाही. तुला गंमत सांगतो. माझ्या माहितीत एकजण आहे. तो मॅट्रिक नापास आहे. पण एका संस्थेचा तो अध्यक्ष आहे. त्या संस्थेतर्फे विविध संस्था चालवितात त्यात एक मेडिकल कॉलेजही आहे. डॉक्टर्स त्याला येता-जाता आदरानं नमस्कार करतात. त्याच्या हाताखाली बत्तीस डॉक्टर्स काम करतात.''

''मी बारावीला असतानाही मनी मंत्र तंत्र चालूच ठेवलंय ते यासाठीच.'' माझा निर्णय योग्यच असल्याची माझी खात्री पटल्याने मी बोललो.

''तुझा निर्णय हा तू घेत असलेल्या परिश्रमाने सार्थकी लागेल. कसोटीतला अखेरचा पण तितकाच महत्त्वाचा गुण आहे लिखोटी. सर्व काही लिहून ठेवायचे. खरेदी, विक्री, उधारी, शिल्लक माल, नफा, येणी, देणी सारं वेळच्या वेळी लिहिलं पाहिजे. लिखाणानं धंद्याची सत्यस्थिती समजते. विक्रीचे पैसे आणि नफ्याचे पैसे यातला फरक ध्यानात घ्यायला हवा. घरखर्च नफ्यातून करायचा. विक्रीच्या पैशातून नव्हे. विक्रीचे पैसे पुढील माल खरेदीसाठीच वापरायला हवे. लिहिल्यामुळे खरंच आपण नफ्यात आहोत का तोट्यात हे समजते. कोणत्या मालाला उठाव आहे, कोणत्या नाही हे लक्षात येते. उठाव न होणारा माल विना नफ्याने विकून टाकण्याची कल्पना मनात येते. न लिहिण्याचे दुकान म्हणजे तुकाराम वाण्याचे दुकान होण्याची शक्यता असते. कोणी काय उधारी ठेवली काहीच ध्यानात नाही.''

''यशस्वी धंद्याची ही कसोटी माझ्या कायम लक्षात राहील. तुम्ही मला महत्त्वाची एक गोष्ट सांगणार होता. ती हीच का?''

''ती नंतर सांगेन. पण ती ऐकायला तुला पैसे कमवत राहायला हवं. पुन्हा ये.'' ∎

मालाला गती हवी

धनेश्वरकाकांची एक भेट मला केवढं ज्ञान द्यायची. त्यांच्या या बोलण्यानं माझ्या मनात भरपूर पैसे मिळवून दाखवण्याची जिद् निर्माण झाली होती. आपण नोकरीच्या फंदात पडायचं नाही. जर नोकरीची आवश्यकता नसेल तर चांगल्या मार्कांनी पास होण्याची गरजही नाही. मग परीक्षेचे ताणतणाव कशाला सहन करायचे. मी कॉलेजला नियमितपणे जात होतो याचे कारण वर्गात बसण्याचे आकर्षण होते असे नाही. पण हार्मनी शॉपचा मला लळा लागला होता. शॉपमध्ये गेलो नाही तर मला चैन पडायचे नाही. तेथील विक्री वाढती आहे ना हे मी बारकाईने पाहायचो. शॉपची भरभराट करताना बारावीची परीक्षा होऊन गेली. बाकी सारे मित्र कॉलेज प्रवेशासाठी काय काय करायला हवे याची सारखी चर्चा करायचे. चांगल्या कॉलेजच्या प्रवेशासाठी एन्ट्रन्स एक्झामची तयारीही काही हुशार मुलांनी सुरू केली होती. मी मात्र परीक्षा संपल्याबरोबर शॉपमधील पूर्ण मालाची मोजणी करण्याची योजना आखली. त्याचवेळी सर्व साफसफाई करून घेतली. माल मोजणीत रजिस्टर प्रमाणे कोणत्या मालात शॉर्टेज आहे हे पाहिले. कोणत्या मालाला उठाव नाही हेही लक्षात आले. तो माल खरेदी किंमतीपेक्षा पाच टक्के कमी दराने विकण्याची योजना मी शॉपचे प्रमुख नाईक यांना सांगितली. खरेदी किंमतीपेक्षा कमी दरात माल

आजपर्यंत कधीही या शॉपमध्ये विकला नव्हता. किमान पाच ते दहा टक्के नफा यावा ही मॅनेजमेंटची अपेक्षा होती. यामुळे नाईक प्रस्तावाला हो म्हणायला तयार होईनात.

मी त्यांना प्राचार्यांकडे येण्यास विनंती केली. हो नाही म्हणता म्हणता शेवटी ते तयार झाले. प्राचार्यांना मी पटवून दिले ''जर माल पडून राहिला तर तो खराब होईल. विकला गेला नाही तर मुद्दलही जाईल. शिवाय या उठाव नसणाऱ्या मालामुळे शॉपमधील जागा अडून राहते. इतर माल नीट मांडता येत नाही. काम करणाऱ्यांच्या कार्यक्षमतेवर परिणाम होतो. जर हा माल खरेदी किंमतीपेक्षाही पाच टक्के कमी दराने विकला तर येणाऱ्या पैशात नवा, मागणी असणारा माल खरेदी करता येईल. त्यावर दहा टक्के नफा कमविता येईल. चार महिन्यात जर मालाचा उठाव होत असेल तर वर्षात तीन वेळा त्या मालाच्या विक्रीवर नफा होईल. वर्षात तीस टक्के नफा होईल. पाच टक्क्यांचं नुकसान नसून पंचवीस टक्क्यांचा फायदा होईल.'' मी आत्मविश्वासाने बाजू मांडली.

प्राचार्यांना ते पटले असावे. नाईकना पटत नसल्याचे प्राचार्यांच्या ध्यानात आले होते. ते नाईकांना समजावून देत म्हणाले,

''घोडा का अडला? विडा का रंगला नाही? भाकरी का करपली?''

''फिरवली नाही म्हणून!''– नाईक

''दुकानातील मालाचे असेच आहे. तो फिरला नाही तर नुकसान होईल. तेव्हा सूट देऊन त्या मालापासून आपली सुटका करून घेऊ. मालाला गती हवी.'' प्राचार्य

''नाईकांना पटले तरच ही योजना राबविणार''– मी नाईकांना मोठेपणा देण्याचा प्रयत्न केला.

''ठीक आहे. पण नाईकांना आता हे पटलंय असं माझ्या लक्षात आलंय.''

''ठीक आहे.'' नाईक.

''...'' माझ्या चेहऱ्यावर समाधान.

सेल! खरेदी किंमतीपेक्षा कमी किंमतीत विक्री!! असा बोर्ड शॉपवर झळकला. मालाला उठाव आला. शॉपमधील जडत्व संपलं. शॉप सडपातळ पण शक्तिवान झालं. यासाठी मी तासन्तास शॉपमध्ये बसायचो. विक्री बघायचो. ग्राहक सेवा नीट होते ना पाहायचो. या नोकरीत मला जरी पैसे मिळत होते तरी मी ती नोकरी पैसे मिळविण्यासाठी नसून पैसे कमविण्याचे शिक्षण घेण्यासाठी आहे याची जाण ठेवली होती.

'बारावीचा निकाल एक जूनला' ही बातमी वृत्तपत्रात झळकली. सारे जण निकालाची वाट पाहात होते. एकूण गुण किती मिळतील, ग्रुपमध्ये किती मिळतील, किती गुणाला कोणत्या कॉलेजमध्ये प्रवेश मिळेल याशिवाय दुसरा विषय नव्हता.

आमच्या घरी मी पास होईन का नाही याची काळजी होती. पण आईला मात्र मी पास होणारच असे वाटत होते. पण 'पंच्च्याण्णव टक्के', 'त्र्याण्णव टक्के' हा विषय आमच्या घरी अजिबात नव्हता. या मार्कांच्या चढाओढीत मी नसल्यामुळे बाबा मात्र नाराज असावेत. असावेत असं म्हणायचं कारण म्हणजे ते तसं वरून दाखवत नव्हते. चांगले गुण, चांगली नोकरी हे समीकरण त्यांच्या मनातून जाण्यासारखं नव्हतं.

कॉलेजवरून निकालपत्र घेऊन मी घरी आलो. आई दारातच उभी होती. मी निकालपत्र एका हातात उंचावून आनंदानं ओरडलो– पाऽस, पाऽस. सारे जण आनंदले. मला शहात्तर टक्के गुण मिळाले होते. कोणताही विशेष अभ्यास न करता मला हे यश प्राप्त झालं होतं. आई या गुणांवर व सहजपणे ते मिळविण्याच्या माझ्या गुणावर खूष होती. परीक्षा किंवा अभ्यासक्रम हे फारसे उपयुक्त नाहीत हे जरी मला धनेश्वरकाकांचे म्हणणं पटलं होतं तरीही बारावी पासचा एक वेगळाच आनंद असतो हे मी अनुभवत होतो. एक महत्त्वाचं क्वॉलीफिकेशन मिळालं होतं. किमान पस्तीस टक्के गुण मिळाले तरी चालतील म्हणणारा मी शहात्तर टक्के गुण, तेही हार्मनी शॉप सांभाळून मिळवू शकलो होतो. आईनं साऱ्यांना पेढे वाटले. पेढा तोंडात टाकल्यावर बहुतेकजण विचारीत,

"किती मार्क पडले?"

"शहात्तर टक्के" – आई

"फारच कमी पडले नाही!" एक कॉमेंट.

"अगदी कमी म्हणजे पंच्च्याऐंशीतरी हवे होते." दुसरी कॉमेंट.

"शहात्तरला ॲडमिशन अवघड जाणार." – तिसरी कॉमेंट.

तोंडात आमच्या घरचा पेढा असताना यांना असं कटू कसं बोलवत होतं हेच कळत नव्हतं. त्यांना माझ्यावर टीका करायची नव्हती पण परीक्षा गुणमाहात्म्याने त्यांना पछाडलं होतं. ते मला सहानुभूती दाखविण्याचा प्रयत्न करीत होते. मला त्याची अजिबात गरज नव्हती.

'कॉलेज ॲडमिशन' हा मी प्रश्नच मानीत नव्हतो. मी कॉमर्सचाच अभ्यास करणार होतो. आमच्या कॉलेजमध्ये हार्मनी शॉप चालविल्यामुळे मी नकळत मॅनेजमेंटचा एक भाग बनलो होतो. प्राचार्य मला निश्चितच ॲडमिशन देणार होते. समजा, नाही मिळाली ॲडमिशन, तरी मला कोणतंही कॉलेज चालणार होतं. मला व्यवसायात यश मिळवायचं होतं.

मी धनेश्वरकाकांना पेढे द्यायला गेलो.

"चांगले मार्क मिळविलेस! कॉंग्रॅच्युलेशन्स!!"

"पैसे कमवित असताना ही परीक्षा दिली."

"ते मला माहीत आहे. म्हणूनच तुझं मनापासून अभिनंदन."

"तू साईड कोणती घेणार?"

"कॉमर्स."

"गुड! तू नफा तोटा खाते, बॅलन्सशीट, कॅश फ्लो स्टेटमेंट, फंड्स फ्लो स्टेटमेंट नीट शिकून घे. ही थिअरी असली तरी तुला प्रॅक्टिकलमध्ये उपयोगी पडणार आहे. बॅलन्सशीटमध्ये संपत्ती व देणी या दोन बाजू असतात. त्यांचा अर्थ लक्षात घे."

"ठीक आहे. तुम्ही मला काही धनप्राप्तीच्या महत्त्वाच्या गोष्टी सांगणार होतात!"

"पैसे कमवत राहा. बॅलन्सशीट मध्ये एक्स्पर्ट हो. मग सांगतो! आज माझी एक बिझीनेस मिटिंग आहे. तू पुन्हा ये."

"लवकरच येतो. धन्यवाद."

ट्रेकर्स अॅन्ड ट्रॅव्हल्स

धनेश्वरकाकांचा निरोप घेऊन मी बाहेर पडलो. वर्दळीच्या रस्त्यावरून चाललो होतो.

समोरच एक फलक दिसला, 'चला हिमालयात – यूथ होस्टेल'

मी आत गेलो. योजनेची सविस्तर माहिती घेतली. वय पंधरा ते साठपर्यंतच्या कोणालाही प्रवेश होता. पुणे-दिल्ली रेल्वे प्रवास, दिल्ली-कुलू बस, तिथून रोज वीस किलोमीटर हिमालयात भटकंती. मनालीपर्यंत पायी पोहोचल्यावर पुन्हा कुलुमार्गे परत प्रवास होता. जेवण, नाष्टा, राहाण्याची सोय, प्रवास खर्च सारं काही पंधरा दिवसात व पंधरा हजारात होतं. मी जायचं ठरवलं.

पण मनात विविध विचार आले. घरी बाबा म्हणणार, 'आता कॉलेज अॅडमिशनसाठी धावपळ करावी लागणार तेव्हा तू इथंच थांब.' त्यावर माझं निश्चयी मन म्हणू लागलं. 'तुला अॅडमिशन मिळणार आहे. नाही मिळाली तरी आता एक्स्टर्नल अभ्यास करायला विद्यापीठाची मान्यता आहे. तेव्हा अॅडमिशनसाठी हिमालय दर्शन चुकवायला नको.'

कॉलेजमध्ये प्राचार्य म्हणतील, "हार्मनी शॉपकडे तू लक्ष देतोयस म्हणून ते जोरात चाललंय तेव्हा पंधरा दिवस तू नसलास तर कामे खोळंबतील.'' त्यावर मी ठरविलं 'महत्त्वाची खरेदी वगैरे मी सहकाऱ्यांना सांगून मगच जाईन.' आता शॉपमधील

सर्वच सेल्समन माझ्या तालमीत चांगले तयार झाले आहेत.

धनेश्वरकाका म्हणायचे, आपण हजर नसतानाही व्यवसाय चालू राहिला पाहिजे. तो खरा धंदा. आता हिमालय भटकंती करायचीच.

पुन्हा डोळ्यापुढे धनेश्वरकाका आले. ते म्हणतील, "तुझ्या सुरुवातीच्या बचतीतून एकदम पंधरा हजार चालले. भांडवल कमी होणार!" त्यावर मला एकदम कल्पना सुचली. मी प्रवास कंपनीच्या संयोजकांना विचारलं–

"आम्ही ग्रुप बुकिंग केलं तर सवलत देणार का?"

"जर किमान दहाजण याल, तर प्रत्येकी पाचशे रुपये सवलत देऊ."

"दहाचे वर असतील तर?"

"प्रत्येकी एक हजार रुपये सूट!"

"मला तुमची एजन्सी देता का?"

"तुम्हाला काही अनुभव आहे का?"

"हो. मी व्यवसाय करण्यात अनुभवी आहे. कॉलेजमधील हार्मनी शॉप मीच चालवितो."

"स्वतःचा फोन आहे?"

"हो."

"तुम्हाला दहा हजार डिपॉझिट म्हणून ठेवावे लागेल. जाहिरात पत्रके आम्ही देऊ. प्रत्येक प्रवाशाकडून एक हजारच्यावर कमिशन घ्यायचं नाही. वर्षाला किमान पंधरा प्रवासी मिळाले तरच पुढील वर्षी एजन्सी चालू. प्रवासी न मिळाल्यास डिपॉझिट परत करताना छपाई खर्च म्हणून एक हजार रुपये कापून घेऊ."

"मला स्वतंत्रपणे प्रवासी मिळविण्याची परवानगी हवी. त्यासाठी मी काही स्कीमही करेन. पण तुम्हाला प्रत्येक प्रवाशाचे चौदा हजार निश्चित मिळतील."

"ठीक आहे."

मी घरी येऊन चेकबुक घेऊन गेलो. दहा हजार रुपयाचा चेक लिहिला. पुन्हा माझ्यातले धनेश्वरकाका जागे झाले. मी विचारले,

"दहा हजार रुपयावर व्याज देणार ना?"

"नाही. ते बिनव्याजी राहील."

"मग मी बँक डिपॉझिट रिसीट तुमच्या व माझ्या नावावर करून तुमच्या ताब्यात ठेवतो. त्यावरील व्याज मी घेणार."

"बरंय. ठेव आमच्याकडेच ठेवा. आम्ही दहा टक्के व्याज देऊ."

ठेवीवर व्याज मिळणार म्हटल्यावर मनास शांती मिळाली. हिमालय दर्शनाची पत्रके घेतली. ठेव पावतीवरील तपशील वाचून पाहिले. घराकडे येताना कॉम्प्यूटरवर कामे करणाऱ्यांकडे गेलो. 'हिमालय ट्रेक करा. मोठे व्हा. प्रथम येणाऱ्या पंचवीस

जणांना मेडिसीन कीट मोफत' असा रंगीत फलक संगणकावर तयार करून घेतला. थोडक्यात काय, बोर्डचे पैसे वाचविले. घरावर ही कागदी पण आकर्षक जाहिरात झळकली. या व्यवसायात कोणतीही जबाबदारी आपल्यावर नसून हिमालय दर्शन प्रवास कंपनीस आपण फक्त सदस्य मिळवून द्यायचेत हे घरच्या मंडळींना पटवून दिले.

मेडिकल कीटमध्ये काय काय असावं यासाठी ट्रेकर्स क्लबमध्ये गेलो. त्यांच्याकडून आवश्यक औषधे, बँडेज वगैरेची यादी केली. एका कीटला सुमारे दोनशे रुपये खर्च येईल असा अंदाज आला. मनात किमान पंचवीस जणांचं बुकींग करायचं लक्ष्य ठेवलं.

आमच्या कॉलेजचे प्राचार्य पुणे रोटरी क्लबचे सदस्य होते. त्यांना भेटलो. ''रोटरी क्लब सेवा कार्य करते. त्यांच्यासाठी एक चांगली योजना मी आणली आहे. पंचवीस औषधांचे कीट त्यांनी स्पॉन्सर करायचे. एकूण खर्च पाच हजार रुपये. रोटरी क्लबचा स्टीकर गिर्यारोहकाच्या हॅवर सॅकवर लावू. त्यावर 'हिमालयाची हाक, रोटरीची साथ' असं लिहूया. शिवाय प्रथम बॅच निघेल तेव्हा त्यांना शुभेच्छा देणारा कार्यक्रम पुणे रेल्वे स्टेशवर होईल. त्याला प्रमुख पाहुणे म्हणून आपल्या रोटरी क्लबच्या अध्यक्षांना बोलावू. तुम्हीसुद्धा कार्यक्रमाचे अध्यक्ष या नात्यानंच यायचं.''

''सुरेख कल्पना आहे. उद्या संध्याकाळी इंडियन मेडिकल सोसायटीच्या हॉलमध्ये बरोब्बर सात वाजता ये. तुला तुझी योजना मांडायला पाच मिनिटे देईन.'' मी घरी येऊन रोटरी क्लबमधील माझ्या भाषणाची तयारी केली. पाच मिनिटात सर्व मुद्दे मांडले जातात ना याचा अंदाज घेतला. अध्यक्ष, सेक्रेटरी यांची नावे नीट लिहून घेतली. ज्यावेळी कमी वेळात बोलायचे तेव्हा तयारी अधिक हवी याची मला जाण आली.

मी सुरेख शर्ट व पँट अंगावर चढवली. टाय बांधला पण नीट जमला नाही. कधी टाय खूप लांब व्हायचा तर कधी खूप आखूड व्हायचा तर कधी टायची नॉटच नीट जमायची नाही. मग माझी अडचण ओळखून बाबा मदत करायला आले. पण त्यांनाही माझ्या गळ्यात टाय बांधताना काहीतरी अवघड वाटू लागलं. वास्तविक बाबा कॉलेजमध्ये रोज टाय बांधून जातात. टाय बांधून गेल्यावर मुलांवर आपलं इम्प्रेशन पडतं असंही थट्टेनं ते म्हणायचे.

एकदा त्यांनी किस्सा ऐकवला होता. त्यांचे सहकारी प्राध्यापक त्यांना म्हणाले, ''आज छान टाय बांधून आलात!''

''हो. आज व्याख्यानाची तयारी कमी झाली होती. म्हटलं कपड्यावर मारून नेऊ!'' अशी बाबांनाही विनोदबुद्धी होती हं!

शेवटी बाबांनी स्वत:च्या गळ्यात टाय बांधला व तो न सोडवता गळ्यातून

बाहेर काढून माझ्या गळ्यात बांधला. पण मी बाबांना म्हटलं मागंही तुम्ही असाच टाय तयार करून दिला होतात. आज मला वेळ आहे. टाय कसा बांधायचा ते शिकवाच. टाय सोडवून पुन्हा मी तो बांधला.

मी आज रोटरीत व्याख्यानाला जाणार आहे म्हटल्यावर बाबा खूष झाले होते. 'फक्त शहात्तर टक्के गुण' हे शल्य विसरले होते. टाय बांधल्यामुळे मला आता सवयीप्रमाणे सँडल घालून चालणार नव्हते. बूट घातल्यामुळे ऐट वाढली होती. कपडे रुबाबदार असूनही व्याख्यानाची तयारीही जय्यत केली होती.

बरोबर सात वाजता रोटरी क्लबमध्ये पोहोचलो. सरांनी माझी अध्यक्ष व सेक्रेटरी यांच्याशी ओळख करून दिली. सर्व सदस्यांबरोबर मलाही चहापानात समाविष्ट करून घेतले. बुफे पद्धतीनं सारेजण उप्पीट व चहाचा आस्वाद घेत होते. बशीमध्ये पेपर नॅपकीन ठेवून त्यावर कप ठेवलेला होता. चहामध्ये आवश्यकतेप्रमाणे दूध व शुगर क्युब्ज टाकून घेत होते. मला व. पु. काळे यांच्या कथेतला किस्सा आठवला.

एका अधिकारी व्यक्तीकडं एक सामान्य माणूस भेटायला गेला. तिथं चहा मागविला गेला. चहा, दूध, साखर, बिस्कीटे असं सगळं स्वतंत्र भांड्यात ठेवलेलं. हे कसं घ्यायचं या संभ्रमात असलेला हा सामान्य माणूस असं ठरवितो की तो अधिकारी जसं करेल तसं आपण करायचं.

अधिकाऱ्यानं कपात चहा ओतून घेतला. यानंही तसंच केलं. अधिकाऱ्यानं त्यात दूध ओतून घेतलं. यानंही तसंच केलं. अधिकाऱ्यानं त्यात साखर टाकली यानंही तसंच केलं. अधिकाऱ्यानं चमच्यानं साखर ढवळली. यानंही तसंच केलं. अधिकाऱ्यानं बिस्कीटं हातात घेऊन कुस्करून कपात टाकली. यानेही तसंच केलं. त्याने कुत्र्याला यू यू यू करून हाक मारली. त्याच्यापुढे कप ठेवला, तेव्हा मात्र याला काय करायचं असा प्रश्न निर्माण झाला!

चहापानानंतर मिटींग कॉल्ड टू ऑर्डर असं म्हणत लाकडी मानदंड टेबलावर अलगदपणे आपटला गेला. सामूहिक राष्ट्रगीत झालं. ज्या सदस्यांचे वाढदिवस त्या आठवड्यात होते त्यांची नावे पुकारली गेली. एकेकजण व्यासपीठावर यायचा, अध्यक्षांच्या हस्ते फूल स्वीकारायचा. काही रक्कम टेबलाजवळील पेटीमध्ये टाकायचा. मग लग्नाचे वाढदिवस साजरे झाले. 'समजासेवेची नवी दिशा' या विषयावर एक व्याख्यान झाले. नंतर मला बोलण्यास सांगण्यात आले. ट्रेकींगमुळे माणसाचे व्यक्तिमत्त्व सुधारते. तो कष्टाळू, चिकाटीने काम करणारा, ध्येय पूर्ण करणारा, इतरांशी समरस होणारा, धाडसी निर्णयही घेणारा बनतो असे मी सांगितले. मेडिकल कीट स्पॉन्सर करण्याची योजना सांगितली.

रोटरीने रुपये पाच हजार मंजूर केले. पण रोख रक्कम देण्याऐवजी एका डॉक्टर सदस्याने पंचवीस कीट देण्याचं मान्य केलं. माझं काम झालं.

प्रथम येणाऱ्या पंचवीस जणांना मेडिकल कीट मोफत मिळणार यामुळे मूळ प्रवासी कंपनीपेक्षा माझ्याकडे नोंदणी अधिक होऊ लागली. मी आणखी एका संस्थेशी संपर्क केला. ती होती इंडियन मेडिकल असोसिएशन. त्यांना या ट्रेकर्सची वैद्यकीय तपासणी मोफत करून देण्याची विनंती केली. त्यांनीही ती मान्य केली. मी ताबडतोब आणखी एक कॉम्प्युटराईज शीट तयार करून हा अधिक मिळणारा लाभ जाहीर केला. प्रवास काळातला विमा मिळविण्यासाठी मी एका इन्शुरन्स कंपनीमध्ये प्रयत्न केला. पण एकूण प्रवाशांची संख्या आधीच सांगणे कठीण होते. विमा हप्ता आधी भरावा लागणार होता. मग तो लाभ पुढे केव्हा तरी घेऊ असे ठरवून विमा संरक्षण घेतले नाही.

माझ्या आकर्षक जाहिरातीमुळे आणि माझ्या वैयक्तिक जनसंपर्कामुळे मला ट्रेकर्स मिळू लागले. सरांच्या परवानगीने मी हार्मनी शॉपमध्येही जाहिरातीचे पोस्टर लावले. पंचविसाची बॅच फुल झाली. पंचवीस हजार कमिशनमधून माझा खर्च बाहेर पडून मला नफा राहात होता. मी हिमालयात गेल्यावर येथील माझी ट्रॅव्हल कंपनी बंद पडू नये म्हणून मी मित्राला आठवडाभर ट्रेनिंग देऊन माझ्याजागी बसायला सांगितले. तो मित्रत्वाने तयार झाला. कामाचे पैसे नको म्हणाला. मला पुन्हा धनेश्वरकाका आठवले. पैसे न घेता काम केल्यास काम होईलच असे नाही. मी त्याला प्रत्येक बुकींगमागे दोनशे रुपये ठरविले. घरातली जागा, फोन त्याने वापरायचा. ही केलेली व्यवस्था मूळ प्रवासी कंपनीस व घरच्या मंडळींना सांगितली.

पुणे स्टेशनवर उत्साहाला उधाण आले होते. ट्रेकर्स आणि त्यांचे मित्र, नातेवाईक सारे हास्यविनोदात बुडले होते. रोटरी अध्यक्षांच्या हस्ते प्रत्येक ट्रेकरला मेडिकल कीट देण्यात आले. साऱ्यांनी घोषणा दिल्या. भारत माता की जय. अलग भाषा, अलग वेष, फिरभी आपना एक देश. ट्रेन निघाली. गाडीने वेग पकडला. माझ्या ट्रॅव्हल कंपनीतील यशासारखा.

मी हिमालय ट्रेक पूर्ण केला होता. तो माझ्या शिल्लक रकमेला हात न लावता. ट्रॅव्हल कंपनीकडील डिपॉझीटचे दहा हजार रुपयेही मी आता नफ्यातून कमावले होते. परत येईपर्यंत मित्रानं सात मेंबर पुढच्या बॅचसाठी जमविले होते. मी परत आलेल्या ट्रेकर्सच्या अनुभव-कथनाचा कार्यक्रम आयोजित केला. स्थळ होतं पत्रकारभवन. सर्व वृत्तपत्राच्या प्रतिनिधींना आमंत्रणे केली. कार्यक्रमाची जाहिरात वृत्तपत्रातून देणं खर्चिक होतं. त्याऐवजी 'स्थानिक कार्यक्रम' या सदरात वृत्तपत्रातून साऱ्यांना माहिती होईल याची काळजी घेतली. ट्रेकर्सचे अनुभव ऐकायला त्यांचे नातेवाईक तर येतीलच याची खात्री होती. कार्यक्रमाला गर्दी व्हावी म्हणून मी वैयक्तिकही आमंत्रणे केली. कार्यक्रमाला प्रमुख पाहुणे म्हणून एव्हरेस्ट चढून गेलेल्या सुरेंद्र चव्हाण यांना आणले होते.

कार्यक्रम वेळेवर सुरू केला. हिमालयात ट्रेक करून आलेल्यांना पाहुण्यांच्या हस्ते प्रशस्तिपत्रके दिली. गिर्यारोहकांनी मनोगते व्यक्त केली. त्यांनी काढलेल्या फोटोंचं छोटेसं प्रदर्शन कॉरीडॉरमध्ये भरविलं. कार्यक्रमाला चांगलीच गर्दी होती. कार्यक्रमानं असं काही वातावरण निर्माण केलं होतं की सारे भारावून गेले होते. कार्यक्रम संपताना घोषणा केली होती– पुढील बॅचची नोंदणी येथे चालू आहे. आज फक्त नाव, टेलिफोन क्रमांक आणि शंभर रुपये भरायचे. पुढची बॅचही फुल्ल झाली.

हिमालयातील पर्वतराजी चढण्याचं आणि व्यवसाय कौशल्यात पुढं जायचं दोन्ही शिक्षण मला मिळत होतं.

मी हिमालयातून भटकंती करून आल्यावर मित्राला विचारलं,

"कसा काय वाटला ट्रॅव्हल बिझीनेस?"

"ठीक आहे. घरी मात्र म्हणायला लागले नोकरी करायची तर चांगल्या कंपनीकडे कर."

"पण अनुभव म्हणून काय वाटलं?"

"लोक फार चिकित्सक असतात. एवढे प्रश्न विचारतात की डोकं ठणकायला लागतं. शिवाय निर्णय लगेच देतच नाहीत."

"आपण माहिती जेवढी व्यवस्थित देऊ तेवढं त्यांचं समाधान होतं. ही माहिती देण्यामुळे आपल्याही ज्ञानात भर पडत जाते. ते निर्णय प्रक्रियेत असताना आपण मध्येच काही सांगायचं नाही. त्यावेळी त्यांच्या मनाची चलबिचल होऊ शकते. मग ते निर्णय पुढे ढकलतात. आता ते निर्णय घेणार या क्षणापर्यंत आले की आपण त्यांच्या हिताचे मुद्दे मांडून तो निर्णय होकारार्थी करायला मदत करायची. सतत माहिती दिल्यानं आपलं डोकं भणभणायला लागतं. तर त्यासाठी अधून मधून समोरचा काय बोलतो हेही ऐकायला हवं. ऑर्ट ऑफ लिसनींग ही व्यवसायासाठी तर आवश्यकच आहे. बरं तू मिळवलेल्या पाच ट्रेकर्संचं तुझं हे घे कमिशन."

"अरे ते तुझ्या ओळखीनंच आलेले असावे. तेव्हा हे कमिशन मी घेणं बरोबर नाही."

"हे पाहा, तू या ऑफिसला बसल्यावर जे मेंबर मिळाले त्यांचं मानधन तुझं." मी त्याला रोख रक्कम दिली व पुढं म्हणालो, "तू अजूनही येत जा. सवड होईल तेव्हा येत जा. तू मिळविलेल्या प्रत्येक मेंबरमागं तुझं कमिशन नक्की."

एक दिवस माझ्या ट्रॅव्हल कंपनीत फोन आला की एअर तिकिट मिळेल का?

कसे काय कोण जाणे, मी एकदम म्हणालो, "हो!"

वास्तविक मी असं म्हणणं चुकीचं होतं. माझ्याकडे हिमालयात चालत जाण्याच्या प्रवासाची व्यवस्था होती. हवेतून उडत जाण्याची नव्हती.

मी त्या प्रवाशाकडून सर्व तपशील उतरवून घेतले. सर्वांत महत्त्वाचं म्हणजे त्यांचा फोन नंबर लिहून घेतला. त्यांना अर्ध्या तासात फोन करतो म्हणून सांगितलं. जवळच असलेल्या कोरल ट्रॅव्हल्सकडे गेलो. त्यांना मी पाठविलेल्या मागणीप्रमाणे तिकीटं द्याल का विचारलं.

"देता येईल. पण त्यांनी तुम्हाला विमान प्रवासाची अधिक माहिती विचारली तर तुम्ही कशी द्याल?"

"मी तुमच्याकडे रोज एक तास शिकायला येईन. तुम्ही मला सबएजंट नेमा. मी जोपर्यंत स्वतंत्रपणे माहिती देऊ शकणार नाही तोपर्यंत मी माझ्या प्रवाशांना तुमच्याकडे पाठवीन. मला माझे कमिशन ठरवून द्या."

"ठीक आहे."

"हा घ्या पहिला प्रवासी. त्याला आता इथे बोलावून घेतो!"

माझी एफ.वाय.बी.कॉम. कम हार्मनी शॉप कम ट्रेकर्स अँड ट्रॅव्हल्स कंपनीने आता विमान उड्डाण तिकिटाला सुरुवात करून आकाशात झेप घेतली होती. क्षितिज विस्तारलं होतं.

सर्व ॲसेट्स
या असेट्स नसतात

धनेश्वरांकडे पुन्हा जायचं होतं म्हणून मी बुक किपींग व अकाऊंटन्सी या विषयांचा अभ्यास नेटानं सुरू केला होता. त्या विषयाची लेक्चर्स मी चुकवित नव्हतो. त्या विषयाला सर होते, त्यांचं नाव 'सराफ'. त्यामुळे हे ज्ञान श्रीमंती असणार याची मला खात्री पटली होती. कॉमर्सच्या सरांची नावं अशीच श्रीमंती हवीत. देशमुख, जव्हेरी, सावकार, मुतालिक, मंत्री, शहा, पाटील, देसाई अशी चालतील. जोशी, केळकर, वाईकर, गोडबोले या लोकांनी मराठी काव्य शिकवावे. मी बुक किपींगचे आद्य पाठ तोंडपाठ केले. कोणत्याही व्यवहाराच्या दोन नोंदी. डेबीट आणि क्रेडीट. नावे आणि जमा. माल विकला तर माल व्यवसायातून जातो व त्या बदल्यात व्यवसायात पैसे येतात. सर्व व्यवहार तीन प्रकारात समाविष्ट होतात. पर्सनल म्हणजेच व्यक्तिगत खाती, रिअल म्हणजे संपत्ती खाती, नॉमिनल म्हणजे खर्च व उत्पन्न खाती. सर्व व्यक्ती, संस्था हे व्यक्तिगत खात्यात मोडतात. त्यावरून येणेकरी, देणेकरी ठरतात. संपत्ती खात्यामध्ये रोख व बँक रक्कम, जमीन, इमारत, फर्निचर, इलेक्ट्रीक उपकरणे, मशिनरी, कच्चा माल, प्रक्रियेत असणारा माल, पक्का माल इ.चा समावेश होतो. भांडवल, रिझर्व फंड हे कॅपिटल अकाऊंटमध्ये येतात. उत्पन्नामध्ये कमिशन, व्याज, नफा इ. चा समावेश होतो तर खर्चात पगार, भाडे, वीजखर्च,

जाहिरात, स्टेशनरी, सूट, विमा, छपाई इ. खर्च मोडतात.

प्रत्येक व्यवहाराची कीर्द नोंद ठेवल्यावर त्यावरून खतावणी लिहितात. सर्व नोंदीतील त्या मथळ्याखाली येणाऱ्या नोंदी खतावणीत एकत्र करतात. खतावणीतील म्हणजेच लेजर अकाऊंटमधील सर्व नोंदी तुलनापत्रात मांडून ट्रायल बॅलन्स तयार होतो. या ट्रायल बॅलन्स वरून ट्रेडिंग अकाऊंट, प्रॉफिट अँड लॉस अकाऊंट व बॅलन्सशीट तयार करतात. ट्रेडिंग अकाऊंट विक्रीतून माल खरेदी व त्यासंबंधीचे खर्च वजा करून ढोबळ नफा दर्शविते.

हा ढोबळ नफा प्रॉफीट अँड लॉस अकाऊंटकडे वर्ग होतो. नफा तोटा खात्यात व्यवसायातील सर्व खर्चांची व उत्पन्नांची नोंद घेऊन निव्वळ नफा काढला जातो. हा नफा बॅलन्सशीट म्हणजेच ताळेबंदाकडे वर्ग होतो. ताळेबंदात एका बाजूस भांडवल व देणी तर दुसऱ्या बाजूस संपत्ती व येणी दर्शविली जातात. पैशाचा ओघ कसा आहे हे दाखविणारी फंड्स फ्लो म्हणजेच धनचक्र खाती तयार करतात.

बुक किपींगद्वारे एफ.वाय. व एस.वाय. बी.कॉम. या दोन वर्षात सर्व व्यवहारांचा अभ्यास करून, सराव करून मी विषय आत्मसात केला होता. हा विषय मार्कांच्या दृष्टीने गणितासारखा स्कोअरींगचा आहे. पण मला कॉलेजमध्ये परीक्षेत प्राप्त होणाऱ्या गुणांची पर्वा नव्हती. या विषयात प्रावीण्य मिळविल्यावर धनेश्वरकाका 'धनमंत्र' देणार होते. त्यासाठी पैसे कमवित राहाणे आणि बुककिपींग शिकणे या धनेश्वरकाकांच्या दोन्ही अटी मी पूर्ण केल्या होत्या.

खूप दिवसांनी धनेश्वर काकांना भेटायला गेलो. अर्थातच अपॉईंटमेंट मिळवून. एखादी मोठी व्यक्ती आपल्याला अधिक आपुलकीने वागवू लागली म्हणून आपण त्यांना शिष्टाचाराशिवाय भेटू नये. मोठ्या माणसाचा मान मानण्यातच मानवाचा मोठेपणा आहे. मोठ्या व्यक्तीने आपला मीपणा विसरावा तसेच लहान माणसाने आपण लहान आहोत हे कदापिही विसरू नये. धनेश्वरकाकांनी मला आपुलकीनं समोरच्या खुर्चीत बसवलं. ते म्हणाले,

"अभिनंदन. रोटरीमध्ये तुझं काही दिवसांपूर्वी भाषण झालं असं मला एका अधिकाऱ्यानं सांगितलं. काय काय चाललंय?"

"सर, मी मध्यंतरी तुमच्या वाढदिवसाला शुभेच्छा द्यायला आलो होतो पण तेव्हा इतर गोष्टी काहीही सांगता आल्या नाहीत. आणि महत्त्वाचं म्हणजे तुमच्याकडून ऐकता आल्या नाहीत. मा आजपर्यंत म्हणजे एस.वाय. बी.कॉम.पर्यंत सर्व वर्षात परीक्षेत पास झालो. मार्क कमी पडायचे पण एकही वर्ष वाया गेलं नाही. दहावीपासून म्हणजे तुम्ही भेटल्यापासून सातत्यानं काही ना काही उद्योग करून पैसे कमवित आलोय. बँक बॅलन्स वाढतोय. हार्मनी शॉप बरोबरच मी ट्रॅव्हलचा व्यवसाय सुरू केला..."

"व्हेरी गुड. तू एअर तिकिट बुक करतोस?"

माझ्या एका प्रवाशानं हाच प्रश्न मला विचारला होता व त्याबरोबरच मी एअर तिकिटाचं बुकींग सुरू केलं होतं ते माझ्या लक्षात आलं. त्यावर मी म्हटलं–

"हो. तुमचं काही काम असेल तर सांगत जा. मला आपल्याला सेवा द्यायला खूप आवडेल."

"ठीक आहे. जाताना माझ्या पी.ए.ला सांगून जा."

"हे माझं व्हिजीटींग कार्ड."

"व्वा! बरीच प्रगती झाली. 'ट्रेनर फॉर पर्सनॅलीटी डेव्हलपमेंट', 'हार्मनी शॉपला मॅनेजमेंट कन्सल्टंट', 'ट्रेकर्स अँड ट्रॅव्हल्सला प्रोप्रायटर'."

"हे सारं केलं ते तुमच्या प्रोत्साहनामुळं. बरं मी बुक किपींग आणि अकाऊंटन्सीचा अभ्यास करून आलोय. मला बॅलन्स शीट बनविता येतो!" आता त्यांनी धनमंत्र द्यावा ही माझी अपेक्षा होती.

"गुड. अकाऊंटन्सीमध्ये बॅलन्सशीटच्या दोन्ही बाजू जुळतात. प्रत्यक्षात व्यवहार आणि तत्त्व दोन्हीमध्ये बॅलन्स करावा लागतो. आर्थिक ज्ञान मिळवावे लागते. अर्थज्ञानाअभावी गरीब गरीबच राहिले. मध्यमवर्गीय स्कूटररेसमध्ये अडकले. पण बऱ्याच वेळा श्रीमंतही अर्थव्यवहारात बुडाले. श्रीमंत गरीब झाले. आर्थिक कोंडीमुळे काही श्रीमंत वेडे झाले. काहींना तर आत्महत्या करावी लागली."

"बॅलन्सशीटचा यामध्ये कसा उपयोग होणार?"

"बॅलन्सशीट म्हणजे ॲसेट्स व लायबिलीटी, संपत्ती व देणी. एखादी संपत्ती ही खरोखर संपत्ती आहे का देणे आहे हे ओळखता आले पाहिजे. ॲसेट व लायबिलीटी यातला फरक ओळखता आला पाहिजे. बिल्डिंग ही ॲसेट का लायबीलीटी?"

"ॲसेट म्हणजेच संपत्ती."

"कॉलेजमध्ये शिकलेल्या अकाऊंटन्सीप्रमाणे उत्तर बरोबर आहे. पण खरं व्यवहारातलं उत्तर देण्यापूर्वी ही बिल्डिंग पैसे मिळवून देणार आहे का नाही हे पाहायला हवं. जी बिल्डिंग पैसे मिळवून देते ती ॲसेट. जी पैसे मिळवून देत नाही ती लायबिलीटी. कारखान्यासाठी, दुकानासाठी, ऑफिससाठी जागा घेतली असेल तर, उत्पादन कार्यासाठी वापर होत असेल तर ती संपत्ती. राहायला मोठा बंगला, गेस्ट हाऊस, हॉलीडे होम, रिकामी पडलेली गोडाऊन्स ही जर उत्पन्न देत नसतील तर ती लायबिलीटी होईल. लायबिलीटीमध्ये नुसतीच संपत्ती अडकून पडत नाही तर ती व्यवसायातील पैसे काढून घेते. त्यावर खर्च सुरूच राहातो."

एका व्यापाऱ्याकडे शेतीसाठी खते व किटकनाशके विक्रीसाठीच्या मालाची एजन्सी होती. व्यवसाय जवळजवळ शून्यातून उभा केलेला. सतत विविध सहकारी संस्थांशी संबंध प्रस्थापित करून त्यानी विक्री वाढवली होती. मोठमोठ्या कंपन्यांच्या

डिलरशीप मिळत होत्या. तो स्वत:च्या चार रूमच्या फ्लॅटमध्ये राहात होता.

एक दिवस वृत्तपत्रात जाहिरात झळकली. 'बंगला विकणे आहे. शांत वातावरण, शहराच्या मध्यभागी.' सदर व्यापारी आपल्या सौभाग्यवतीला घेऊन तो बंगला पाहण्यास गेला. आठ रूमचा दोन हजार स्क्वेअर फूटाचा प्रशस्त बंगला होता. आतील इंटेरिअर वर्कही सुंदर होतं. त्यासह तो बंगला विकायचा होता. सौभाग्यवतीला बंगला एकदम आवडला. इंटेरिअरसह पस्तीस लाख रुपये किंमत होती. व्यापाऱ्याला तो घेऊ का नको असे वाटत होते. मनस्थिती द्विधा झाली होती. घ्यावा तर व्यवसायातील खेळते भांडवल कमी होणार. व्यवसाय करताना ओढाताण होणार. व्यवसायात खेळते भांडवल आहे म्हणून माल खरेदी करताना डिस्काऊंट मागता येतो. शिवाय या पस्तीस लाखापासून उत्पन्न काहीच मिळणार नाही. कॅश होती तोपर्यंत ती ॲसेट होती. पण कॅशचा बंगला झाला की बंगला ॲसेट न राहाता लायबिलीटी होणार. बंगला खरेदी केला तर त्यात आणखी सजावट करावी वाटेल. त्याचा खर्च वाढेल. बंगला खरेदीच्या वेळी स्टॅम्प फी, लीगल चार्जेस, रजिस्ट्रेशन फी, डॉक्युमेंटेशन चार्जेस इ. खर्च येणार. खरेदीनंतर प्रॉपर्टी टॅक्स वाढणार, नोकर जादा लागणार, मेन्टेनन्स खर्च वाढणार, कॉर्पोरेशन टॅक्स वाढणार. त्यावर सौभाग्यवती मत प्रदर्शन करणार, 'व्यवसायात पैसा घालाल तेवढा थोडा आहे. अधिक पैसा कमविण्याची हाव कधीही कमी होणार नाही. इतका चांगला बंगला एवढ्या मध्यवस्तीत पुन्हा मिळणार आहे का? आलेली संधी दवडू नये. बंगला घेतोय म्हणजे काही पैसा खर्चून टाकणे नव्हे. बंगला म्हणजे स्वत:ची एक प्रॉपर्टी होईल. बरं, धंद्यातले पैसे बंगल्यात जाऊन ओढाताण होतेय असं वाटत असेल तर बँकेकडून गृहकर्ज घ्या. साऱ्या बँका सातत्यानं प्रचार करीत आहेत. हाऊसिंग फायनान्स घ्या. कितीही कर्ज मिळेल, जुन्या प्रॉपर्टीसाठीही कर्ज मिळेल. बंगला हेच तारण, अन्य तारण नको. स्वत:ची रक्कम फक्त पाच टक्के अत्यल्प असा साडेआठ टक्के व्याज दर. ई.एम.आय एकदम कमी.

एक काळ असा होता की बँका फक्त ठेवीसाठी प्रचार करीत. पण आता कर्ज घ्या म्हणून मागे लागतात. पेपरमध्ये जाहिराती आहेत. गावात होर्डींग लागलीत, टी.व्हीवर जाहिराती झळकताहेत. सहज कर्ज मिळेल. हा बंगला घ्याच.''

हे वर्णन ऐकवून धनेश्वर म्हणाले,

''घ्या मज आणून द्या हो हरिण अयोध्यानाथा असा सीतेप्रमाणे तिने पतिराजांकडे आग्रह केला. बंगला खरेदी केला. बँकेचे कर्जाचे हप्ते व्यवसायातील खेळत्या भांडवलातून जाऊ लागले. वाढते खर्च खेळत्या भांडवलातून करणे भाग पडले. खर्च जास्त, उत्पन्न कमी, खेळते भांडवल कमी यामुळे व्यापाऱ्याचे चेक परत येऊ लागले. बाहेर नाव बदनाम झाल्यावर उधारी मिळेनाशी झाली. आता सांग बंगला

ही ॲसेट का लायबिलीटी?''

''खरंच हे माझ्या ध्यानात आलं नव्हतं. या केसमध्ये बंगला लायबिलीटी आहे.''

''पुढे व्हायचं तेच झालं. व्यापाऱ्याला झालेली देणी फेडता येईनात. विक्री कमी झाली. चांगले नोकर धंदा सोडून गेले. बँकेतली खाती नॉन परफॉर्मींग ॲसेट्स झाली. नॉन परफॉर्मींग असलेले काहीही ॲसेट कसे म्हटले जाऊ शकते हे मला कळत नाही. त्या खात्याला ॲसेट विशेषण देण्याऐवजी लोन म्हणावे. बँकेनं बंगल्यावर ॲटॅचमेंट आणली. बंगल्याचा लिलाव झाला. व्यापाऱ्याला भाड्याच्या छोट्या घराचा आसरा घ्यावा लागला.''

''मग बंगला कधी कोणी घेऊच नये का?''

''बंगला कर्जात घेऊ नये. शिवाय स्वतःजवळ एवढी रक्कम असावी की खेळत्या भांडवलातून कोणतीही रक्कम काढावी लागणार नाही. नफ्यातला पैसा एवढा झालाय की आता व्यवसायातही त्याची गरज नाही ही स्थिती प्राप्त झाल्यावर बंगला घ्यावा.

दुसरं एक उदाहरण सांगतो. आमच्या घराजवळच राहाणाऱ्या एका गरीब गृहस्थाला दहा लाखाची लॉटरी लागली. पूर्वी त्याच्याकडे कधीही कोणी फारसे यायचे नाही. पण लॉटरी लागली म्हटल्यावर लॉटरी एजंट त्याच्याकडे आले. त्याला हार घालून त्यांनी त्याचा सत्कार केला. वृत्तपत्रात फोटो छापून आले. तो या साऱ्या गोष्टींनी भांबावून गेला होता. पैसे केव्हा मिळतील याची त्याने लॉटरी एजंटकडे चौकशी केली. त्याला एक महिन्यात पैसे मिळतील असे सांगण्यात आले. शिवाय त्यामधून सुमारे तीन लाख टॅक्स सरकार कापून घेईल हीही माहिती दिली गेली.

आपल्याला बाकी सात लाख मिळणार या आनंदापेक्षा आपले तीन लाख जाणार म्हणून तो दुःखी झाला होता. त्याचं कपडे इस्त्री करण्याचं दुकान होतं. सारखं लोकांच्या येण्याजाण्यानं त्या धंद्यातलं त्याचं लक्ष उडालं होतं. लोक म्हणत, 'आता तू कशाला इस्त्री करत बसतोयस. तुझे कपडे तू आता भारीतल्या लाँड्रीत टाकायचे. फिरायला चांगली गाडी घे.' दुसरा कोणी उपदेश करी की तुला लॉटरी लागली हे तू जगजाहीर करायला नको होतं. एखाद्या श्रीमंत माणसानं तुझं तिकीट आठ नऊ लाखाला तरी विकत घेतलं असतं. सातच्या ऐवजी नऊ लाख मिळाले असते. हे ऐकून तोंडाचा आ वासून त्यांनं विचारलं, म्हणजे श्रीमंतांना टॅक्स नसतो का? त्यावर त्यांनी स्पष्टीकरण दिलं. तू आडाणी आहेस. तुझ्या डोक्यात हे घुसायचं नाही. श्रीमंत त्यांच्या धंद्यात नेहमी तोटा झाल्याचं दाखवितात. त्या तोट्यात हा लॉटरीचा नफा जमा झाला तरी धंद्यात नफा होतच नाही. तोटा फक्त कमी होतो. तोट्याला

टॅक्स नसतो. हा तोटा कसा दाखवायचा, टॅक्स भरावा लागू नये म्हणून श्रीमंत त्यातली हुशार माणसं शोधून काढतात. त्यांना फी देतात. ती फीसुद्धा नफा कमी दाखवायला उपयोगी पडते.

इस्त्रीवाल्याचा चेहरा पार चुरगाळलेल्या कपड्यासारखा झाला होता. महिन्याभरानं मिळालेल्या सात लाखात त्यानी घरात एक कलर टी.व्ही घेतला. बायकोला सोन्याच्या बांगड्या घेतल्या. एक झेरॉक्स मशीनचं दुकान मुलाला थाटून दिलं. मुलानं फारच आग्रह केला म्हणून झकासपैकी मोटारसायकल घेऊन दिली. हा हा म्हणता पैसे संपले.

मुलगा भडक कपडे घालून शाहरुखखानसारखा काळा गॉगल घालून मोटारसायकलवरून गावभर फिरायला लागला. झेरॉक्स मशीन आणले म्हणून धंदा चालतो काय! माल किंवा सेवा विकायचा त्याला अनुभव नव्हता. धंदा करायची अक्कल नव्हती. दुकान बंद पडलं. झेरॉक्स मशीन पडत्या किंमतीत विकावं लागलं. मुलाच्या मोटारसायकलच्या पेट्रोल खर्चात सारे पैसे संपले. गरीब हे श्रीमंत झाले तरी त्यांना श्रीमंती टिकविता येत नाही. कारण त्यांना पैसा मिळाला तरी पैसा कमविण्याची कला प्राप्त झालेली नसते. मनी विदाऊट फिनान्शिअल इंटलीजन्स इज मनी सून गॉन!''

''जर गरीब गरीबच राहाणार तर श्रीमंत तरी श्रीमंत राहाणार ना?'' –मी

''माणूस श्रीमंत राहायचा असेल तर त्याच्याकडील संपत्ती पैसा मिळविण्याच्या उद्योगास लागली पाहिजे. नुसती संपत्ती म्हणजे खर्चाला भार. सुप्रसिद्ध लेखक पु.ल. देशपांडे यांची 'पूर्वज' नावाची एकांकिका आहे. त्यामध्ये सारे पूर्वज आपण कसे वंशपरंपरागत श्रीमंत होते याचं वर्णन करतात. पण कोणीही ते वैभव टिकविलेलं नसतं. सध्याचा वारस खानावळीतून डबा आणून खात असतो. तो पत्रकाराला आपल्या वाड्याची माहिती देताना म्हणतो, ''या भुयारातून एक वाट थेट पर्वतीपर्यंत जात असे. हत्तीच काय, अंबारीसह हत्ती जात असे. या वाड्यात तीनशे हंड्या होत्या. शनिवारवाड्यावर कीर्तन झालं तर आमच्या येथून नेत असत हंड्या लावायला, भाड्यानं!'' त्यावर तो पत्रकार म्हणतो ''हो हे नुसते आकडे दिसताहेत ना हंड्या लावायचे!''

पैसा कमावू शकते ती संपत्ती. मोठे वाडे म्हणजे जबाबदारी. बरं आता मला सांग गाडी म्हणजे संपत्ती की जबाबदारी?''

मला आता ॲसेट आणि लायबिलीटीचा धनेश्वरकाकांना अभिप्रेत असलेला अर्थ कळल्यामुळं मी उत्तर दिलं– ''त्या गाडीपासून पैसे मिळत असतील तर ती ॲसेट व त्या गाडीवर नुसताच खर्च होत असेल तर ती लायबिलीटी.''

''शाब्बास. आणखी एक लक्षात ठेव. मध्यमवर्गीयानं गाडी घेतली की ती

जबाबदारी. कारण त्यांना त्यातून काहीही उत्पन्न मिळवायचे माहिती नसते. ते त्यांना जमत नसते. पण श्रीमंतांनी गाडी घेतली की ती संपत्ती होते. त्यांना या गाडीपासून उत्पन्न कसे मिळवायचे याचे ज्ञान असते. त्यांच्या गाडीवर खर्च होतो तेव्हा त्यांचा त्याहून अधिक टॅक्स वाचत असतो!''

''अरे बाप रे! कमाल झाली. म्हणजे गाडी ही ॲसेट की लायबिलीटी हे ती श्रीमंतानी घेतली का मध्यमवर्गीयाने यावर ठरणार!''

''होय. श्रीमंत संपत्ती निर्माण करतात. मध्यमवर्गीय देणी निर्माण करतात.''

धनेश्वरकाकांनी एक आकृती काढून त्यांचे धनचक्र दाखविले. संपत्ती म्हणजे काय हे विशद केले.

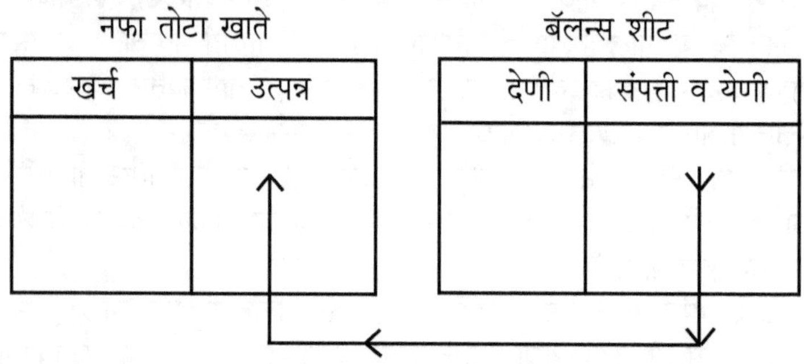

जी उत्पन्न देते ती संपत्ती. गाडीचा व्यवसायासाठी वापर केला तर नफा वाढतो. ही गुंतवणूक उत्पादित कामासाठी वापरली जाते. पण गाडी केवळ नोकरीस येण्या-जाण्यासाठी, मजेने फिरण्यासाठी वापरली तर त्यापासून काहीही उत्पन्न मिळत नाही. केवळ खर्चच. म्हणजेच ती लायबिलीटी होते!

आता देणी म्हणजे काय हे चित्रात पाहा. जी पैसे खर्चते ती जबाबदारी म्हणजेच देणी किंवा लायबिलीटी.

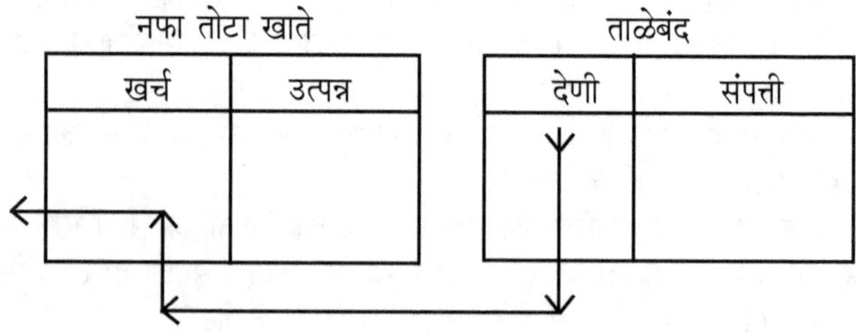

धनाढ्य व्हायचे असेल तर पैसे कमविणारी संपत्ती निर्माण करा. मध्यमवर्गीय राहायचे असेल तर देणी वाढवा! मध्यमवर्गीय माणूस पैसा कमवित नाही असं नाही. त्याच्या उत्पन्नातील ऐंशी टक्के रक्कम जबाबदारी वाढविण्यावर, देणी निर्माण करण्यावर खर्च होते. त्यांना संपत्ती खरेदी करणं जमत नाही. टी.व्ही., कार, फ्रीज, मोबाईल, म्युझिक सिस्टीम, कुकींग रेंज, घरातील शो-केस, घर सारं काही लायबिलीटी वाढविणारं असतं.

धनचक्र गरीब, मध्यमवर्गीय व श्रीमंतासाठी वेगळं कसं असतं ते धनेश्वरकाका काढून दाखवू लागले.

''धनचक्र नव्हे हा आहे गरिबी गाडा – गरिबासाठी पैसा कसा प्रवास करतो ते पाहा.

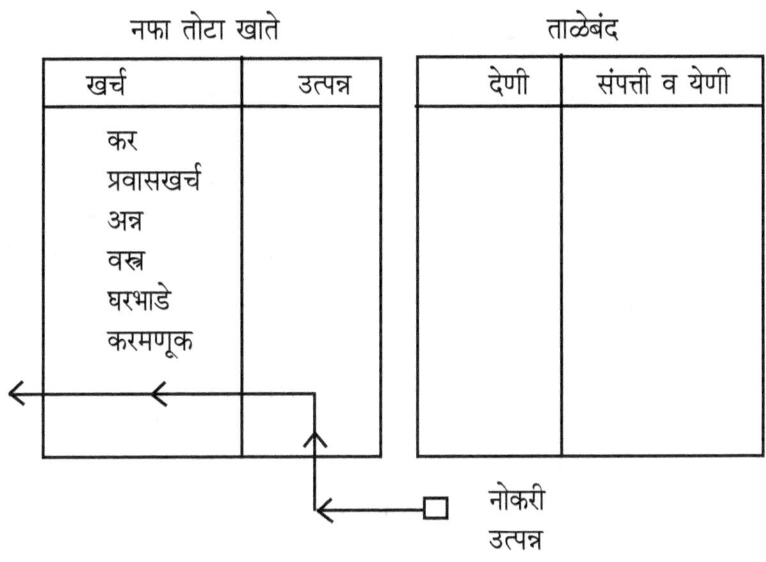

गरिबाचे उत्पन्न सारे संपून जाते. शिल्लक काही नाही. संपत्तीत भर नाही. पुढे लागणाऱ्या वस्तू घ्यायलाही त्याच्याकडे पैसा नसतो त्यामुळे ताळेबंदाकडे तो वळतच नाही. आता मध्यमवर्गीयाचे धनचक्र पाहूया.

नोकरी करणाऱ्या मध्यमवर्गीयाच्या पगाराचा बहुतांश भाग हा वेगवेगळे प्रत्यक्ष आणि अप्रत्यक्ष कर भरण्यात जातो. मग सर्व खर्च झाले की तो जबाबदाऱ्या वाढविण्याच्या बाबींवर खर्च करतो. हौसिंग लोन, कंझ्युमर लोन, क्रेडीट कार्ड या मार्गाने देणी वाढवत बसतो. कोणापासूनच उत्पन्न नाही. खर्चच खर्च. मग हा खर्च भागेनासा झाला म्हणून अधिक पैसा कमविण्यासाठी विशेष अभ्यासक्रम, जादा

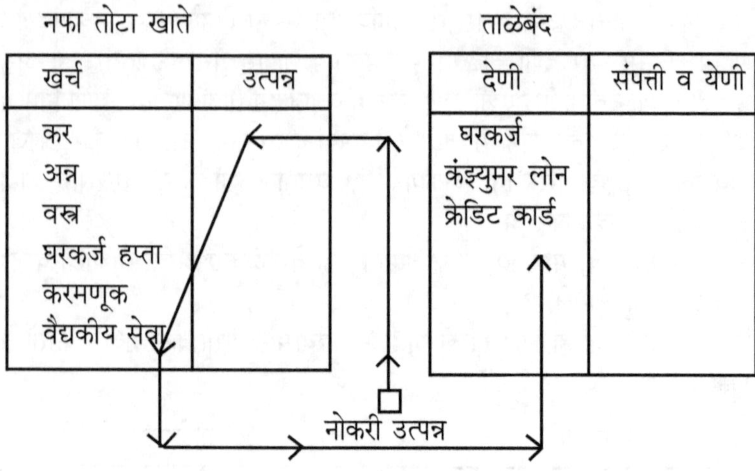

वेळ काम, त्यातून जादा उत्पन्न मग अधिक कर. पूर्ण स्कूटररेस मध्ये अडकलेला. आता श्रीमंताचं धनचक्र कसे असते ते पाहू.

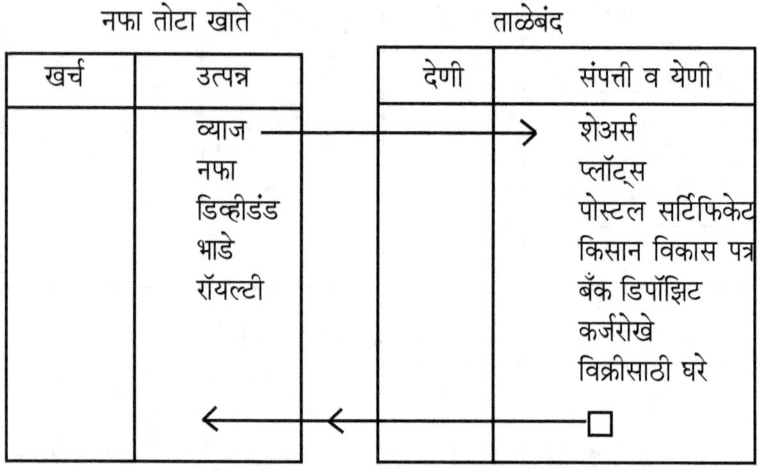

श्रीमंतांची संपत्ती उत्पन्नात भर घालते. हे उत्पन्न पुन्हा संपत्तीत भर घालते. श्रीमंत अधिक श्रीमंत होत जातो. त्यासाठी संपत्ती म्हणजे काय हे खऱ्या अर्थानं कळलं पाहिजे. मनोहर, तू तुला मिळालेले शिबिरातले दीडशे रुपये मानधन गरीब किंवा मध्यमवर्गीयाप्रमाणे खर्च केले नाहीस. तू ते बँक अकाऊंटमध्ये ठेवून त्यावर व्याज मिळवायला सुरुवात केलीस. बँकेचा स्टाफ तुझ्यासाठी काम करू लागला. हे आहे श्रीमंती लक्षण. आपल्याकडील संपत्ती किंवा पैसा आपल्यासाठी अधिक पैसा

मिळवित राहिला पाहिजे.

मध्यमवर्गीय सुशिक्षित माणूस नोकरीस लागून त्याची करिअर सुरू करतो. हळूहळू उत्पन्न वाढत जाते. सुरुवातीस तो लहान फ्लॅटमध्ये राहात असतो. लग्नानंतर मुलं झाल्यावर मोठ्या फ्लॅटच्या शोधात राहातो. उत्पन्नाचा रकाना वाढलेला असतो. पैसे शिल्लक राहात नाहीत पण खर्च वाढत असतो मग ते कर्ज काढणे सुरू करतात. त्यांच्या स्वप्नातलं ते घर घेतात. उत्पन्नाबरोबर खर्चही वाढतो. शिल्लक काहीच राहात नाही.

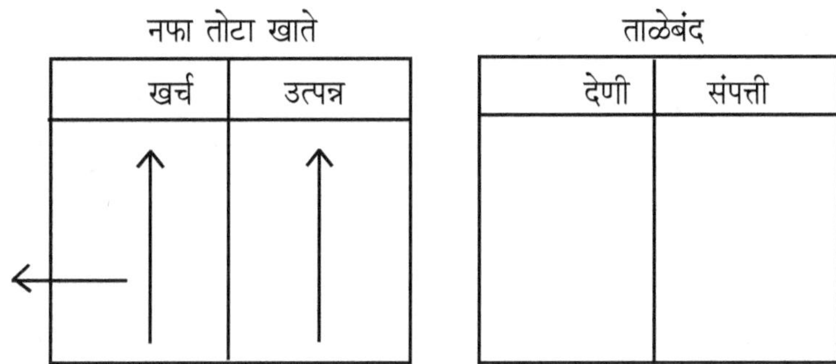

हे घर म्हणजे अकाऊंटन्सीमध्ये संपत्ती असली तरी मध्यमवर्गीयास त्या घरापासून काहीही उत्पन्न येत नसल्यामुळे ते देणी या सदरात येते. घराबद्दल श्रीमंत आणि मध्यमवर्गीयांच्या कल्पना कशा असतात ते पुढील आकृतीवरून ध्यानात येईल.

श्रीमंत ताळेबंद		मध्यमवर्गीय ताळेबंद	
देणी	संपत्ती	देणी	संपत्ती
घर			घर

मध्यमवर्गीयांनी घर संपत्तीमध्ये धरणे का चुकीचे आहे ते पाहा :

नफा तोटा खाते		ताळेबंद	
खर्च	उत्पन्न	देणी	संपत्ती
घरकर्ज हप्ता विमा दुरुस्ती घरफाळा		घरकर्ज	

आज कोणीही घर म्हणजे जबाबदारी हे मानायला तयार होत नाही. जो तो घर म्हणजे संपत्तीच समजतो. पण उत्पन्न देत नाही ते घर म्हणजे जबाबदारीच. पण भावना ही अर्थव्यवहारापेक्षा श्रेष्ठ झाली की मग मध्यमवर्गीय त्या चक्रात सापडतो.

भावनेच्या आहारी जाऊन पैशाचे निर्णय बऱ्याच वेळा घेतले जातात.

घरासाठी जन्मभर कर्जाचे हप्ते भरणारे लोक असतात. ते वीस वर्षे मुदतीचे कर्ज काढतात. ते फिटण्यापूर्वीच दुसरं चांगलं किंवा मोठं घर घेतात. त्याचे हप्ते वीस वर्षे भरत राहातात. करपात्र रक्कम ठरविताना घरकर्जावरील रक्कम वजा केली जाते. पण इतर टॅक्स भरून शिल्लक रकमेतून घरासंबंधीचे विमा, दुरुस्ती, सोसायटी मेंटेनन्स असे खर्च करावे लागतात. घरावरील म्युनिसिपल कॉर्पोरेशनचा कर इतका वाढतोय की त्यांच्यापुढे दोन्ही कर जोडूनच उभे राहावे. घराच्या किमती नेहमी वाढतातच असे नाही. काही वेळा काही भागातील किमती खाली येऊ शकतात. पुण्यात पर्वती भागात फ्लॅटच्या किमती वाढत होत्या. पण तिथे जवळच झोपडपट्टी झाल्यावर तेथील फ्लॅटच्या किमती खाली येऊ लागल्या.

घरखरेदीमध्ये मोठी रक्कम गुंतवल्यामुळे दुसऱ्या नफा मिळवून देणाऱ्या गुंतवणुकीसाठा पैसाच शिल्लक राहात नाही. सुरुवातीसच पैसे मिळविणाऱ्या संपत्तीत गुंतवणूक न केल्यामुळे, त्यातून पैसा न कमावल्यामुळे वेळेचे नुकसान झालेले असते. इतर गुंतवणुकीतील नफा न मिळाल्यामुळे भांडवलही वाढत नाही. अन्य गुंतवणुकी थांबल्यामुळे गुंतवणुकीचा अनुभव मिळण्याच्या मौल्यवान संधीलाही आपण मुकतो.

या साऱ्याचा अर्थ घरच घ्यायचे नाही असे नाही. घर ही संपत्ती का जबाबदारी हे प्रथम पाहा. आपल्या जवळील पैशाची लवकरात लवकर गुंतवणूक किफायतशीर व्यवहारात करा. त्यातून इतके पैसे मिळवा की घर घेण्यासाठी ते उपलब्ध होतील. मग ते घर संपत्ती होईल. अधिक जबाबदाऱ्या वाढविणार नाही. मध्यमवर्गीयांचे उत्पन्न त्यांचे खर्च जेमतेम भागविते. त्यामुळे संपत्ती तयार होतच नाही. किंबहुना खर्च वाढत राहिल्यास क्रेडीट कार्डमुळे जबाबदाऱ्या वाढतात.

हे पाहा या मध्यमवर्गीयाचे आर्थिक चित्र.

आय व्यय

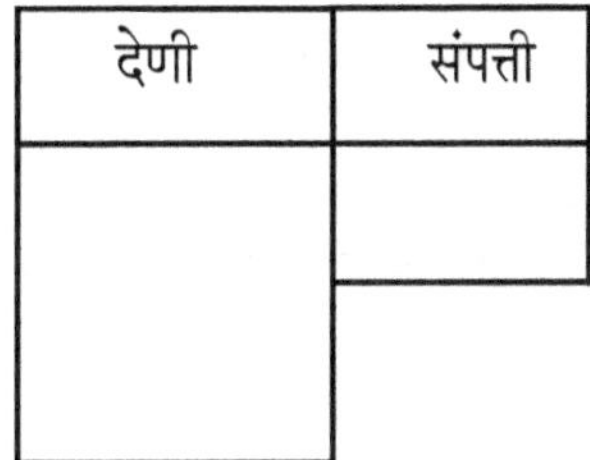

श्रीमंत मात्र चिकाटीने गुंतवणुकीवर लक्ष केंद्रित करतात. देणी कमी ठेवतात. त्यांचे आर्थिक चित्र कसे बरे दिसेल? श्रीमंताची पैसे मिळविणारी संपत्ती जास्त. त्यामुळे उत्पन्न जास्त. त्या उत्पन्नातून पुन्हा पैसे देणारी संपत्ती असं धनचक्र आहे. असे होतात श्रीमंत अधिक श्रीमंत.

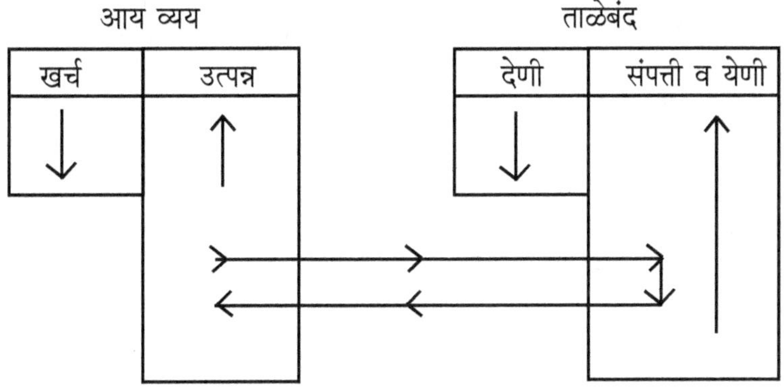

मध्यमवर्गीय मात्र सतत अधिक पैशासाठी धडपडत असतात. अधिक पैशाने मात्र प्रत्यक्षात देणीच वाढतात. शक्यतो, मिळतील तेवढी कर्जे घेण्याची त्याला सवय जडते. त्याचे हप्ते तो भरत बसतो. यातून बाहेर पडण्यासाठी कमी वयातच पैसे कमविण्याची कला शिकून घ्यायला हवी. नोकरीशिवाय व्यवसायात ही कला शिकता येते. काहीही काम शोधून काढा, पैसे मिळवा. मिळालेले पैसे संपत्तीत म्हणजे पैसे मिळविणाऱ्या संपत्तीतच गुंतवा.

गुंतवणुकीमध्ये धोका असू शकतो. त्यासाठी गुंतवणुकीचा भरपूर अभ्यास करा. गुंतवणुकीतून जितके लवकर पैसे मिळतील तितके आपले भांडवल वाढेल. आपण धोकादायक गुंतवणुकीसाठी काही पैसे बाजूला ठेवू शकतो. धोकादायक गुंतवणुकीत नफाही अधिक असतो. शंभर ते दोनशे टक्के नफाही मिळू शकतो.

आपण सर्वसामान्यांप्रमाणे सुरक्षित राहायचे ठरविले तर मध्यमवर्गीय आर्थिक चित्र असे दिसेल :

आयव्यय खाते

खर्च	उत्पन्न
सरकारला कर देत बसणे.	मालकाकडून पगार

ताळेबंद

देणी	संपत्ती व येणी
बँकेच्या विविध कर्जाचे हप्ते भरत राहाणे.	

या चित्रावरून असे लक्षात येईल की आपण काम आपल्या मालकासाठी करतो. मालक कोणीही असो तो आपल्या कष्टामुळे मोठा होत असतो. आपल्या कंपनीच्या भागधारकांना डिव्हिडंड चांगला मिळतो. त्यांच्या शेअरची किंमत वाढते. मालक श्रीमंत होतो. मालकाकडून मिळालेला पैसा प्रथम सरकारी करांसाठी घ्यावा लागतो. तो कापूनच घेतलेला असतो. त्यातून राहिलेली रक्कम बँकेकडून घेतलेल्या कर्जाचे हप्ते भरण्यासाठी जाते.

या स्कूटररेस मधून बाहेर पडायचे असेल, श्रीमंत व्हायचे असेल तर आपला महिन्याचा खर्च कमी करा. आपल्या गुंतवणुकीतून एवढे उत्पन्न यायला हवे की महिन्याचा खर्च भागला पाहिजे. अशी परिस्थिती निर्माण होऊ शकली तर आपले गुंतवणुकीशिवायचे महिना उत्पन्न गुंतवणुकीसाठी वापरता येईल. खऱ्या अर्थाने संपत्ती वाढविता येईल. त्यानंतर आपल्या गुंतवणुकीतून इतके उत्पन्न येईल असे

पाहूया की महिना खर्च भागवून शिवाय गुंतवणुकीसाठी काही रक्कम शिल्लक राहील. ती रक्कम आपली गुंतवणूक वाढवत राहील. आपण श्रीमंत व्हायला लागू.''

मी सारं मंत्रमुग्ध होऊन ऐकत होतो. मी धनेश्वरकाकांचा निरोप घेतला. त्यांच्या सेक्रेटरीला एअर तिकीटबद्दल माहिती दिली. मी धनेश्वरांकडून शिकलेल्या गोष्टींची उजळणी करीत घरी आलो.

- श्रीमंत पैसे देणारी संपत्ती खरेदी करतात.
- गरीब फक्त खर्चच करतात.
- मध्यमवर्गीय संपत्ती समजून जी खरेदी करतात ती जबाबदारी होऊन बसते.

■

वीस हजाराची
नोकरी नाकारली

मी बी.कॉम.च्या शेवटच्या वर्षात असताना मुलांना शिबिरात शिकवणे, हार्मनी शॉपच्या व्यवस्थापनात सहभाग, ट्रेकर्स अँड ट्रॅव्हल्सचा व्यवसाय हे अगदी मन लावून केलं. त्यातून वेळ मिळेल तसा बी.कॉम.चा अभ्यास केला. व्यवसायात यशस्वी झालो, बी.कॉमही पास झालो. बुक किपींग, सेल्स मॅनेजमेंट या विषयात चांगले गुण मिळाले. बाकी विषयात पास झालो तरी त्या विषयातील गुण कोठे सांगण्यासारखे नव्हते. मी चाळीस टक्के वर्गांना उपस्थित होतो. सरासरी गुण पन्नास टक्के मिळाले होते. मी खूष होतो. घरीही आता माझ्या कमी गुणांची सवय झाली होती. मी पास झाल्याचा सर्वांनाच आनंद झाला.

आजूबाजूस साऱ्या विद्यार्थ्यात पुढे काय करायचे याची चर्चा चालली होती. एम.कॉम, एल.एल.बी., एम.बी.ए., कॉम्प्युटर सायन्स, चार्टर्ड अकाऊंटंट, कंपनी सेक्रेटरी अशा पुढील अभ्यासक्रमासाठी प्रवेश मिळविण्याची सर्वत्र धडपड चालली होती. मी तो विचार केला नव्हता. मी पुढची कोणतीही काळजी न करता नातेवाईकांना पेढे देत होतो. धनेश्वरकाकांनाही पेढे द्यायला गेलो.

"बी.कॉम झालो. पेढे घ्या." –मी.

"अभिनंदन. आज तुला एक चांगली बातमी ऐकवतो." धनेश्वरकाका.

"काय?"

"तुझ्यासाठी एक चांगली ऑफर आहे. तू आमच्या कंपनीत मॅनेजर पोस्टवर ये. तुझी कामातील तळमळ, चिकाटी, प्रामाणिकपणा असे सारे गुण मला माहिती आहेत. तुझा हार्मनी शॉप आणि ट्रेकर्स अँड ट्रॅव्हल्सचा अनुभवही मी जाणून आहे. तू बी.कॉम. झालाच आहेस. आज बाहेर नोकऱ्या मिळणे फारच अवघड झाले आहे. पगार प्रथम एक वर्ष पंधरा हजार दरमहा देईन. नंतर कामाचे रिझल्ट्स बघून पगारवाढ. आमच्या कंपनीत बी.कॉम. झालेले प्रथम क्लार्क म्हणून घेतले जातात. पाच वर्षांनी प्रमोशन मिळण्याची शक्यता असते. तुझा अनुभव लक्षात घेऊन मी तुला मॅनेजर पदाची ऑफर देतो!''

मी हे सारं ऐकून थक्कच झालो. नोकरीच्या स्कूटररेसमध्ये अडकू नये सांगणारे धनेश्वरकाका हेच का असा मला प्रश्न पडला. आपण व्यवसाय करायचा असं ठरविलं असल्यामुळे धनेश्वरकाकांचा नोकरीचा प्रस्ताव सरळसरळ उडवून लावण्याखेरीज अन्य पर्याय नव्हता. पण महिना पंधरा हजार पगार तोही लगेच बी.कॉम. झाल्यावर ही ऑफरही वाईट नव्हती. ऑफर देणारे स्वत: धनेश्वरकाका होते. त्यांना एकदम नकार देणं अवघडच होतं. तेव्हा मी विचार केला की 'काही वेळानं सांगतो' असं म्हणावं.

"तुम्ही ऑफर चांगली दिलीय. पण मी स्वतंत्र व्यवसाय करायचं ठरविलंय.'' काय झालं कोणास ठाऊक. मी बोलायचं ठरविलेलं वेगळंच होतं आणि बोललो ते वेगळंच.

"तू नकार देतोयस. पण लक्षात ठेव अशी संधी पुन्हा येणार नाही. मी तुला पुन्हा एक ऑफर देतो. तुला महिना वीस हजार पगार देईन.''

"नोकरीकडे वळायचं नाही असं मी ठरवलंय. मी पुढचं शिक्षण कॉलेजमध्ये जाऊन करणार नाही. आवश्यक ते शॉर्ट कोर्सेस करणार. स्वत:चा व्यवसाय सुरू करणार.''

"ठीक आहे. वुईश यू ऑल द सक्सेस. तरीही तुझ्यासाठी माझी ऑफर ओपनच राहील.''

"तुम्ही माझे आर्थिक क्षेत्रातले गुरू आहात. मी तुमच्या ऑफरला नकार दिला याबद्दल माझ्यावर रागावू नका. पुन्हा पुन्हा मी आपल्याकडे येईन. परवानगी असावी.''

"मान्य! आमच्या कंपनीला लागणारी एअर तिकिट्स तुझ्याकडून घेण्याच्या सूचना मी सेक्रेटरीला दिल्या आहेत. पुन्हा एकदा शुभेच्छा!''

घरी घडला प्रकार सांगितला. वीस हजार रुपये पगाराची नोकरी नको म्हणणारा मी किती मूर्ख आहे हे बाबा, आई यांनी मला पटवून देण्याचा प्रयत्न केला. पण माझा निश्चय अढळ होता. मी विचार करू लागलो– हार्मनी शॉप आणि ट्रेकर्स अँड

ट्रॅव्हल्समध्ये आपला पूर्ण वेळ जातो. आपण असा व्यवसाय सुरू करू की आपण कोठेही बांधून असता कामा नये. मुक्त राहायला हवं. हार्मनी शॉपला रोज न जाता त्याच्या सल्लागार मंडळावर काम करावं. ट्रेकर्स अँड ट्रॅव्हल्सचं ऑफिस घरातच आहे. त्यासाठी मॅनेजर नेमावा. स्वत:च्या सततच्या उपस्थितीशिवाय करता येणारा व्यवसाय म्हणजे गुंतवणुकीचा होता. फटाके व्यवसाय, शिबिर मानधन, हार्मनी शॉपमध्ये मिळालेला पगार आणि ट्रॅव्हल कंपनीतला नफा यातून गेल्या पाच वर्षांत खर्च जाऊन दोन लाख रुपये बँकेत शिल्लक होते.

■

शेअर्समुळे भरभराट

पुण्यात चेंबर ऑफ कॉमर्सचे आर्थिक विषयावरील नियतकालिकांचे वाचनालय आहे. बँक ऑफ महाराष्ट्रचेही 'वा. गो. काळे ग्रंथालय' आहे. मी बँकेच्या शिवाजीनगर येथील ग्रंथालयात गेलो. *इकॉनॉमिक टाईम्स, फायनान्शियल एक्सप्रेस, बिझिनेस स्टँडर्ड* ही वाचली. *बिझिनेस इंडिया, इकॉनॉमिक अँड पोलिटिकल वीकली, बिझिनेस बॅरन, अर्थबोध, अर्थजिज्ञासा* अशी कितीतरी आर्थिक घडामोडींवरील मासिके तिथे होती. रोज येऊन वाचू लागलो. काही महत्त्वाचे वाटले तर नोट्स घेत होतो.

शेअर्समध्ये गुंतवणूक करायची तर म्युचुअल फंड अधिक सुरक्षित होते. म्युचुअल फंड गुंतवणूक- दाराकडील पैसे स्विकारून ते वेगवेगळ्या कंपन्यांच्या शेअर्समध्ये गुंतवितात. म्युचुअल फंडाचे संचालक या गुंतवणुकीमधील तज्ज्ञ असतात. ते शेअर्सचे भाव पाहून खरेदी-विक्री करतात. साहजिकच नफ्यातला काही भाग त्यांच्याकडे ठेवून ते ठराविक नफा गुंतवणूकदारांना देतात. आपण प्रत्यक्ष शेअरमध्ये व्यवहार करायला लागलो तर कोणते व्यवसाय सध्या तेजीत आहेत हे आपणास पाहावे लागते.

माझ्या असं लक्षात आलं की बँकांचे शेअर्स सध्या तेजीत आहेत. जवळ जवळ सर्वच बँकांनी चांगल्यापैकी नफा दाखविला आहे. त्याचं मुख्य कारण म्हणजे बँकांनी ठेवीवरील व्याजाचे दर कमी केले. बँकांनी

"

गुंतवणुकीमधील कर्जरोख्यांची खरेदी-विक्री करून चांगला नफा कमविला. सिक्युरिटायझेशन व ॲसेट टेकओव्हर कायद्यामुळे बँका थकित कर्जदाराची संपत्ती ताब्यात घेऊ शकतात. या भीतीमुळे थकबाकीदारांनी बँकांची देणी देण्यास सुरुवात केली. थकित कर्जाचे प्रमाण कमी झाले आहे. बँकांच्या शेअर्समध्ये पैसे गुंतविणे सध्या योग्य आहे. भारत पेट्रो, कोची रिफायनरीज, चेन्नई पेट्रो, ओ.एन.जी.सी यांचेही नफे वाढले आहेत.

अमेरिकेचे व्हिसा निर्बंध येऊ घातले असले तरी भारतातील कॉम्प्युटर इंजिनिअरकडून व्यावसायिक पद्धतीची कामे औटसोर्सिंग करून घेतली जातील. कॉम्प्युटर तज्ज्ञांना भारतातच नोकऱ्या मिळतील. भारतातील बेकारीची समस्या थोडी तरी सुटेल.

गेल्या पाच वर्षांत भारतातून सुमारे चौदा लक्ष लोक आखाती देश, मलेशिया, वगैरे ठिकाणी नोकरीनिमित्त गेले आहेत. इराकच्या पुनर्वसनामुळे आणखी काहीजणांना एक-दोन वर्षांत संधी मिळेल. या चौदा लक्ष लोकात महाराष्ट्राचे फक्त शहाण्णव हजार लोक आहेत. केरळ, आंध्रप्रदेश, तामिळनाडू या राज्यातून जास्त लोक स्थलांतरित झाले आहेत. अशा अनिवासी भारतीयांकडून मग पगारापैकी पंचवीस ते चाळीस टक्के रक्कम भारतात बचतीसाठी परत येते हा दुहेरी फायदा आहे. एकोणिसशे ब्याण्णवमध्ये सर्व अनिवासी भारतीयांनी पाठविलेली रक्कम दहा हजार कोटी रुपये होती. ती आता अठ्ठावन्न हजार कोटी रुपये पर्यंत गेली आहे. रुपयाचा विनिमय दर आता घसरत नसल्याने यापुढे अशा रकमा आणखी मोठ्या प्रमाणावर येतील.

गेली अनेक वर्षे डॉलरच्या संदर्भात रुपयाचा विनिमय दर घसरत होता. पण आता विदेशमुद्रा गंगाजळी ७९०० कोटी डॉलर्सवर गेल्याने तो दर सुधारत आहे व रुपयाचे सामर्थ्य वाढत आहे. हा विनिमय दर ४७ रुपयापेक्षाही कमी झाला आहे. याचा फायदा आयातदारांना होत आहे. पोलादाची निर्यात वाढत आहे. इराणमध्ये ही निर्यात जास्त झाली आहे. मोटारगाड्या व बाईक्सच्या सुट्या भागांची निर्यात दोन वर्षांत शंभर कोटी डॉलर्सवरून दोनशे कोटी डॉलर्सपर्यंत जाण्याची शक्यता आहे. भारतीय अर्थव्यवस्थेत गृहकर्जे, सॉफ्टवेअर निर्यात, मोटारसायकली, मोबाईल फोन्स, गाड्यांचे सुटे भाग, औषधकंपन्या यांच्या व्यवसायात लक्षणीय वाढ झाली आहे.

मी शेअर्ससाठी बाजारपेठेचा अभ्यास सुरु केला. जयप्रकाश इन्व्हेस्टमेंट्स यांचा गुंतवणुकीवरील पंधरा दिवसांचा अभ्यासक्रम पूर्ण केला. शेअर्स संबंधीच्या चर्चासत्रात भाग घेतला. त्यातून मी बऱ्याच गोष्टी शिकलो.

इंदिरा विकासपत्रे आता पोस्ट खात्याने विकणे बंद केले आहे. परंतु आधी विकलेल्या इंदिरा विकास पत्रांचे पैसे मुदत संपल्यावर मिळतात. काहींना या पत्रावर

मुदतपूर्व पैसे हवे असतात. मी या पत्रांची मुदतपूर्व खरेदी करायची ठरविली. वर्तमानपत्रात छोट्या जाहिरातीमध्ये तशी जाहिरात दिली. चांगला प्रतिसाद मिळाला. पत्र पोस्टात ठेवल्यापासून आजपर्यंत व्याज देऊन त्या खरेदी केल्या. पण माझा नफा म्हणून दोन टक्क्याने व्याज कमी दिले. कागदपत्रांचा आकार शंभर रुपये लावला. मी प्रथम पोस्टात जाऊन या नंबरची पत्रे पोस्टाने विकली होती का हे पाहून येत असे. नाहीतर पत्रे खोटी निघाली तर मुद्दलच गेले असे व्हायचे.

इंदिरा विकास पत्राला येत असलेला प्रतिसाद पाहून किसान विकास पत्रे व नॅशनल सेव्हींग्ज सर्टिफिकेट यावरही पैसे गुंतवणूकदारांना द्यायला सुरुवात केली. ज्याला आज किंमत आहे, ज्यापासून उत्पन्न मिळू शकते, ज्याची किंमत वाढती आहे, ज्याला मागणी आहे त्यामध्ये आपण व्यवसाय करायचा असे ठरविले. जवळचे पैसे इंदिरा विकास पत्रे व किसान विकास पत्रे यांच्यामधील गुंतवणुकीला कमी पडत होते. लोकांच्या ठेवी स्वीकारायला सुरुवात केली. अशा ठेवी स्वीकारण्यासाठी धनलक्ष्मी इन्व्हेस्टमेंट कंपनी काढली. त्याचे रजिस्ट्रेशन केले.

■

रिअल इस्टेटमधील श्रीमंती

माझ्या असं लक्षात येऊ लागलं की प्लॉट, फ्लॅट, जमिनी, बंगले, रो हौसेस, शॉप, गाळे, गोडाऊन्स, इंडस्ट्रियल शेड्स यांच्या खरेदी विक्रीत चांगलाच नफा आहे. मी पुण्यापासून जवळच बालेवाडी येथे एक शेतजमीन पाहिली. ही पाहायला मिळ्ायचंही एक निमित्त झालं होतं. इंदिरा विकास पत्र विकायला आलेल्या शेतकऱ्याशी बोलता बोलता त्याने त्याची शेती विकायची आहे असं सांगितलं. मग मी ती पाहून आलो. संपूर्ण शेती खरेदी करणं मला एकदम शक्य वाटत नव्हतं. मी त्यांना प्लॉट पाडून ते विकून देतो असं सांगितलं.

एकूण चाळीस प्लॉट होत होते. प्रत्येक दहा प्लॉटच्या विक्रीतला एक प्लॉट मला मोफत घ्यायचं त्यानी कबूल केलं. जमिनीचे सध्याचे सात बारा उतारे काढले. आठ-अ मधील एकूण आकाराशी सर्व सात बारांची बेरीज जमते ना पाहिले. सात बारामध्ये कर्जाचा, देण्याचा अन्य संस्था, बँका यांचा बोजा नाही ना पाहिले. जमीन नॉन-ॲग्रीकल्चर होणे अवघड होते. कलेक्टरांची परवानगी मिळवावी लागणार होती. खर्चही बराच होता. कलेक्टर ऑफिसमध्ये गेलो. तिथे ही कामे करणारा एक एजंट भेटला. त्याला घेऊन शेतकऱ्याकडे गेलो. त्यांनी हे काम करण्यासाठी रोख रकमेऐवजी त्याला एक प्लॉट दिला.

मी आमच्या ट्रॅव्हल कंपनीवरच 'प्लॉट विकणे आहे' हा फलक लावला. प्लॉटची पूर्ण माहिती देणारे पत्रक छापून घेतले. प्रत्यक्ष साईटवर एक फलक लावला. बँकेमध्ये गेलो. मधल्या सुटीत तेथील अधिकाऱ्यांना माहिती दिली. एल.आय.सी ऑफिसमध्ये जाऊन तिथेही माहिती दिली. सर्व ठिकाणी 'किंमत योग्य आहे पण एन.ए. होऊ दे' म्हणत होते. मी त्या एजंटबरोबर स्वतःही कलेक्टर ऑफिसमध्ये फिरायला लागलो. काम झाले. पुन्हा बँका, एल.आय.सीमध्ये गेलो.

साधारपणे असे लक्षात आले की एकाने प्लॉट घेतला की अन्य दोन-तीन तरी प्लॉट घेण्यास तयार होतात. प्लॉट घेण्यास हो म्हटले की मध्ये वेळ न घालविता प्रथम चेक घ्यायचा. मग तो अगदी कमी रकमेचा का असेना. चेक दिलेल्या माणसाची द्विधा मनःस्थिती होत नाही.

साईटवर इच्छुक लोकांना घेऊन जाणं, त्यांच्या मिटींग्ज घेणं ही कामं मी करित होतो. मूळ शेतमालकाला बैठकांमध्ये सामील करून घेत होतो. एक दोन बैठकात त्याचा गुच्छ देऊन सत्कारही केला. चार महिन्यात सर्व प्लॉट विकून मी चार प्लॉटचा मालक झालो होतो. माझेही प्लॉट विकले गेले असते. पण मला अंदाज होता की किंमती वाढणार आहेत. दोन प्लॉट त्या भागातील नगरसेवकालाच विकल्याने तिथे पाणी पुरवठाही सुरू झाला होता.

धनेश्वरमंत्राप्रमाणे मी खऱ्या अर्थाने संपत्ती निर्माण केली होती. माझे चारही प्लॉट मी सलग घेतले होते. घरातील सर्वांना मी तिथं नेलं. त्या प्लॉटला कुंपण करून घेतलं. धनलक्ष्मी इन्व्हेस्टमेंट कंपनीचा फलक लावला. आई आणि बाबांच्या हस्ते पूजन झालं. बाबा समाधानी होते. ते आता मला 'एम.कॉम. करणार का' विचारत नव्हते. बाबा खूप शिकले. चांगला पगार होता पण चार प्लॉट घेणं त्यांना जमलं नव्हतं. माझे प्लॉट आता रात्रंदिवस स्वतःच्या किंमती वाढवून घेत होते. प्लॉट ओनर्सची सोसायटी स्थापन करणे, प्लॉटची आखणी करून देणे या सर्व कामात मी मदत करित होतो.

मला पैसे मिळत होते म्हणून मी चैनीच्या वस्तू खरेदी करित नव्हतो. ज्याला श्रीमंत व्हायचंय तो इतकी गुंतवणूक करतो, की त्या गुंतवणुकीवरील उत्पन्नातून त्याचा सर्व खर्च भागतो आणि पुढील गुंतवणूक करायलाही थोडे पैसे राहातात. मात्र ऑफिसमधील कामास वेग येण्यासाठी मी कॉम्प्युटर खरेदी केला. मध्यमवर्गीय चैनीच्या वस्तू प्रथम खरेदी करतात. त्यांच्याकडे गुंतवणुकीसाठी काहीही शिल्लक राहात नाही. श्रीमंत गुंतवणुकीतील उत्पन्न भरपूर झाल्यावर चैनीच्या वस्तू घेतात.

बालेवाडीची प्लॉट योजना यशस्वी झाल्यावर त्या गावातील आणखी दोन शेतकरी माझ्याकडे आले. माझी रिअल इस्टेट कंपनी मला रिअल अॅसेट मिळवून देऊ लागली.

आपल्या नावावर किती जमीन ठेवता येते? एफ.एस.आय. म्हणजे काय? ग्रीन बेल्टचा अर्थ काय? टी.डी.आर. कसा मिळवायचा अशी माहिती मी घेत गेलो. बाजारात या सर्व विषयावर पुस्तकं मिळाली. ती खरेदी केली. वाचली. घरातच एक लायब्ररी थाटली. दर महिन्याला नवी पुस्तकं आणत होतो.

उत्पन्न वाढायला लागल्यावर करांचा अभ्यास सुरू केला. इन्कम टॅक्स रिटर्न केव्हा भरायचे, कसे भरायचे, ॲडव्हान्स टॅक्स भरावा लागतो का, जादा भरलेल्या टॅक्सचा रिफंड कसा मिळवायचा, सर्व्हिस टॅक्स, सेल्स टॅक्स, कॉर्पोरेशन टॅक्स, ऑक्ट्राय या साऱ्यांची माहिती मी घेत होतो. मला एकदा धनेश्वरकाका म्हणाले होते–

मध्यमवर्गीय शिक्षणाच्या वाटचालीचा अभ्यास करतात.

श्रीमंत करप्रणालीच्या वाटचालीचा अभ्यास करतात.

श्रीमंतांचा करपद्धतीचा अभ्यास असल्याने ते कायदेशीर मार्गाने कर वाचवितात. त्यांना कर कधीच भरावा लागत नाही. कर कसा वाचवावा यासाठी मार्गदर्शन करण्यास ते कर सल्लागार नेमू शकतात. त्यांच्या तात्पुरत्या सेवा घेऊ शकतात. मध्यमवर्गीयाला मात्र इतर अभ्यासामुळे कराचा अभ्यास करायला सवडच नसते. ते सतत कर भरत राहातात.

समाजवादी मंडळी गरीब आणि श्रीमंत यामधील आर्थिक दरी दूर व्हावी या राजकीय मताचा पाठपुरावा करतात, तशा घोषणा करतात. विधानसभा, लोकसभा येथे, श्रीमंतांवर अधिक कर बसवा. गरिबांना करमुक्त करा असे सांगतात. अधिक उत्पन्नावर अधिक कर असे कायदे करून घेतात. पण या बिचाऱ्या समाजवाद्यांचा करपद्धतीचा अभ्यास कमी पडतो. गेली पन्नास वर्षे भारतात 'समाजवादी साथी गाती एका आवाजात' असे म्हणत गरिबी नष्ट करण्याचा प्रयत्न हे समाजवादी करीत आहेत. मग यश का नाही?

श्रीमंताकडील पैसा काढण्यासाठी जादा कर लावण्यात येत आहेत असे सांगितले जाते. पण श्रीमंत कराच्या अभ्यासामुळे कर वाचवतात. प्लॉट विकला नफा झाला. त्यावर कर आहे. पण श्रीमंत तो भरत नाहीत. ते पैसे ते कॅपिटल गेन टॅक्समध्ये गुंतवितात. कर नाही. व्याज चालूच. पुढे तीन वर्षात दुसरी प्रॉपर्टी घेतात. कर न भरता पुन्हा नवी प्रॉपर्टी. हे मध्यमवर्गीयांना जमत नाही.

सरकारी व्यवसायात खाजगी व्यवसायापेक्षा जास्त लोक लागतात. अनेकांची मने राखण्यासाठी बऱ्याच जणांना नोकरीत घेतलेले असते. सरकारी व्यवसायात खर्चही मोठा असतो. त्या त्या विभागांनी खर्चाची उद्दिष्टे गाठली का हे पाहिले जाते. जास्त खर्च, जास्त चांगले काम झाले असा समज असतो. सरकारी उद्योगही मोठे असतात. त्या उद्योगाच्या प्रमुखांना समाजात मोठा मान असतो. सरकारी तिजोरीत

जमा होणारा कर हा सरकारी नोकरांवर खर्च होतो. या नोकरांनी भरलेल्या करामुळे तो पुन्हा सरकारकडे येतो. नोकर गरीबच राहातो.

सरकारी कामाची कंत्राटे श्रीमंतांनाच मिळतात. सरकारी कामाचा नफा श्रीमंतांनाच होतो. श्रीमंत एक तर कर भरत नाहीत. जे कोणी भरतात तो नफ्याच्या रूपाने पुन्हा श्रीमंताकडेच जातो. गरीब गरीबच राहातो. खाजगी व्यवसाय हे श्रीमंतांच्या ताब्यात असतात. तिथे ते कमी लोकांकडून जास्त काम करून घेतात. कमी खर्चात जास्त उत्पन्न मिळवतात. कंपनी कायद्याचे ज्ञान असल्यामुळे लिमिटेड लाएबिलिटी असलेली कंपनी स्थापन करतात. कंपनी चांगली चालली तर श्रीमंत मालकाचा फायदा होतो. नीट चालली नाही तर बँकांची देणी थकतात. मालकांनी घेतलेल्या शेअरची रक्कम तीच तेवढी त्यांची जबाबदारी असते. पैसे बुडले तर शेअरहोल्डर्सचे.

कंपनी म्हणजे बऱ्याच वेळा एक फाईल असते. सर्व नियम पाळून बनविलेली ती फाईल म्हणजे पुन्हा श्रीमंतांचाच फायदा असतो. पगारदाराचे सुमारे पाच पगार तरी विविध प्रकारचे कर भरण्यात जातात. पैसा कमी पडेल म्हणून तो अधिक काम करतो तर त्याला अधिकच कर भरावा लागतो. करावर अधिभार भरावा लागतो. श्रीमंत मात्र कर सल्लागाराच्या सहाय्याने कर वाचवितात. कर भरावाच लागणार अशी परिस्थिती निर्माण झाली तर ते सत्ताधीशांना कराचे नियम बदलायला लावतात.

माझे वडील जेव्हा मला म्हणत की मोठ्या कंपनीमध्ये नोकरी कर, तेव्हा मला मोठा पगार मिळाला असता. त्यातून मोठा कर कापला गेला असता. हे कराचे पैसे जाणार सरकारकडे. सरकारी कामातून ते जाणार श्रीमंताकडे. राबणार मध्यमवर्गीय. नफा श्रीमंताकडे. मोठ्या कंपनीतले अधिकारी म्हणजे श्रीमंतांसाठी दुभती गायच. हवी तेवढी पिळा. भरपूर दूध मिळवा!

आर्थिक शहाणपण ही मोठी शक्ती आहे. हे शहाणपण म्हणजे व्यवसायातील महत्त्वाचे भांडवल आहे. ते प्राप्त करण्यासाठी आर्थिक हिशोबपत्रकाचं अर्थपूर्ण वाचन करता आलं पाहिजे. ट्रेडिंग अकाऊंट, प्रॉफिट अँड लॉस अकाऊंट, बॅलन्सशीट, कॅश फ्लो व फंड्स फ्लो स्टेटमेंट यांचे अर्थ समजले पाहिजेत. दोन वेगळ्या तारखांचे बॅलन्सशीट पाहिल्यावर व्यवसायात प्रगती आहे का नाही हे तुलनात्मक पाहाता आले पाहिजे. हिशोबाकडे पाहणे हे माणसाच्या डाव्या मेंदूचे काम आहे.

गुंतवणुकीचं ज्ञानही महत्त्वाचं. हे काम उजवा मेंदू करतो. 'नफा मिळवणारी ती गुंतवणूक'. अशी गुंतवणुकीची योग्य व्याख्या होईल. त्यासाठी बाजारपेठेचा पूर्ण अभ्यास हवा. एक वर्तमानपत्र वाचलं तरी किती घटना कळतात! या प्रत्येक घटनेमागे आर्थिक व्यवहार आपल्याला दिसू लागतात. राजकीय बातमीने शेअर बाजारातील भाव कसे बदलतात हे लक्षात येते.

कायद्याच्या अभ्यासानं आपले व्यवहार बिनचूक होण्यास मदत होते. इतरांनी

कंपनीविरुद्ध न्यायालयात जाण्याचा प्रयत्न केला तर कायदेशीर संरक्षण मिळते.

श्रीमंत कर भरत नाहीत. ते पैसे खर्च करतात. मग राहिले तरच कर भरतात. मध्यमवर्गीय प्रथम कर भरतात. मग पैसे राहिले तरच खर्च करतात.

श्रीमंत हे करबुडवे नव्हेत

'श्रीमंत हे कर भरत नाहीत' याचा अर्थ ते कर बुडवितात असे नाही. सेल्स टॅक्स हा बऱ्याच वेळा भरावा लागतो. काही महानगरपालिका जकात कर लावतात. तोही भरावा लागतो. हे कर मालाच्या उत्पादन खर्चातच धरले जातात. हे कर लक्षात घेऊन विक्री किंमत ठरविली जाते. माल विकला गेला की या प्रत्यक्ष कराची वसुली होऊन जाते. हा माल खरेदी करणारे बहुसंख्य नोकरदार असतात म्हणजेच प्रत्यक्षात या श्रीमंतांनी भरलेल्या कराचा बोजा मध्यमवर्गीयांवरच पडलेला असतो. श्रीमंतांनी योग्य तो कर भरलेला असतो आणि यथायोग्य तऱ्हेने मध्यमवर्गीयांकडून, ग्राहकांकडून वसूल केलेला असतो. कराचा भार उपभोक्त्यावर पाडण्याची कला श्रीमंतांना अवगत असते.

दोन्ही कर जोडोनी करांना दोन हात दूर ठेवण्याच्या या कौशल्यामुळे श्रीमंतांचा व्यवसायातील ढोबळ नफा मोठ्या प्रमाणावर वाढतो. मात्र कर लादला जातो तो निव्वळ नफ्यावर. ढोबळ नफ्यातून व्यवस्थापन खर्च, जाहिरात खर्च इ. वजा केल्यावर निव्वळ नफा उरतो. हा नफा किती होणार यापेक्षा किती दाखवायचा हे श्रीमंतांनी नेमलेले कर सल्लागार हुशारीने सांगतात. निव्वळ नफा असा उरतो की त्यावर फारसा कर भरावा लागत नाही.

मग अशी शंका मनात उपस्थित होऊ शकते की व्यवस्थापन खर्च केला काय किंवा कर भरला काय दोन्ही खर्चच ना. वरवर पाहाता उत्तर 'हो' असे द्यावे लागते. परंतु बारकाईने विचार केला तर असे लक्षात येते की कर हा सरकारला द्यावा लागतो. व्यवस्थापन खर्च करणे श्रीमंतांच्या हातात असते. निव्वळ नफ्यावर कर भरल्यावर शिल्लक रकमेतून वैयक्तिक व घरखर्चासाठी रक्कम दिली जाते. श्रीमंत त्यांचा बराचसा खर्च व्यवस्थापन खर्चात दाखवू शकतात. ती त्यांना प्राप्त झालेली संधी आहे.

श्रीमंत उद्योजकाच्या गाडीचा खर्च व्यवस्थापन खर्चात समाविष्ट करता येतो. मुलांना शाळेत सोडायला, पुन्हा घरी आणायला गाडीचा होणारा खर्च, ड्रायव्हरचा पगार, सारे व्यवस्थापन खर्च सहन करू शकते. घरी खाण्यासाठी मिठाई आणली काय वा व्यवसाय वृद्धीसाठी भेट देण्यासाठी म्हणून मिठाई आणली काय ते व्यवस्थापन खर्चात मालक सहजपणे दाखवितो. वर्तमानपत्रे, स्टेशनरी, कापड,

फर्निचर दुरुस्ती, घर दुरुस्ती काहीही असो. ते व्यवस्थापन खर्च नावाचा कल्पवृक्ष त्याच्या कृपेने करून देत असतो. म्हणजेच हे खर्चही भागले. शिवाय निव्वळ नफाही कमी झाला. कर आकारणी करण्यासाठी नफा फारच थोडा राहिला.

हेच नोकरदाराचे बाबतीत पाहिले तर मिळालेली रक्कम आधीच ठराविक अशी असते. त्यातून दरमहा 'टॅक्स डिडक्टेड ॲट सोर्स' या मथळ्याखाली प्राप्तिकर कापला जातो. व्यवसाय कर वेगळाच. कर भरल्यावर राहिलेल्या तुटपुंज्या पैशात त्याला सर्व घरखर्च त्या खर्चावरील अप्रत्यक्ष कराबरोबर करावा लागतो. श्रीमंतांनी श्रीमंत होण्यासाठी केलेल्या परिश्रमाचे त्यांना मिळालेले हे पारितोषिक होय. त्यांच्याकडे जसा पैशाचा ओघ असतो तसाच देणग्या मागणाऱ्यांचाही ओघ असतो. चित्रकार त्यांच्या प्रदर्शनाला प्रायोजकत्व द्या म्हणून भेटतात. संगीतकार, गायक त्यांच्या संगीत महोत्सवाचा खर्च द्या म्हणतात. धार्मिक संस्था मंदिराच्या जीर्णोद्धारासाठी देणगीची अपेक्षा करतात.

श्रीमंत मंडळी देणग्या देतात. त्या बदल्यात त्यांचे नाव संस्थेमध्ये एखाद्या दालनास दिले जाते. या देणग्या देतानाही श्रीमंतांचा नफाच होत असतो. संगीत महोत्सवादि कार्यक्रमास पैसे देताना ते आपल्या पुस्तकात जाहिरात खर्च दाखवितात. त्यामुळे करपात्र रक्कम कमी होते. देणगी स्वरूपात रक्कम देताना ते प्राप्तिकर खात्याकडून ८०-जी कलमाखाली करमुक्त प्रमाणपत्र मिळविले आहे का विचारतात. त्यामुळे देणगी रकमेवर कर बसत नाही. तो खर्च व्यवसायात 'मान्य खर्च' म्हणून राहातो.

श्रीमंत कर भरत नाहीत तो असा. हा सांगितला हा ट्रेलर आहे. कर नियोजनाचं शास्त्र विशाल आहे.

यावरून श्रीमंत वाईट असा समज होता कामा नये. त्यांच्यामुळे या देणग्या मिळून काही चांगली मंदिरे तरी उभी राहिली. कानपूरचं जे.के. मंदिर, दिल्लीचं बिर्ला मंदिर, काही दिवसांपूर्वी कलकत्त्याच्या मोदी ग्रुपनं श्रीलंकेत अशोकवनाजवळ राम हनुमान मंदिर बांधलं. त्यापूर्वी तिथं नुसती पत्र्याची शेड होती. आता त्या मंदिरात रामायणातील प्रमुख घटना चित्ररूपाने दाखविल्या आहेत. क्रिकेटसारखे मोठे सामने भरतात ते श्रीमंतांनी दूरदर्शनवर दिलेल्या जाहिरातींच्या पाठबळामुळे. कित्येक इस्पितळे ही श्रीमंतांच्या देणग्यातून उभी राहिली. बागा निर्माण झाल्या. शहरातील, चौकामधील सुशोभिकरण त्यांचे नाव देऊन झाले. नैसर्गिक आपत्तीच्या वेळी, मग तो भूकंप असो, महापूर असो श्रीमंत मोठ्या प्रमाणावर देणग्या देतात.

सर्वार्थानंच श्रीमंती हे श्रीमंत लक्षण आहे. ते प्राप्त केलेलं चांगलं.

शोधा म्हणजे सापडेल!

आपल्या प्रत्येकामध्ये प्रचंड शक्ती आहे. पण 'मला जमेल का' या शंकेने आपले पाऊल थबकते. पुढे पडत नाही. आपल्यामध्ये कमतरता आहे ती आत्मविश्वासाची. कॉलेजमधील पदवीशिवाय काही गोष्टींची आवश्यकता असते. त्या गोष्टी बाह्य जगाला सामोरं जाण्यास उपयोगी पडतात. एखादी गोष्ट करून दाखविण्याची हिंमत हवी. धाडस, हुशारी, शूरपणा, धूर्तपणा हे गुण हवेत. प्रत्येकामध्ये हे गुण थोड्याफार प्रमाणात असतात. त्याचा जाणिवपूर्वक वापर करायला हवा. भीती ही माणसाला अधोगतीस नेते. स्वत:च्या कर्तृत्त्वाबद्दल किंचितही शंका असता कामा नये. या जगात हुशारीपेक्षाही धाडसाला महत्त्व आहे. आर्थिक प्रगतीसाठी ज्ञानाबरोबर धाडस हवे. तीनशे वर्षापूर्वी खरी संपत्ती कोणती तर जमीन हे उत्तर द्यावे लागत होते. नंतर उत्पादन करणारा कारखाना हीच खरी संपत्ती असे मानले जाऊ लागले. सध्या ही जागा माहिती तंत्रज्ञानाने घेतली आहे. ज्याच्याजवळ अधिक सविस्तर माहिती आहे, ती अचूक आहे आणि ती वेळेवर उपलब्ध असते तो धनाढ्य होऊ शकतो. ही माहिती खरी संपत्ती आहे. आता इंटरनेट, व्ही सॅट अशा सेवा उपलब्ध आहेत. माहिती प्रकाशाच्या वेगाने जगभर पसरते. पूर्वी समजत असलेल्या संपत्तीला म्हणजेच जमिनीला वा कारखान्यास चतु:सीमा असतात. 'माहिती' या संपत्तीस

सीमा नाही. जो सर्व ठिकाणाहून, सर्व मार्गाने, सर्व प्रकारची माहिती गोळा करेल तो यशस्वी होईल. जुन्या, मळलेल्या मार्गाने जाईल त्याला कमी यश मिळेल.

When our goals are determined and wings are strong,
We can surely fly high and reach the sky.

प्रचंड इच्छाशक्तीला निर्मितीची म्हणजेच क्रिएटीव्हीटीची जोड हवी. श्रीमंत नव्या कल्पना शोधून काढतात. नव्या योजना आखतात. त्या अंगिकारताना कितपत धोका आहे याचे मोजमाप करतात. भान ठेवून योजना आखतात. बेभान होऊन ती पूर्ण करतात. काहींच्याकडे पैसे असतात पण त्यांना योग्य संधीच प्राप्त होत नाही. काहींच्याकडे संधी असते पण त्यासाठी आवश्यक भांडवल नसते. पुरेसा पैसा नसतो. काही लोक असे असतात की त्यांच्याकडे भरपूर पैसे असतात, जवळपास संधीही असतात पण त्यांना त्या दिसतच नाहीत. बाकीच्यांनी त्या संधी घेतल्या की मग यांना त्या दिसतात. 'आमचं नशीबच फुटकं', 'आम्हालाच तेवढं ते मिळत नाही!' अशी वाक्यं त्यांच्या मुखातून येऊ लागतात. इंग्रजीत एक वाक्य आहे,

Opportunities are never lost. They are taken by others!

संधी येईल म्हणून वाट पाहणे चुकीचे. 'असेल माझा हरि तर देईल खाटल्यावरी' या वृत्तीने बसून राहिल्याने दारिद्र्याशिवाय काय प्राप्त होणार? 'प्रयत्नांती परमेश्वर' म्हणून संधी शोधली पाहिजे. सर्व काही ठाकठीक झाल्यावर संधी पाहू म्हणणेही अयोग्य होय. वाहन बाहेर काढून आपण रस्त्यावर आलो की एखादा तरी रेड सिग्नल लागणारच. तिथे वाहन उभे करून थांबावे लागणारच. पण एकूण लागणारे सहाही सिग्नल पडून जाऊ दे मगच बाहेर पडू असे म्हणून कसे चालेल? रेड सिग्नल आहेत म्हणून निराशा व्यक्त करीत बसण्यापेक्षा ग्रीन सिग्नलही आहेत याचा आनंद मानला पाहिजे.

जगात सर्वात शक्तिमान संपत्ती आहे ती आपले मन. त्याला शिक्षण हवे. धनेश्वरकाकांनी देऊ केलेली वीस हजार रुपये महिन्याची नोकरी नको म्हणणारे माझे मनच होते आणि चार प्लॉट नफ्यात प्राप्त करून देणारेही माझेच मन होते. या मनाला कार्यरत ठेवण्यासाठी प्रेरणा देण्यासाठी मी वेगवेगळे शिक्षणक्रम पूर्ण करीत होतो.

मी आता इन्व्हेस्टमेंट फॅसिलीटेटर झालो होतो. शेअर्सचे खरेदी-विक्री व्यवहार करण्याचा परवाना मला मिळाला होता. आमच्या घराला लागूनच शेजारची दोन रूमची जागा मी भाड्याने घेतली. दोन रूम विकत घेण्याइतका माझ्याकडे पैसा होता. बॅंकाही कर्ज द्यायला तयार झाल्या असत्या. पण दोन रूमला आठ लाख रुपये किंमत मोजावी लागली असती. गुंतवणुकीवर सरासरी दहा टक्के उत्पन्न धरलं तर

वर्षाला ऐंशी हजार रुपये गेले असते. मला दरमहा तीन हजार रुपयात भाड्याने ती जागा मिळाली. म्हणजे ऐंशी हजाराऐवजी छत्तीस हजारात काम झाले.

आपला प्रत्येक रुपया पुढील रुपया कमविण्याच्या कामात रात्रंदिवस हवा. आवश्यक ते कॉम्प्युटर्स घेतले. टेरेसवर सॅटेलाईट डिस्क बसविली. उद्घाटनाला धनेश्वरकाकांना बोलावलं. दारात मांडव टाकून 'गुंतवणूक कशी करावी' या विषयावर उद्घाटन समारंभाला जोडून त्यांचं व्याख्यान ठेवलं. गावातील शेअर ब्रोकर्स, गुंतवणूकदार मोठ्या संख्येने आले होते. माझ्या नव्या व्यवसायाचा प्रचार प्रभावीपणे झाला होता.

धनेश्वरकाकांनी सर्व सन्माननीय उपस्थितांपुढे माझी वाटचाल सांगितली. मुलांच्या शिबिरात शिक्षक, महाविद्यालयातील हार्मनी शॉपचा केलेला कायापालट, ट्रेकर्स अँड ट्रॅव्हल्स कंपनीची प्रगती, प्रॉपर्टी खरेदी-विक्री आणि आता धनलक्ष्मी इन्व्हेस्टमेंट. त्यांनी हेही सांगितले की "बी.कॉम. झाल्यावर आमच्या कंपनीमध्ये मनोहरला महिना वीस हजार रुपयाची नोकरी देऊ केली होती. ती त्याने विनम्रपणे नाकारली. नोकरी न करता व्यवसाय करून श्रीमंत व्हावं ही माझी शिकवणूक त्यानी प्रत्यक्षात आणली. मला कर्तबगार चांगला माणूस मिळाला नाही. पण देशाला यशस्वी उद्योजक मिळाला. आयुष्यातल्या संधी मनोहरने स्वतः शोधल्या. मोठ्या संधी असतात त्या डोळ्यांना दिसत नसतात. त्या मनाला भासत असतात. त्याचं मन उंच भराऱ्या घेणारं आहे. त्यामुळे त्याला दिसणारे क्षितिज मोठेच असणार आहे.

त्याला मी पैसे कमवून दाखव म्हटल्यावर त्याने प्रथम 'हो' म्हटले. 'मला दहावीत हे कसे जमेल' असे तो कदापिही म्हणाला नाही. त्याने नववीपर्यंतच्या मुलांच्या शिकवण्या मिळविण्याचा प्रयत्न केला. त्याला यश आलं नाही. पण त्यानं प्रयत्न केला हे महत्त्वाचं. पराभव हा यशाकडे जाणाऱ्या मार्गातील एक मैलाचा दगड आहे. जे पराभवाची भीती बाळगतात ते कदापिही यशस्वी होऊ शकत नाहीत.

एका सोन्याच्या खाणीच्या धनाढ्य मालकाची मुलाखत मी परवा टी.व्ही. वर पाहिली. मुलाखतकर्त्याने त्यांना प्रश्न विचारला, 'इथं सोनं आहे हे तुम्हाला कसं कळलं?' त्यावर त्या उद्योजकानं फार छान उत्तर दिलं. तो म्हणाला, 'सोनं सगळीकडेच असतं. फक्त काही जणांनाच ते दिसतं.' प्रत्येक संधी ही सोन्यासारखी असते. गुंतवणूक कमी-जास्त होते. मार्केटही कमी-जास्त होते. आर्थिक जगतात तेजी-मंदी येते पण जग सतत आयुष्यभर पुरेल अशी संधी देते. ती घेणारे मोठे होतील. मनोहरला शुभेच्छा!"

ऑन लाईन ट्रेडिंगची मी सोय उपलब्ध करून दिली होती. कार्यक्रमानंतरच्या चहापानाच्या वेळी अनेकांनी या संधीचा लाभ घेण्याचे आश्वासन दिले. कॉलेजचे प्राचार्य आवर्जून उपस्थित होते. ते म्हणाले, "आम्ही शिकवित असलेल्या ज्ञानापेक्षा

तू कमवित होतास तो अनुभवच श्रेष्ठ होता हे मी कबूल करतो.'' आईबाबांचा आनंद तर गगनात मावेनासा झाला होता. मला बी.कॉम.ला फक्त पन्नास टक्केच गुण मिळाले हे कोणाच्याही ध्यानीमनी नव्हतं.

या सेवेमध्ये ट्रेडिंग करणाऱ्यांना नफा किंवा तोटा होत होता. मला उलाढालींवर कमिशन मिळत होतं. व्यवहार करणाऱ्याला शेअरच्या किंमती पाहून नफा किंवा तोटा व्हायचा. पण माझं कमिशन पक्कं होतं. स्क्रीनवर पाहून रेट जाणून घेतले जायचे. खरेदी किंवा विक्रीचा निर्णय नोंदविला जायचा. या कामात आपल्याला मार्केटची पूर्ण माहिती हवीच अशी गरज नव्हती. व्यवहार करणारा मात्र पूर्ण माहिती मिळवायचा. मला व्यवहारात जोखीम कमी आहे हे लक्षात घेऊन मी तिथे एक कॉम्प्युटर ऑपरेटरची नेमणूक केली. नव्या संधी शोधायला आपलं मन मोकळं हवं ना!

कॉम्प्युटर खरेदीच्या वेळी मी दोन शोरूमना भेटी देऊन तिथून कोटेशन्स आणली होती. आमच्या ट्रेकर्स अँड ट्रॅव्हलकडे आलेल्या एका ट्रेकरचा कॉम्प्युटरचे पार्ट जुळवून कॉम्प्युटर तयार करून द्यायचा व्यवसाय होता. त्याने ज्यांना कॉम्प्युटर्स पुरविले होते त्यांच्याकडे मी त्याच्या कामाबद्दल स्वतंत्रपणे चौकशी केली. ते कॉम्प्युटर्स स्वस्तात पडले होते व कामात मस्त होते. मी त्याच्याकडूनच ते तयार करवून घेतले. त्याला हवे असलेले सर्व सुटे भाग आणण्यास मी पैसे दिले. शिवाय सर्व्हिस चार्जेस दिले. व्यवसाय करताना खर्च किमान कसा राहील हे पाहिलेच पाहिजे.

आता मला शेअर्समधील जोखीम परिचयाची झाली होती. भांडवलाचा पाया भक्कम झाला होता. कोणाचेही कर्ज नव्हते. तेव्हा ठराविक रक्कम मी स्वत: ट्रेडिंग करण्यासाठी राखून ठेवली. कोणत्याही नफा मिळविण्याच्या व्यवहारात जोखीम ही असतेच. तेव्हा ती जोखीम टाळण्याऐवजी तिला हाताळता आले पाहिजे. कंपन्यांचे आर्थिक परिणाम, त्यांच्या भावी योजना, बाजारातील कानोसा हे पाहून मीही ट्रेडिंग करण्यास सुरुवात केली. कधी चांगला फायदा होई तर कधी तोटा होई. धनेश्वरकाका सांगत की आर्थिक व्यवहाराकडे एक खेळ म्हणून पाहायचे. यात हार व जीत यातील काही तरी व्हायचे. हार झाली म्हणून नैराश्य येऊ द्यायचे नाही. यश मिळाले म्हणून हुरळून जायचे नाही. हार ही विजयाच्या मार्गाकडे नेते, कारण प्रत्येक पराभव आपल्याला महत्त्वाचे ज्ञान देऊन जातो. विजयातील नफा हा पुन्हा कधी येणाऱ्या पराभवातील नुकसान भरून काढणारा राखीव निधी असतो.

शेअर्स व्यवहार म्हणजे जुगार नव्हे. आपण दैवावर विसंबून राहाता कामा नये. व्यवहार अभ्यास करून समजून करायचा. ज्या कंपन्यांचे रूपांतर प्रायव्हेट लिमिटेड मधून पब्लिक लिमिटेडमध्ये होणार त्या कंपन्यांचे व्यवहार मोठ्या प्रमाणावर होतात.

प्रायव्हेट लिमिटेडला असलेली कमाल पन्नास शेअर होल्डरची मर्यादा जाऊन पब्लिक लिमिटेड कंपनीचे शेअर्स बाजारात विक्रीसाठी उपलब्ध होणार. अशा शेअरमध्ये मी गुंतवणूक सुरू केली. मी कोणत्याही शेअरवर मानसिकदृष्ट्या प्रेम करीत नसे. हा शेअर कधी विकायचा नाही. हा कायम आपल्याकडे हवा असं कधीही मानायचो नाही. चांगला भाव येतोय ना, मग टाक विकून. असं माझं धोरण होतं. शेअरमध्ये जोखीम ही असतेच. एकाची जोखीम वाढते तेव्हा दुसऱ्याची कमी होत असते. आपली जोखीम कमी करण्याचा उपाय म्हणजे शेअरपेक्षाही शेअरच्या अभ्यासातलं आपलं शेअरिंग वाढलं पाहिजे. ज्ञान प्राप्तीतील गुंतवणूक वृद्धिंगत व्हायला हवी. Knowledge is power.

■

मार्केटिंगची किमया

एक दिवस सकाळी वृत्तपत्र वाचताना जाहिरात वाचली. एक बंगला बँकेने ताब्यात घेतला असून तो लिलावात विकायचा आहे. बंगल्याचा प्लॉट, त्यावरील बांधकाम, त्याच्या आजूबाजूचा परिसर, बांधकाम करून किती दिवस झाले. ताबा केव्हा मिळणार ही सारी माहिती मी गोळा केली. त्या बंगल्याच्या आजूबाजूस पायी फिरलो. पोस्टमनकडे त्या बंगल्याविषयी चौकशी केली. आजूबाजूच्या दुकानदारांशी गप्पांच्या ओघात माहिती घेतली. वास्तूशास्त्राप्रमाणे बांधकामात काही उणिवा आहेत का पाहिल्या. बंगल्याची योग्य अशी पस्तीस लाख किंमत होत होती.

बँकेकडे मी रितसर अर्ज केला. त्यांनी प्रत्यक्ष बंगला पाहण्याची तारीख दिली. बंगला सुरेख होता. किमान तीस लाखापर्यंत तो घ्यायचा असं मी मनात ठरवलं. जवळ तर एवढे पैसे नव्हते. लिलावात भाग घेण्यासाठी बँकेत अर्ज करण्याची मुदत संपून गेली होती. हा बंगला कोणाला घ्यायला आवडेल याचा अंदाज बांधून मी एका उद्योगपतीस भेटलो. त्यांना मी व्यवहार झाल्यास आपणास पस्तीस लाखास देतो सांगितले. त्यांना बंगला दाखविला. त्यांना पसंत पडला. त्यांचेकडून ॲडव्हान्स म्हणून पाच लाख मागितले. त्या बदल्यात माझ्या पाच लाखांच्या बँक ठेवीच्या पावत्या त्यांच्याकडे तारण म्हणून ठेवल्या. माझ्या पावत्यांवरचे मला मिळणारे व्याज

चालूच होते. त्यांना मात्र पाच लाखावर आत्ता तरी काही मिळत नव्हते.

बँकेत जाऊन मी लिलावात भाग घेण्यासाठी परवानगी मागितली. त्यांनी मुदत संपल्याचे सांगितले. मी त्यांना पाच लाख रुपये बरोबर आणले आहेत म्हटल्यावर त्यांनी पुन्हा विचार केला. एकूण आलेल्या अर्जामध्ये रोख डिपॉझिट भरणारे कमी होते. मॅनेजरच्या विशेष अधिकारात त्यांनी माझा अर्ज स्वीकारला. रोख रकमेचे हे सामर्थ्य असते.

लिलावाच्या दिवशी दहा लाखापासून बोली सुरू झाली. पाच लाख डिपॉझिट भरलेल्या व्यक्तींनाच बोलीमध्ये भाग देण्यात आला. बारा अर्जपैकी आम्ही चौघेच राहिलो. बोली वाढत होती. मला तो बंगला बावीस लाखात मिळाला. बँकेकडून मी तीन महिन्यांची पैसे भरण्यासाठी मुदत मागून घेतली. तीही मान्य करण्यात आली. ठरल्याप्रमाणे पस्तीस लाखाला बंगला विकला. खरेदीदाराकडून आधीच पाच लाख घेतले होते. आता तीस लाख घेतले. बँकेत राहिलेले सतरा लाख भरले.

तेरा लाखाचा मला नफा मिळाला. त्यातून रजिस्ट्रेशन, स्टॅम्प फी, डॉक्युमेंटेशन यासाठी एक लाख खर्च केले. तरीही बारा लाख रुपये मिळाले. माझ्या संपत्ती रकान्यात ते जमा झाले होते. पुढचे रुपये रात्रंदिवस ते कमवायला लागले होते. हा झालेला नफा वाचवायचं व्यवस्थित टॅक्स प्लॅनिंग केलं होतं.

जसजशी माझ्या संपत्ती रकान्यात भर पडत होती तशी माझी जोखीम स्वीकारण्याची तयारी वाढत होती.

एक दिवस उद्योगजगत मासिकाच्या संपादकांचा फोन आला. त्यांना माझी यशस्वी उद्योजक म्हणून मुलाखत घ्यायची होती. मी त्यांना होकार दिला. त्यांनी त्यांच्या एका प्रतिनिधीला पाठविले. त्यांनी माझी मुलाखत घेतली. चहा घेता घेता तो म्हणाला,

"मी चांगला साहित्यिक आहे. कथा लिहितो. वैचारिक लेखही लिहितो. एक उत्कृष्ट असं पुस्तकही लिहिलं पण फारसं खपलं नाही. तुम्ही इतके व्यवसाय यशस्वीपणे करीत आहात तेव्हा तुम्हाला सहज म्हणून विचारतो की मी काय करायला हवं!"

"तुमच्या पुस्तकाचं नाव काय?"

"अर्थशास्त्र मीमांसा."

"त्यात तुम्ही काय विषय घेतलाय?"

"बचत कशी करावी. पैसे कसे वाढवावे..."

"पुस्तकाला 'श्रीमंतीचा मार्ग' असं नाव द्या. पाहा पुस्तक खपतंय की नाही. शिवाय त्या पुस्तकावर पेपरमध्ये परीक्षण छापून आणा. वाचकांच्या पत्रव्यवहारात एखाद्या वादग्रस्त मुद्द्यावर पत्र छापून आणा. मग वेळ असलेले वाचक त्याला

उत्तरे-प्रतिउत्तरे देतील. एकदा एका कादंबरीकारानं काय केलं माहिती आहे. पेपरमध्ये वधू पाहिजे अशी जाहिरात दिली. वधूबद्दलच्या अपेक्षा लिहिताना म्हटलं की 'ललना' या कादंबरीमधील 'स्मिता' या नायिकेसारखी हवी. ललना कादंबरी खपू लागली! यातला विनोदाचा भाग सोडा; पण मुख्य मुद्दा आहे लेखक असो किंवा कलाकार, डॉक्टर, वकील, शिक्षक या साऱ्यांना मार्केटिंगची कला अवगत हवी. जो विकू शकतो तोच या जगात टिकू शकतो. तुम्ही उत्कृष्ट लेखक आहात. विक्रेते व्हा.''

''त्यासाठी मी काय करायला हवं?''

''तुम्ही जनसंपर्क, जाहिरात कला असे छोटे कोर्स पूर्ण करा.''

''आता शिकायचं?''

''हो शिकायला वयाची अडचण असता कामा नये. फक्त उपयोगी तेच शिकायचं म्हणजे झालं! शिवाय हल्ली प्रत्येक विषयावर चांगली पुस्तकं असतात. कॅसेट, सीडी असतात. त्याचा वापर करा. निश्चित यश मिळेल!''

''आणखी एका विषयाबद्दल तुमचं मत हवंय.'' प्रतिनिधीने प्रस्तावना केली.

''विचारा.''

''सध्या काही प्रॉडक्ट चेन मार्केटिंग म्हणजेच साखळी पद्धतीने विकले जात आहेत. त्याबाबत आपल्याला काही अनुभव आलेत का? काही लॉटरी प्रकारही आहेत ते कसे वाटतात?''

''टी.व्ही.वर झटपट श्रीमंत व्हायला 'खेलो-जोड खेलो' अशा लॉटरीच्या जाहिराती झळकतात. रिक्षावाला एका दिवसात करोडपती झाला! बेफाम रिक्षा चालवून तो रोडपती झाला. आता करोडपती झाला! असली दैवावर अवलंबून राहाणारी श्रीमंती मला मान्य नाही. दैववादावर अवलंबून असणाऱ्या योजना दीर्घकाळ चालत नाहीत.

'जपान गादी'सारख्या काही मल्टीसेल योजना गाजतात. जपान गादीचे फायदे सांगण्यासाठी एका आलिशान हॉटेलमध्ये शो अरेंज करायचे. घरी माहिती सांगा, पत्रक घ्या अशी विनंती केली तरी ऐकायचे नाहीत. त्या गादीची महती तिथेच येऊन ऐका असा आग्रह धरायचे.

हॉटेलमध्ये लोक गेल्यावर गादीचे शारीरिक फायदे सांगायचे. ते फायदे इतके असायचे की जपान गादीवर झोपल्यावर भारतीय माणूस कधीच आजारी पडणार नाही. त्या गादीतला लोहचुंबक गादीवर झोपलेल्या व्यक्तीचे रक्ताभिसरण वाढविणार. ते इथपर्यंत वाढेल की ब्लडप्रेशरचा त्रासही होणार नाही. सर्व सांधे कार्यरत राहातील. श्वसनक्रिया सुधारेल. टाळूतील रक्ताभिसरण वाढल्याने केसांचे गळणे थांबेल. पचनक्रिया सुधारेल. प्रसन्न वाटेल. असे नानाविध गुण ऐकल्यावर कोणालाही

वाटेल 'अरे ही गादी घ्यावीच'.

इतिहासातील पेशव्यांची गादी, भोसल्यांची गादी या शब्दांमागील वैभव माहिती होते. पण 'जपानी गादी'चे गुण आताच ऐकले होते. शरीर सुदृढ होण्यासाठी आवश्यक त्या सर्व गोष्टी या गादीतून मिळणार होत्या. या गादीचे नुसते गुण ऐकवून ते थांबले नाहीत तर या गादीमुळे लाभ झालेल्या एकेका ग्राहकाचे अनुभव स्क्रीनवर दाखविण्यात आले. ते ऐकल्यावर आपण शतायुषी व्हायचे असेल किंवा चिरंजीव म्हणजे कायम जगणारे व्हायचे असेल तर ही गादी घेण्याला पर्याय नाही असेच विचार डोक्यात येऊ लागतात. यासाठीच ते त्या हॉटेलमध्ये येऊन ऐकण्याचा आग्रह धरतात.

गादी घेण्याचा निश्चय मन करू लागते पण कोणत्याही निर्णयाला वस्तूच्या उपयुक्ततेबरोबरच त्याची किंमत काय आहे हेही पाहावे लागते. गादीची किंमत काय याचा मनात अंदाज बांधू लागलो तर हजार रुपये असेल असं वाटू लागलं. अगदी लोहचुंबक गादीत लावले असेल तर दोन हजार रुपयाला असेल पण किंमत सांगितली पंच्याऐंशी हजार रुपये! एवढे पैसे गादीला घालविल्यावर त्या गादीवर झोप तरी येईल का? त्या गादीवर झोपून, 'मन करा रे प्रसन्न, सर्व सिद्धीचे कारण' हा अभंग जरी म्हटला तरी मन भंगलेल्या अवस्थेत पंच्याऐंशी हजार रुपयाच्या मुद्दलाच्या आणि त्यावरील रोजच्या व्याजाचा हिशोब करीत राहील. त्यापेक्षा पद्मा गादी कारखान्यातील गादी उत्तम!

एकदा कोल्हापूरच्या दैनिक पुढारीच्या संपादकांना फोन आला.

आमच्या गादीची जाहिरात तुमच्या पुढारीत छापून आलीय. दिवसभर आमच्याकडे चौकशीचे फोन येताहेत.

त्यावर संपादक महाशय म्हणाले, 'व्वा! उत्तम! आमचा पेपर लोकप्रिय आहे. त्याचे भरपूर वाचक आहेत. पाहा आमच्या पेपरला जाहिरात दिल्यामुळे तुमचा फायदा झाला का नाही?'

'नाही हो! फायद्याचे मग बघू. तुम्ही ती छापलेली जाहिरात पुन्हा एकदा वाचा. त्यात तुम्ही छापलंय– 'येथे मऊ, लुसलुशीत, उबदार माद्या मिळतील! त्यामुळे सारखे फोन येताहेत!' ही गादीच्या जाहिरातीत झालेली गंमत आहे.

पण जापनीज गादीची गंमत पुढेच आहे. गादीचे प्रात्यक्षिक दाखविणारा इन्स्ट्रक्टर टायच्या नॉटला हात लावीत म्हणाला,

'पंच्याऐंशी हजार रुपये किंमत ऐकून घाबरून जाऊ नका. तुम्ही फक्त हे पैसे एकदा भरायचे. ते भरायला पैसे नसतील तर घर तारणावर येथेच कर्ज मिळवून द्यायची व्यवस्था केलीय!'

घरावर कर्ज काढून त्याचे व्याज भरत गादीवर झोप कशी लागणार?

तो पुढे सफाईदार इंग्रजीमध्ये पटवून देऊ लागला–

'तुम्ही गादी विकत घेतल्यावर तुमच्या माहितीतील खरेदीदार मिळवायचे. तुम्ही फक्त त्यांना प्राथमिक माहिती देऊन येथे घेऊन यायचे. प्रत्येक विकल्या गेलेल्या गादीचे तुम्हाला पाच हजार कमिशन मिळेल. तुम्ही आणलेल्या ग्राहकाकडून पुन्हा नवे ग्राहक मिळविले जातील. पुढच्या ग्राहकाला गादी विकल्यावर मिळणाऱ्या कमिशनपैकी पुन्हा निम्मे कमिशन तुम्हाला मिळेल. अल्पावधीतच तुमच्या गादीसाठी भरलेले पंच्याऐंशी हजार तुम्हाला कमिशनद्वारा परत मिळतील. त्यानंतर येणाऱ्या कमिशनमधून तुम्हाला हजारो नंतर लाखो रुपये नफा होईल. एक व्यापारी तर कोट्यधीश झाला!'

या चेन पद्धतीच्या विक्रीवरचा माझा विश्वास उडायला तसंच एक कारण घडलं होतं. आमच्या शेजारच्या जाधवांनी माझ्या मित्राला स्टीलच्या भांड्यांच्या विक्रीची एजन्सी घ्यायला लावली होती. त्यामध्ये अशीच चेन पद्धतीने विक्री होती. भांड्यांचा सेट कमी किमतीत मिळणार या आशेने कुपन विकत घेणाऱ्यांची संख्या वाढत होती. पोस्टाने भांड्यांची पार्सले घरी यायला लागली. पोस्टकार्डे घेऊन येणारा पोस्टमन सारखी पार्सले घरी घेऊन येऊ लागला. त्यालाही खूष ठेवायला कधी चहा तर कधी सरबत नाहीतर पोस्ट म्हणून रुपया दिला जात होता. घरी खूप भांडी येताहेत पाहिल्यावर ती नातेवाईकांना भेट म्हणून दिली जात होती. घरबसल्या ही चांगली कमाई चालली म्हणून सारे कौतुक करीत होते.

पुढे पुढे त्या मद्रासच्या कंपनीकडून भांडी येणे बंद झाले. पण पुढील कुपन घेतलेल्या लोकांच्या मित्राच्या घरी चकरा सुरू झाल्या. आम्ही भरलेल्या पैशाच्या बदल्यात काहीच भांडी न आल्याच्या तक्रारी वाढू लागल्या. आपली फसवणूक झाली या भावनेने काही जणांनी पोलिसात फौजदारी तक्रार करण्याची धमकी दिली. मग मात्र मित्राच्या घरातल्या मंडळींचे धाबे दणाणले. कोठून या साखळी विक्री पद्धतीच्या साखळीत अडकलो असे वाटायला लागले. या साखळी पद्धतीच्या मोहाने पोलिसांच्या साखळदंडात अडकायची भीती वाटू लागली. सरतेशेवटी कर्त्या माणसांनी पुढाकार घेऊन लोकांचे पैसे भरले. आतापर्यंत मिळालेल्या भांड्यांपेक्षा दुपटीने पैसे भरून संतप्त लोकांना तात्पुरते का होईना संतुष्ट केले. पोलिसात तक्रार करण्यापासून परावृत्त केले.

असला झटपट श्रीमंतीचा मार्ग मला पसंत नाही.''

प्रवृत्त माणसं
ही खरी संपत्ती

हल्लीचं युग स्पेशलायझेशनचे आहे. एका विषयातील पूर्ण ज्ञान हवे. डोळ्याचे डॉक्टर वेगळे, कानाचे वेगळे, हृदयाचे वेगळे. परंतु ज्याला श्रीमंत व्हायचंय त्याला हे स्पेशलायझेशन उपयोगी नाही. त्याला सर्व विषयातील थोडी थोडी तरी माहिती हवी. त्याचे विशेषज्ञान बेताचे असले तरी सामान्यज्ञान अगदी पक्के हवे. विशेष ज्ञान येणारी माणसे तो आपल्याकडे नोकरीसाठी ठेवू शकतो किंवा त्यांच्या सेवा विकत घेऊ शकतो. प्रॉपर्टी टॅक्ससाठी कर सल्लागार कोण आहे हे त्यास माहीत असले म्हणजे झाले. पण प्रॉपर्टी टॅक्स म्हणजे काय एवढे सामान्यज्ञानही हवे. ते नसेल तर त्या कर सल्लागाराशी तो बोलणार तरी काय?

व्यवसायाचे यश वाढत जाते. तसे कामाचा व्याप वाढत जातो. हा व्याप मालक एकटा सांभाळू शकत नाही. त्यासाठी माणसं नोकरीत ठेवली जातात. ही माणसं त्यांना बोलणी खायला लागू नये या मर्यादेपर्यंत कामं करतात. ते काम सोडून जाऊ नयेत इतका पगार मालक देतो. या पगारातून ते देणी भागवितात. पुन्हा पुढील पगार मिळणार म्हणून देणी निर्माण करतात. आयुष्यभर उधारीवर खरेदी करायची सवय लागते. नोकरी म्हणजे त्यांचे सर्वस्व असते. ती टिकविण्यासाठी ते अधिक कष्ट करतात.

एकदा एका विभाग प्रमुखावर कंपनीमध्ये अन्याय

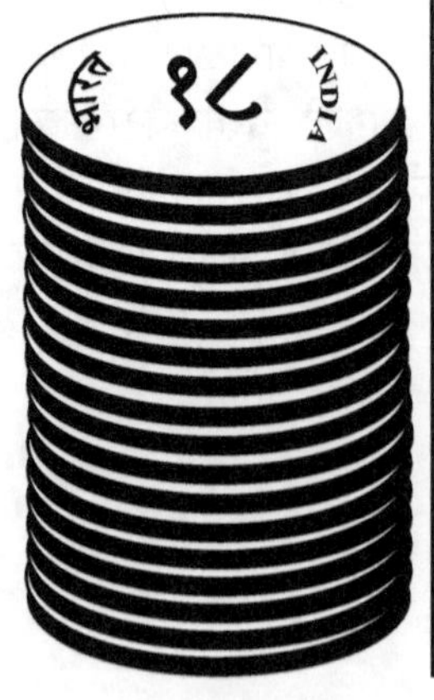

झाला होता. तो त्याच्या सर्व सहकाऱ्यांना म्हणाला, ''या अशा उन्मत्त व्यवस्थापकांच्या हाताखाली एक क्षणही थांबण्याची माझी इच्छा नाही. मी ही नोकरी सोडून चाललो. माझ्या बरोबर कोणकोण येणार?'' या प्रश्नावर काही काळ पूर्ण शांतता पसरली. नंतर एकजण म्हणाला, 'मी तुमच्याबरोबर आलो असतो पण या महिन्यात माझी बढती होणार आहे.' नोकरी कोणी सोडायला तयार नसते.

श्रीमंत आणि हुशार मालक वैयक्तिक स्वत:वर जबाबदारी न घेता कंपनी स्थापन करतो. निर्णय काहीही असला तरी बोर्ड ऑफ डायरेक्टर जबाबदार. पण बोर्डावर वर्चस्व त्याचंच असतं. नोकरदारांना आपल्या काबूत ठेवायचं असलं की एक बातमी सोडून घ्यायची, कंपनीमध्ये रिऑर्गनायझेशन होणार. हे लवकर होऊ नये म्हणून त्यासाठी एक समिती नेमायची. कंपनीची बऱ्याच काळाची पुनर्बांधणी झाली की आता बढतीची प्रक्रिया सुरू करायची. आधी जागा किती, मग बढतीसाठी अटी कोणत्या हे विषय चालू ठेवायचे. त्यानंतर काही दिवसांनी लेखी परीक्षा मग मुलाखती. हे होताच त्याचे निकाल व त्यानंतर कोणाला कोठे नेमायचे. या साऱ्यामुळे कर्मचारी, अधिकारी यातून आपल्याला काही मिळणार म्हणून काम करीत राहातातच. हे सारे विषय संपले तर बदल्यांचा विषय काढता येतो.

संघटना मोठी होते तेव्हा हे असे प्रकार सुरू होतात. पण खरा मालक असतो तो कर्मचाऱ्यांना कामासाठी प्रवृत्त करतो. तो त्यांना माणूस म्हणून ओळखत असतो. तो कधीच त्यांना 'श्रमाचं यंत्र' समजत नाही. Motivatied Employees are asset of the Company. आपल्या ताळेबंदात ज्या संपत्ती दाखवितात त्यात कामगारांची त्यागी वृत्ती दाखविली जात नाही. परंतु ही ताळेबंदाबाहेरची खरी संपत्ती होय.

कंपनी चालते ती चार घटकांमुळे जागा, मनुष्यबळ, भांडवल व संघटन कौशल्य. यातील संघटनकौशल्य हे ज्याच्याकडे चांगले तोच श्रीमंत होतो. एकदा एका महिला मंडळात व्याख्यात्याने प्रश्न केला की मॅकडोनाल्ड कंपनीपेक्षा चांगला पिझ्झा कोणाला तयार करता येतो. तर साऱ्यांनीच हात वर केला. मग प्रश्न असा निर्माण होतो की मग ती कंपनी सर्वांपिक्षा जास्त नफा कसा कमविते. त्यांच्याकडे व्यवसायाचे सर्व घटक एकत्र आणण्याचे कौशल्य आहे. मुख्य म्हणजे त्यांना विक्रयकला अवगत आहे. त्यांनी पदार्थाची ठेवलेली गुणवत्ता जशी महत्त्वाची तशी त्यांची एकसारखी दिसणारी रेस्टॉरंट व पिझ्झा विकण्यासाठी केलेली परिणामकारक जाहिरातही महत्त्वाची. त्यांच्या विक्रयकलेला आपण मानलं पाहिजे. जगभर पिझ्झा विकून दाखवित आहेत ते. आपली पुरणपोळी आणि थालिपीठे अशी जगभर मिळायला हवीत.

जगात अनेक कामगार, कर्मचारी, अधिकारी नोकरीच्या 'स्कूटररेस' मध्ये

अडकले आहेत. ते गुणांनी हुशार आहेत. पण नोकरीमुळे गरीब राहिले आहेत. म्हणजेच जग हे हुशार गरिबांनी भरलेले आहे. त्यांच्या हुशारीच्या मानाने ते पैसे कमी मिळवितात. ते त्यांना येत असलेल्या कामामुळे नाही तर त्यांना येत नसलेल्या विक्रयकलेमुळे!

मी वेगवेगळ्या सेमिनारमधून, व्याख्यानातून माहिती मिळवित होतो. टाईम्स ऑफ इंडिया, इंडियन एक्सप्रेस यांची आर्थिक घडामोडीवरील पुरवणी जरूर वाचायचो. माझा व्यावसायिक अनुभव व हे येणारे लेख ताडून पाहात होतो. प्रॉपर्टी विकत घेण्यात आता मी एक्स्पर्ट झालो होतो. शहराच्या मध्यभागी आता जागा मिळणे अशक्य आहे असं म्हटलं जायचं. पण मी तिथे जागा घेऊन दाखवायचो. कोणाला कोणत्या कारणाने केव्हा घर किंवा दुकान विकावे वाटेल याचा नेम नसतो.

हो, या व्यवसायात मी इतका मिसळून गेलो की माझ्या लग्नाबद्दल मी काहीच सांगितलं नाही. इतरांची होतात तसंच माझं लग्न झालं. पण इतरांची ठरतात तसं माझं लग्न ठरलं नव्हतं. तो प्रेमविवाह नव्हता पण एका पाहण्यात मुलगी पाहून पसंत करण्याइतका जुनाट प्रकारही नव्हता. मला जी मुलगी सांगून आली तिच्याशी झालेला हा माझा संवाद.

"तुम्हाला पत्रिका पाहायचीय का?" मुलीचे वडील.

"नाही. पण मुलीला काय काय येतं?" माझे बाबा.

"ती बी.कॉम. आहे. कॉम्प्युटर शिकतेय."

"बरं, आता मी मुलीला काही विचारू का?" – मी.

"जरूर विचारा."

"तुम्हाला नोकरी करणारा नवरा आवडेल का व्यवसाय करणारा?"

"व्यवसाय करणारा."

"तुम्ही आतापर्यंत काही पैसे कमवलेत?"

"नाही. मी नोकरीच्या शोधात होते."

"तुम्हाला मी दोन महिने मुदत देतो. तुम्ही कोणताही व्यवसाय करून काही ना काही रक्कम कमवून दाखवा. मग पुन्हा भेटून ठरवू."

"हो मी कमविन. जरूर भेटेन."

दोन महिन्यांनी पुन्हा बैठक झाली.

"मागे बोलल्याप्रमाणे काही पैसे कमविलेत का?"

"हो. माझ्या ओळखीचे जोशी म्हणून उद्योजक आहेत. ते सर्व तयार पिठे, भाजणी, इडली पीठ असा माल तयार करतात. अभिरुची या नावाने ती प्रॉडक्ट्स प्रसिद्ध आहेत. मी त्यांच्या मालाला घरोघरी फिरून ऑर्डर्स आणून दिल्या. कमिशन म्हणून मी साडेआठशे रुपये कमविले."

''काय अनुभव आले?''

''जोशींचे 'अभिरुची' प्रॉडक्ट तसे प्रसिद्ध आहेत. पण घरी गेल्यावर बरंच बोलावं लागायचं. तेव्हा माल घ्यायला तयार व्हायचे. शिवाय एखादी चांगली मालिका टीव्हीवर चालली असेल व त्यावेळी मी त्यांच्या घरी गेले तर कोणी खरेदी करायला तयार व्हायचे नाहीत.''

''त्या साडेआठशे रुपयांचं काय केलंत?''

''माझं स्वत:चं बँकेत खातं आहे. त्यात ठेवलेत.''

''लग्नानंतर व्यवसाय करायला आवडेल का?''

''हो.''

''मग माझ्याही हो! मुलगी पसंत आहे!''

माझ्या व्यवसायाच्या शाखा वाढत होत्या. ट्रॅव्हल विंग, रिअल इस्टेटमधील खरेदी विभाग, विक्री विभाग, इन्व्हेस्टमेंट विभाग, शेअर ट्रेडिंग या सर्व विभागांना प्रमुख होते. त्यांना मदत करायला सहाय्यक होते. माझ्या कोणत्याच कार्यालयात शिपाई ही पोस्ट नव्हती. प्रत्येक वस्तू ज्याची त्याने नेऊन घ्यायची किंवा जाऊन आणायची. निरोप इंटरकॉमवर घ्यायचे. कार्यालयाबाहेर काही घ्यायचे असेल तर कुरियर सर्व्हिस होती. कुरियरचा माणूस ठराविक वेळी यायचा. त्याशिवाय इतर वेळी काही आणायचे किंवा घ्यायचे असेल तर फोन करताच कुरिअरचा दुसरा माणूस यायचा.

झेरॉक्स कामासाठी शेजारच्या झेरॉक्सच्या दुकानात काम देत असे. माझ्या सहकाऱ्यांनी आपण झेरॉक्स मशीन घेऊया म्हटले. मी त्यांना त्याचा नफा-तोटा कागदावर उतरवायला सांगितला. दोन लाखाच्या मशिनचे वर्षाला वीस हजार व्याज. मेंटेनन्स चार्ज वर्षाला तीन हजार. दुरुस्ती दोन हजार, कागद चार हजार, वीज दोन हजार, किरकोळ एक हजार म्हणजे वर्षाला तीस हजार रुपये खर्च येणार. शिवाय झेरॉक्स काढण्यासाठी वेगळा माणूस ठेवावा लागला तर अधिकच खर्च येणार. स्वत: प्रत्येकाने झेरॉक्स कॉपीज काढल्या तर प्रत्येकाचा वेळ जाणार. अनेक लोकांनी हाताळल्यामुळे मशीन लवकर नादुरुस्त होण्याचा धोका. विक्रेती कंपनी गॅरंटी देत नाही. ते फक्त वॉरंटी देतात.

रोज शंभर झेरॉक्स कॉपीज लागत असतील तर पन्नास पैशांत एक याप्रमाणे देतात. वर्षातल्या तीनशे पन्नास कामाच्या दिवसाचे झेरॉक्सचे बिल होईल साडेसतरा हजार. साडेबारा हजार रुपये वाचतील. शिवाय हल्ली वीज जाण्याचे प्रकार वाढलेत. त्यामुळे झेरॉक्स मशीन बऱ्याचवेळा काम न देताच पडून राहील. ते मशीन आपल्या धंद्याच्या ठिकाणची चार बाय पाच फूट जागा व्यापेल ते वेगळेच. मशीन

साफ करायला स्वीपरचं काम वाढणार. आपल्याला फारच जरुरीनं झेरॉक्स हवं असेल तर आपल्या फॅक्स मशीनवर कॉपी मिळतेच.

प्रत्येक गोष्टीत कॉस्टिंग करायची मी स्टाफला सवय लावली. एक दिवस एका कॉस्ट अकाउंटंटना आमंत्रित करून त्यांचं व्याख्यान आयोजित केलं. स्टाफला त्यांना प्रश्न विचारायची संधी दिली. स्टाफला ज्ञान मिळत होतं. ते मिटींगमध्ये कसे बोलावे हेही शिकत होते.

मी कॉम्प्युटरसाठी क्लास लावला होता. दोन महिन्यात तयारी केली. मायक्रोसॉफ्टच्या पाच टेस्ट महिन्याला एक याप्रमाणे दिल्या. सात महिन्यात मायक्रोसॉफ्टची संगणीकरणातील पदवी संपादन केली. स्टाफला संगणीकरणाचे ज्ञान मिळण्यासाठी सकाळी किंवा संध्याकाळी शिकण्यासाठी एका क्लासशी करार केला. त्या क्लासची फी माझी कंपनी भरत असे. संगणीकरण शिक्षण मोफत ही योजना स्टाफला व कंपनीला दोहोंना हितकारक ठरली.

ऑफिसमधील फायलिंग करायला कोणीही शिपाई नव्हता. ज्याचे त्यानी ते करायचे असे ठरले. त्यामुळे प्रत्येकाला कोणता कागद कोठे आहे हे समजत असे. वेळेवर सापडत असे. 'कोणीतरी कोठे तरी ठेवला असावा' असं म्हणता येत नसे. संगणीकरण इतके वाढवत नेले की शक्यतो कागद वापरावाच लागू नये असा प्रयत्न प्रत्येकजण करू लागला.

ऑफिसमध्ये स्वच्छता तर कमालीची होती. कार्यालयाचा फलक आकर्षक होता. कार्यालयाच्या वेळा, ते बंद असेल तेव्हा संपर्काचा फोन हे सारं बाहेर लावलं होतं. आत आल्यावर सारं काही चकाचक होतं. कार्यालयात कोण कोणतं काम करतात हे येणाऱ्या व्यक्तीला कळावं म्हणून 'ऑर्गनायझेशन चार्ट' होता. आम्ही देत असलेल्या सेवांची माहिती चांगल्या आर्टवर्कसह दाखविली होती. व्हिजीटर्सना बसायला सोफा होता. भिंतीवर एकच कॅलेंडर होतं. एकावर एक असं काहीही लावलं जात नव्हतं. प्रत्येकाचं टेबल नीट लावलेलं होतं. कार्यालयात काम करणाऱ्यांना व भेट देणाऱ्यांना प्रसन्न वाटेल असं वातावरण होतं.

स्टॉक ट्रेडिंगच्या खातेदारांचा 'इन्व्हेस्टर्स क्लब' मी स्थापन केला. जो आमचा खातेदार तो या क्लबचा सदस्य. त्याला कोणतीही फी नाही. महिन्यातून एक गुंतवणुकीतील तज्ज्ञाचे व्याख्यान आयोजित केले जाई. खातेदारांपैकी काहींना या कार्यक्रमाच्या आयोजनातही सहभागी करून घेतलं. या प्रकल्पामुळे माझे खातेदार वाढत गेले. माझा कॅश फ्लो इतका वाढला की टॅक्स कन्सलटंटने सांगितले प्रचंड उत्पन्नामुळे पुढील वर्षी कर भरावाच लागेल.

"त्यावर उपाय काय?" – मी.

"एखादी प्रॉपर्टी ऑफिससाठी खरेदी करा."

"हो मला शेअर ट्रेडिंगला जागा पाहायचीच आहे."

"ही जागा भाड्याची आहे. तीच विकत घेऊन टाका."

"मी जागा शक्यतो दुसऱ्याच्या वापरतो. माझा 'फंड्स फ्लो' चालू ठेवतो."

"ते बरोबर आहे. पण या खरेदीमुळे कर वाचणार. डेप्रिसिएशन म्हणजे घसाऱ्याचा पुढील पाच वर्षे फायदा मिळेल. मागच्या वर्षीच्या कॅपिटल गेनची गुंतवणूकही होऊन जाईल."

"ठीक आहे."

दोन महिन्यात जागा कंपनीच्या मालकीची झाली.

कमवायला शिका

आता मला यशस्वी उद्योजक म्हणून लोक ओळखत होते. संपूर्ण शहरात माझ्या कर्तबगारीच्या बातम्या पोहोचल्या होत्या. एक दिवस मला एम.बी.ए.चा कोर्स शिकविणाऱ्या महाविद्यालयातून फोन आला.

''माननीय मनोहर बुद्धिवंतांशी प्राचार्यांना बोलायचंय.''

''मी बुद्धिवंत बोलतोय, नमस्कार.''

''आमच्या कॉलेजमध्ये बक्षिस समारंभ आहे. त्याला प्रमुख पाहुणे म्हणून आपण यावं अशी विनंती आहे. कार्यक्रम पुढील महिन्यात दहा तारखेला आहे.''

मी लॅपटॉपवरील माझी डायरी पाहिली आणि म्हणालो, ''येतो.''

फोन ठेवल्यावर मी विचार करू लागलो. मी बी.कॉम झालो. एम.बी.ए. झालो नाही. मात्र एम.बी.ए.च्या मुलांना मार्गदर्शन करायला मला बोलावलंय. जगात डिग्रीला महत्त्व नाही. कर्तबगारीला आहे.

व्याख्यानाच्या आधी चार दिवस एम.बी.ए. फोरमचे प्रमुख एक प्राध्यापक आणि विद्यार्थी प्रमुख सेक्रेटरी मला भेटायला आले. व्याख्यानापूर्वीची तयारी म्हणून ते आले होते. त्यांनी माझा बायोडेटा मागितला. तो दिल्यावर त्यांच्याही लक्षात आले असावे, ह्यांचे मूळ शिक्षण बी.कॉमच आहे. हे स्वत: एम.बी.ए. नाहीत. पण माझी कॉम्प्युटर, बिझिनेस मॅनेजमेंट, ट्रान्सॅक्शनल ॲनालिसीस अशा शॉर्ट कोर्सेसची संख्या खूप होती. सर्वांत महत्त्वाचे म्हणजे माझा

उद्योगसमूह फार वैभवशाली झाला होता. त्याच्या नावलौकिकामुळे तर त्यांनी मला बोलावले होते. बायोडेटा पाहिल्यावर ते म्हणाले,

"सर, आपण व्याख्यानाचा विषय काय घेणार?"

"काय घेऊ. तुमची अपेक्षा काय आहे?"

"व्यक्तिमत्त्व विकास."

"ठीक आहे. पण मी माझे विचार मांडेन. ते संस्थेला पटतीलच असे नाही."

"असे आम्हाला न पटणारे काय असेल?"

"माझा सध्याच्या शिक्षण पद्धतीवर फारसा विश्वास नाही. ही पार्श्वभूमी नकळत माझ्या व्याख्यानात येऊ शकते." माझ्या बोलण्यावर प्राध्यापक आणि विद्यार्थी त्यांच्या प्राचार्यांना काय वाटेल या काळजीत असल्याचे जाणवले. ते जरा चाचरतच म्हणाले,

"ठीक आहे. आम्ही आमच्या सरांना याची कल्पना देऊ. बरे, आपल्याला घेण्यासाठी आम्ही येऊ."

"नको. मी वेळेपूर्वी दहा मिनिटे येतो. कार्यक्रम वेळेवर सुरू करूया."

"धन्यवाद."

स्थानिक कार्यक्रम या सदरात माझ्या व्याख्यानाची माहिती 'लोकसत्ता'मध्ये आली होती. ठरल्याप्रमाणे मी वेळेपूर्वी दहा मिनिटे कॉलेजवर पोहोचलो. चहा झाला. प्राचार्य, प्राध्यापक यांच्या ओळखी झाल्या. प्राचार्य माझ्याशी बोलत होते परंतु ते काहीशा काळजीत असल्याचे दिसले. ते म्हणाले, "आमच्या संस्थेचे अध्यक्ष यायचेत तोपर्यंत आपण आमची संस्था पाहूया."

"कार्यक्रम वेळेवर सुरू झाला पाहिजे ही माझी इच्छ आहे. शिवाय हा एम.बी.ए.च्या म्हणजे मॅनेजमेंटच्या विद्यार्थ्यांसाठी कार्यक्रम आहे. तो वेळेवर सुरू होणे म्हणजे त्यांनाही ते शिक्षणच मिळेल. संस्थेचे पदाधिकारी आपल्या व्याख्यानात यथावकाश सामील होतील."

"सर ते पंधरा मिनिटातच पोहोचतील असा निरोप आहे."

"तुम्ही रागावू नका. पण मी थांबू शकत नाही."

"ठीक आहे. कार्यक्रम सुरू करूया."

"माझ्या विनंतीवरून कार्यक्रम वेळेवर सुरू झाला हे मी पदाधिकाऱ्यांना समजावून सांगेन."

कार्यक्रमासाठी ठरविलेला हॉल उत्तम होता. विद्यार्थी-विद्यार्थिनींनी तो खचाखच भरला होता. प्राध्यापकही होते. वातावरण उत्साहवर्धक होते. प्राचार्यांनी प्रास्ताविक केले. एका प्राध्यापकांनी माझी ओळख करून दिली. मास्टर ऑफ सेरेमनी म्हणजेच सूत्रसंचालक कार्यक्रमात रंगत आणीत होता. माझी ओळख करून देताना तो

म्हणाला, ''लिडर नोज द वे. शोज द वे. फॉलोज द वे. हे आजचे वक्ते यांच्या बाबतीत हे सर्व पूर्णपणे लागू होतंय. 'एव्हरी मॅन इज द व्हॉल्युम इफ यू नो हाऊ टू रीड हीम.' आजच्या उद्योजकांकडून त्यांच्या ज्ञानाचा आपण जास्तीत जास्त लाभ घेऊ या.'' मला प्राचार्यांच्या हस्ते पुष्पगुच्छ प्रदान करताना तो म्हणाला,

''फ्लॉवर्स आर द बेस्ट मोड ऑफ कम्युनिकेशन'' त्यानं मला खरोखरीच प्रोत्साहित करणारं एक वाक्य उच्चारलं.

''ए लर्नेड मॅन इज ए टँक. वाईज मॅन इज अ स्प्रींग.''

मी पोडियमसमोर येऊन दमदार आवाजात सुरुवात केली.

''आदरणीय प्राचार्य आणि उत्साही विद्यार्थी मित्रांनो''

विद्यार्थी इतके उत्साहात होते की त्यांना मी 'उत्साही' हे विशेषण लावल्याने त्यांनी टाळ्यांचा कडकडाट केला.

''आपण सारे भाग्यवान आहोत की आपण मनुष्य म्हणून जन्माला आलो. परमेश्वरानं हे सुरेख विश्व निर्माण केलं–

देव रंगारी रंगारी

त्रिभुवनाचा रंग करी

लक्ष चौऱ्याऐंशीचे ठसे

वेगळाले केले कसे?

या ठशामधून अतिमहत्त्वाचा ठसा 'मानव' हा निर्माण केला. तो आपणास प्राप्त झाला आहे. हा मानव विचार करू शकतो, बोलू शकतो, लिहू शकतो. त्याची इच्छाशक्ती जेवढी प्रबळ तेवढे प्रचंड काम तो करू शकतो. शेर्पा तेनसिंग हिमालयाचे सर्वोच्च शिखर एवरेस्ट काबीज करू शकतो. गोव्यातील ओशीऑलॉजी म्हणजेच सागरी अभ्यास करणारा शास्त्रज्ञ समुद्राखाली तळापर्यंत जाऊन अभ्यास करतात. पाहणीमध्ये त्यांच्या असे ध्यानात आले आहे की समुद्रात मृत्यूमुखी पडणाऱ्या जलचर प्राण्यांचा, वनस्पतींचा समुद्रतळाशी प्रचंड थर निर्माण झालेला आहे. त्यावर समुद्र पाण्याचे प्रचंड वजन पडल्याने व अन्य रासायनिकक्रिया घडल्याने खूप मोठे तेलाचे साठे निर्माण झाले आहेत. खनिजाचे साठे मिळण्याची शक्यता निर्माण झाली आहे. ही संपत्ती उत्खनन करून वर काढायची तर समुद्रातील जीवांचा, वनस्पतींचा मोठ्या प्रमाणावर नाश होऊ शकतो. त्यामुळे निसर्गातील समतोल नाहीसा होऊ शकतो. यावर आता संशोधन सुरू आहे. इच्छाशक्ती ही मानवाला मिळालेली बहुमूल्य देणगी आहे. या मानवजन्मामध्ये तुम्ही अधिक भाग्यवान आहात की तुम्हाला एम.बी.ए. सारख्या जगन्मान्य अभ्यासक्रमासाठी या महाविद्यालयात प्रवेश मिळालाय.

चांगला अभ्यास करून चांगल्या गुणांनी उत्तीर्ण झाल्यामुळे तुम्हाला मोठ्या

कंपन्यांमध्ये मोठ्या पगाराची नोकरी मिळेल. कॉलेज कॅम्पसमध्ये येऊन तुमच्या मुलाखती घेऊन तुमची निवड केली जाईल. त्यानंतर मेडिकल टेस्ट, इंडक्शन ट्रेनिंग म्हणजेच कंपनीमध्ये प्रवेश करताना दिलेले प्रशिक्षण असेल. सुरुवातीस स्टायपेंड देतील. मग बेसिक पगार, महागाई भत्ता, सिटी कॉम्पेन्सेटरी अलाऊन्स, घरभाडे भत्ता, आरोग्य भत्ता अशी पगाराची मोजणी सुरू होईल. पगार वाढावा म्हणून आपण नोकरीत कायम होण्यासाठी मन लावून कंपनीतले काम करू. वार्षिक वाढ नीटपणे मिळण्यासाठी कामामध्ये गुणवत्ता ठेवू.

प्रमोशन मिळावे म्हणून चिकाटीने, मेहनतीने प्रचंड कामाचे डोंगर पार करू. पगार वाढत राहील. त्यातून प्रॉव्हिडंड फंड, प्रोफेशन टॅक्स, इन्कम टॅक्स हे कापले जातील. राहिलेल्या पैशातून गृहकर्ज, कंझ्युमर लोन, व्हेइकल लोन इ. कर्जाचे हप्ते जातील. शिक्षणासाठी कर्ज काढले असेल तर त्या कर्जाचे हप्तेही द्यावे लागतील. थोडे पैसे राहातील. ते घरखर्च म्हणून वापरायला गेल्यावर त्या प्रत्येक खरेदीत तुम्ही जकात कर, विक्रीकर, एक्साईज असे अन्य कर अप्रत्यक्षपणे भरलेले असतील. शिवाय महानगरपालिका कर, वीजबिल, सोसायटी मेंटेनन्सही आहेतच. तुम्ही सदैव पैशाच्या ओढाताणीत राहाता. मग क्रेडीट कार्ड वापरायला लागता. त्या कार्डावरच्या खरेदीचे पैसे आपल्या बँक खात्यातून जातात. बँकेचे देणे वाढायला लागते. मग जादा पैशासाठी ओव्हर टाईम करणे सुरू होते. उत्पन्न वाढते. कर वाढतो.

अधिकाऱ्यांच्या परिणामकारक कामामुळे कंपनीची भरभराट होते. शेअर्सचे भाव वाढतात. सर्वाधिक शेअर्स असणाऱ्या संचालकांचा फायदा होतो. कंपनीचे अधिकारी कंपनीचा व्यवसाय करतात. ऑडिटर्सची बडदास्त राखून वार्षिक परिणाम अधिकृत करून घेतात. आकर्षकपणे बॅलन्सशीट छापतात. वार्षिक सर्वसाधारण सभेचे उत्कृष्ट आयोजन करतात. चेअरमनचे भाषण लिहून देतात. अल्पोपहाराची व्यवस्था, भेटवस्तू देणे, वृत्तपत्रात बातम्या आणणे, टी.व्ही.च्या प्रतिनिधींना खूष ठेवणे सारे काही ते इमाने इतबारे करतात. फायदा कंपनीचा, अधिकारी सतत आर्थिक ओढाताणीत असे दृश्य दिसते.

पुढे कंपनी व्हीआरएस योजना जाहीर करते. पुढचा पगार काम न करता मिळणार म्हणून बरेच जण स्वेच्छानिवृत्ती पत्करतात. नोकरी सोडल्यावर घरी बसलेल्या माणसाला पूर्वीसारखे महत्त्व मिळत नाही. त्याने काही उद्योग करायचे ठरविले तर त्याला त्यातला अनुभव नसतो. तितक्या कष्टाची सवय नसते. यशस्वी धंदा करण्यासाठी जे जे गुण लागतात त्यातील एक भांडवल सोडले तर त्याच्याकडे काहीही नसते. व्हीआरएसमध्ये आलेले पैसे उत्पन्न न येणाऱ्या व्यवसायात अडकून पडतात.

काही वेळा त्या व्यवसायासाठी कर्ज काढण्याची दुर्बुद्धी सुचते. स्वेच्छानिवृत्ती घेतलेले काही अधिकारी आता आपणास धंदा करणे जमणार नाही म्हणून जाणून असतात. ते पैसे बँकेत ठेवतात. बँकेत ठेवीवर व्याजदर कमी आहे म्हणून जास्त व्याजाच्या प्रलोभनाने पतपेढीत ठेवतात. पतपेढी ठेवीवर जास्त व्याज देते म्हणून त्यांनी दिलेल्या कर्जावरही अधिक व्याज आकारते. अधिक व्याजाने कर्ज घेणाऱ्या उद्योजकांचा उत्पादन खर्च वाढतो. ते बाजारातील स्पर्धेत टिकू शकत नाहीत. व्यवसाय हळूहळू डबघाईला येतो. पतपेढीचे कर्जाचे हप्ते थकू लागतात. पतपेढी अडचणीत येते. ठेवीदारांचे पैसे वेळेवर देऊ शकत नाहीत. व्हीआरएसमुळे नोकरी गेली व अधिक व्याजाच्या प्रलोभनाने ठेवलेले पैसेही गेले अशी स्थिती होते.

मग बंद पतपेढीकडे पैसे मिळण्याच्या आशेने हेलपाटे सुरू होतात. ठेवीचे पैसे नाहीत तर ते देण्याबद्दलचा चेक तरी द्या अशी मागणी केली जाते. हा चेक वटला नाही तर फौजदारी गुन्हा करता येईल अशी मनात कल्पना असते. मग अति रागाने तो वृत्तपत्रात पत्र लिहितो. त्यामुळे पतपेढीच्या बदनामीपेक्षा चुकीच्या मार्गात अडकलेला ठेवीदार म्हणून त्याचेच नाव सर्वत्र होते.

काही व्हीआरएस म्हणजेच निवृत्ती घेतलेले लोक बँकेत पैसे ठेवतात. त्यांचे नातेवाईक त्यांच्याकडे व्यवसायासाठी पैसे द्या म्हणून मागे लागतात. पैसे दिले तर ते परत न मिळण्याची शक्यता असते. न दिले तर माणसं तुटतात. व्हीआरएस योजना राबविल्यामुळे कंपनीचा पगारावरील खर्च कमी होतो. नफा वाढतो. भागधारक म्हणजेच मालक खूष. कंपनीत राहिलेल्या अधिकाऱ्यांवर कामाचा अधिक बोजा. सोडून गेलेल्यांची वाताहत. असं हे नोकरदारांचे चित्र आहे. तो नोकरीकडे वळतो ते सुरक्षिततेसाठी. पण तेथेही सुरक्षितता आहे असं नाही.

तुम्ही विक्रयकला शिका. तुम्हाला काही ना काही विकता आलं पाहिजे. लहानपणी गणेशोत्सवाची वर्गणी गोळा करताना किती यातायात करावी लागते! काहीजण आज नाही पुढील आठवड्यात या म्हणतात. घासाघीस केल्याशिवाय वर्गणी दिल्यासारखी वाटत नाही असं काहींना वाटतं. मग कार्यकर्त्यांना काय काय कार्यक्रम करणार ते सांगावे लागते. तुटपुंज्या जमा रकमेत सारे कार्यक्रम बसवावे लागतात. या साऱ्या खटाटोपामध्ये त्याला मॅनेजमेंट कळते. खरं म्हणजे ती त्याच्या अंगी उतरते. तुम्हाला ही विक्रयकला शिकण्यासाठी दोन गोष्टी कराव्या लागतील. ज्यांनी ही कला अवगत केली आहे त्यांची चरित्रे वाचली पाहिजेत. दुसरं म्हणजे स्वत: काही कमाई केली पाहिजे.

माझ्याकडे एकदा एक मुलगा नोकरीसाठी आला. मुलाखतीच्या वेळी मी त्याला विचारलं, 'किती शिकलास?'

'शिक्षण चालू आहे. सध्या एफ.वाय.बी.कॉम. करतोय.'

'तू स्वत: कधी काही पैसे कमविलेस का?'

'हो. मी कोरी कार्डे, पाकिटे घेऊन हॉस्पिटलमध्ये जातो. प्रत्येक पेशंटकडे जातो. त्याला त्याच्या नातेवाईकाला काही पत्र लिहून हवे का विचारतो. त्यांच्या आजारपणाच्या काळात त्यांना नातेवाईकांशी पत्राने का होईना बोलावे वाटते. ते पत्र लिहून घेतात. पोस्टकार्ड पंचवीस पैशाचं पण बऱ्याच वेळा ते रुपाया देतात. समाजकार्य आणि पैसा प्राप्ती दोन्ही होतात.'

'अरे व्वा! चांगली कल्पना शोधलीस!'

'शिवाय मी एका पेट्रोल पंपावर जातो. तिथे त्यांचे हिशेब लिहून देतो. आठवड्यातून दोनच दिवस जातो पण त्या काळात आठवड्याचे हिशेब लिहितो.'

'छान. तू मोठा होशील!'

असं काही ना काही करा. मी फटाके विकले, कॉलेजचं स्टेशनरी शॉप चालविलं, ट्रॅव्हलचा धंदा केला. मुलांना शिबिरात शिकवायचं काम केलं. शेअर्स, प्लॉट, फ्लॅट, पेटंट, कॉपीराईट खरेदी असे नानाविध उद्योग केले. त्यामुळे कॉलेजच्या अभ्यासाकडे फारसे लक्ष दिले नाही. पण दरवर्षी पास होत गेलो. पण व्यवसायामुळे मी कोट्यधीश झालो. नोकरी करून हे मला जमलं नसतं.

आपली शिक्षण पद्धती खूप अभ्यास करा म्हणते. चुका करू नका असे सांगते. ती त्या त्या विषयाचं ज्ञान देते. पण जीवनाला सामोरं जाण्याची कला शिकवित नाही. माझ्या ह्या विधानामुळे प्राचार्यांना जरा अवघडल्यासारखे होईल. या पाहुण्याला बोलावून आपण संकटात आलो असे वाटेल. पण माझे विधान या महाविद्यालयाबद्दल नाही. ते सर्वसाधारण शिक्षण पद्धतीबद्दल आहे.

आजच्या युगात शास्त्र, कला, तंत्रज्ञान, संगणक या शास्त्रांइतकेच विक्रयकलेला महत्त्व प्राप्त झाले आहे. अनेक युवक बेकार दिसत असताना अन्य विषयाच्या ज्ञानापेक्षा वाणिज्य, मार्केटिंग, ग्राहकसेवा या विषयावर भर द्यायला हवा. अकाऊंटींग विषय प्रात्यक्षिकाद्वारे शिकवायला हवा. 'कमवा व शिका' ही योजना शाळेपासून महाविद्यालयीन शिक्षण संपेपर्यंत राबवायला हवी. दिवसातील काही काळ पैसे कमविण्यासाठी द्यायला हवा. त्यासाठी नेहमीच्या अभ्यासाचे तास कमी करावे लागले तरी चालतील. जग फार वेगानं बदलतंय. आज काय चाललंय हे शिक्षकांनी शिकून अद्ययावत ज्ञान विद्यार्थ्यांना द्यायला हवं. आजची परिस्थिती समजायला 'आज काही विकणे' हे मुलांना जमायला पाहिजे. त्यासाठी त्यांच्यामध्ये नवनवीन प्रकार शोधून काढण्याची इच्छा निर्माण झाली पाहिजे. क्रिएटीव्हीटी म्हणजेच निर्मितीक्षमता यायला हवी. ज्यांनी धाडस करून, काही कल्पना लढवून व्यवसाय केला ते श्रीमंत झाले. तुम्ही आता तुमच्या एम.बी.ए.च्या अभ्यासाबरोबर काही ना काही कमवा. हे पैसे मिळविण्यासाठी नसून पैसे मिळवण्याची कला शिकण्यासाठी आहे. ती कला

प्राप्त झाली की तुम्ही आयुष्यात काही ना काही करीत राहाणार. तुम्हाला सर्वत्र संधीच संधी दिसू लागणार. इतकं काही करावं वाटेल, पण वेळ कमी पडेल. श्रीमंत हे पैशासाठी काम करीत नाहीत. पैसा त्यांच्यासाठी काम करतो. मिळालेला प्रत्येक रुपया ते व्यवसायासाठी म्हणजेच पुढचा रुपया कमविण्यासाठी वापरतात. तो व्यवसायात वापरला गेला नाही तर तो व्याज मिळेल अशा बँक खात्यात तरी ठेवतात. म्हणजेच त्यांचा प्रत्येक रुपया त्यांचा सेवक बनून त्यांच्यासाठी पैसा मिळवित राहातो.

नोकरी करणारा मध्यमवर्गीय मात्र पैशाच्या मागे धावत असतो. मिळालेले पैसे कर भरण्यात व कर्जाचे हप्ते भरण्यात घालवितो. श्रीमंत कर भरत नाहीत. ते करपद्धतीचा बारकाईने अभ्यास करून कर न भरता प्रचंड संपत्ती निर्माण करू शकतात. तुम्ही लवकर पैसा मिळविण्याची कला शिका. सुरुवातीच्या काळात खर्च कमी ठेवा. इतका पैसा जमा करा की त्याच्यापासून मिळणाऱ्या उत्पन्न किंवा व्याजातून खर्च भागले पाहिजेत. मूळ मुद्दलातून धंदा वाढत राहिला पाहिजे. जो व्यवसाय करायचा त्यासंबंधीचे छोटे छोटे ट्रेनिंग प्रोग्रॅम असतात. ते पूर्ण करा. वेळेचे नियोजन करा. बोलण्याची कला आत्मसात करा.

जपानमध्ये तीन गोष्टींना महत्त्व देतात. पहिले म्हणजे शस्त्र. याचा अर्थ आपण सुरक्षित राहिलो पाहिजे. दुसरे जडजवाहीर. म्हणजे संपत्ती, वैभव प्राप्त केले पाहिजे. तिसरे म्हणजे आरसा. म्हणजे स्वतःला पाहायला, वाचायला शिकले पाहिजे. मी म्हणजे माझी प्रबळ इच्छाशक्ती. मी मनात ठरवीन त्याप्रमाणे मोठा होऊ शकतो. लो एम इन क्राईम. छोटे ध्येय ठेवू नका. उंच जाणाऱ्या गरूड पक्षाला मोठे क्षितिज दिसते. त्याची भरारी मोठी असते. बील गेट्सने नेहमीचे शिक्षण फारसे केले नाही पण मायक्रोसॉफ्ट कंपनी त्यांनी जगन्मान्य केली. शंतनुराव किर्लोस्कर यांनी पारंपरिक शिक्षणापेक्षा व्यवस्थापन व गुणवत्तेला महत्त्व दिले. त्यांनी किर्लोस्कर उद्योगसमूहाची चौफेर प्रगती करून दाखविली.

सुप्रसिद्ध बांधकाम व्यावसायिक डी.एस. कुलकर्णी यांनी कॉलेज शिक्षण चालू असतानाच टेलिस्मेल ही टेलिफोन दरमहा स्वच्छ करून देण्याची योजना आखली. सायकलवर बसून घरोघरी जाऊन टेलिफोन स्वच्छ करून घ्यायचे. महिना दोन रुपये प्रत्येक फोनमागे मिळायचे. फोन पुसून त्यामध्ये सेंटचा फाया लावून देईपर्यंत घरातल्या लोकांशी बोलणं व्हायचं. मग कोणी घर दुरुस्तीचा विषय काढी. बाथरूममध्ये गळतंय. पण लहानसहान कामाला प्लंबरच मिळत नाही. दोन फरशा निघाल्यात त्या बसवायला गवंडी मिळत नाही. टीपॉयचा पाय मोडलाय पण सुतार मिळत नाही. डी.एस.कें.नी ते कारागीर शोधून काढले. त्या त्या घरची कामे स्वतः लक्ष देऊन करवून घेतली. टेलिस्मेलच्या व्यवसायाबरोबरच दुरुस्तीची कामे करणे हाही

व्यवसाय सुरू केला. त्यानंतर लोक घरांना रंग देण्याची कामे डी.एस.कें. ना देऊ लागले.

टेलिस्मेल व दुरुस्तीकामापेक्षा रंगकाम मोठ्या रकमेचे असायचे. पैसेही चांगले मिळायचे. मिळालेले पैसे व्यवसायात लावण्याचे तंत्र त्यांनी अवलंबिले. त्यांचे लग्न आळंदीला झाले. त्याचा खर्च होता फक्त पासष्ट रुपये. सौ.सुद्धा सायकलवर फिरून टेलिस्मेलची कामे करीत होती. रंगकाम व्यवसायात जम बसल्यावर त्यांनी प्रमोटर आणि बिल्डर म्हणून कामे सुरू केली. उत्कृष्ट काम करणे हे त्यांचे वैशिष्ट्य. काम चालू असतानाही ग्राहक येऊन पाहातात. त्यासाठी साईटवर पूर्ण स्वच्छता ठेवली जाते. रोज जिने झाडून घेतले जातात.

वेळेवर जागेचा ताबा देणे हे त्यांचे ब्रीद. जर काही कारणानी वेळेवर ताबा देता आला नाही तर प्रत्येक दिवसासाठी ठराविक रक्कम ग्राहकाला देण्याची योजना जाहीर करणारे हे एकमेव बिल्डर. घरकुलाची योजना वेळेपूर्वींच तयार ठेवून ती दोन दिवस जनतेला पाहाण्यासाठी खुली ठेवतात. त्यांचा व्यवसाय इतका वाढला की पुण्याशिवाय मुंबई, दुबई, अमेरिका येथेही कार्यालये थाटली. 'विश्व' नावाची 'सहा हजार उंबऱ्यांचं गाव' अशी योजना जाहीर केली. खाजगी कंपनीची एवढी मोठी योजना हा विक्रमच असेल. जिद्द, चिकाटी, कल्पकता, महत्त्वाकांक्षा, सचोटी हे सारे गुण एकवटले तर काय होऊ शकते याचे हे उदाहरण आहे.

श्रीमंत पैशासाठी काम करीत नाहीत. पैसा त्यांच्यासाठी काम करतो. त्यांचे भांडवल विविध क्षेत्रात जाऊन ते पैसा मिळविण्याचे काम करू लागले. हॉटेल व्यवसाय, टोयाटो व्हॅनची डिलरशीप एक ना दोन. अनेक व्यवसायात डी.एस.के. हे नाव उद्योजक म्हणून पुढे आले. 'डी.एस.के' म्हणजे 'दिलेला शब्द खरा करून दाखविणारे' म्हणून प्रसिद्ध झाले.

मी हे उदाहरण इतकं सविस्तरपणे सांगायचं कारण की शून्यातून विश्वापर्यंत माणूस जाऊ शकतो. डी.एस.के. एमबीए झाले की नाही ते माहीत नाही. पण त्यांच्या पदरी नोकरीस बरेच एमबीए आहेत. तुम्ही एमबीए करा. शिवाय काहीतरी कायदेशीर मार्गनि पैसे कमवा. पैसे कमविताना तुम्हाला खरेखुरे मॅनेजमेंटचे तत्त्व कळेल. थिअरी आणि प्रॅक्टीस बरोबर जायला लागतील.

कॉलेजमध्ये अभ्यासाव्यतिरिक्त ज्या ज्या गोष्टी असतील त्यामध्ये भाग घ्या. गॅदरिंगमध्ये नाटकात काम करा. वक्तृत्व स्पर्धेत भाग घ्या. आकर्षक जाहिरात स्पर्धा असतात त्यात आपल्या कल्पकतेने तयार केलेल्या जाहिराती सादर करा. कॉलेजच्या नियतकालिकाचे संपादक बना. सहली आयोजित करा. खेळांचे सामने भरवा. यामध्ये भाग घेणारी मुलं पुढं व्यवसायातही यशस्वी होतात. तुम्ही मोठे व्हालच. कारण तुमच्या मनाला मोठी भरारी मारायला लावण्याचं सामर्थ्य तुमच्यामध्ये आहे.''

व्याख्यानाने प्राचार्य, विद्यार्थी प्रभावित झाले होते. टाळ्यांचा प्रचंड कडकडाट झाला. संस्थेचे अध्यक्ष थोडे उशिरा पोहोचले होते. कार्यक्रमाच्या प्रभावामुळे त्यांच्या अनुपस्थितीत कार्यक्रम सुरू केला गेला याचा त्यांना अजिबात राग आला नाही. उलट त्यांनी कार्यक्रम वेळेवर सुरू केल्याबद्दल आनंदच व्यक्त केला.

नको तो पुरस्कार

ग्लोबल व्हिलेज ही कल्पना आता सर्वत्र मान्य झाली होती. 'हे विश्वचि माझे घर' हे वाक्य वेगळ्या अर्थाने खरे होत होते. दिल्लीमधील एक प्रॉपर्टी भावाभावांच्या वादात अडकली होती. करोलबाग सारख्या महत्त्वाच्या भागात असलेली, कमर्शिअल व्हॅल्यू असलेली ती जागा होती. मी प्रॉपर्टी व्यवहार करणाऱ्या कंपनीशी चर्चा केली. सर्व भावांना कोर्टातील केस काढून घेण्यास द्यावयाची रक्कम ठरविली. त्यांना प्रॉपर्टीतील त्यांच्या मालकीबद्दल काय रक्कम द्यायची ते ठरविले. कोर्टातून केस काढून घेतली नाही तर प्रॉपर्टी विकली जात नव्हती. आहे या प्रॉपर्टीची वाटणी करणे अवघड होते. कारण भावांची संख्या जास्त होती. प्रत्येकाच्या वाटणीला उपयोगी पडेल असा भाग येत नव्हता. त्या प्रॉपर्टीवर बँकेचे थोडे कर्ज होते. ते भरावयास कोणताच भाऊ तयार नव्हता. एकंदरीत प्रॉपर्टीचा व्यवहार किचकट व अवघड होता. अशा जितक्या अडचणी जास्त तितक्या स्वस्तात प्रॉपर्टी मिळते. फक्त पैसे मोकळे होण्यास वेळ लागला तर धीर धरण्याची मानसिक आणि आर्थिक ताकद हवी.

माझी आर्थिक स्थिती भक्कम होती. मी प्रथमपासून माझी संपत्ती ही पैसे कमविणारी संपत्ती राहील याची काळजी घेतली होती. सर्व कायदेशीर बाबी पूर्ण करण्यासाठी निष्णात कंपनीशी करार केला

होता. त्यांची दिल्ली शाखा त्या बाबतीत प्रयत्नशील होती. त्या कंपनीकडे कर सल्लागार, प्रॉपर्टी व्हॅल्युएशन करणारे, तडजोड करणारे, कायदेशीर बाबी पाहणारे सर्व तज्ज्ञ होते. त्यांना मी भरपूर कमिशन देऊ केले होते.

व्यवहार सुरू करून एक वर्ष झाले होते. आता व्यवहाराची रक्कम तडजोडीने ठरवायची होती. एजन्सी कंपनीने व्हिडीओ कॉन्फरन्सींगची सोय केली. मी पुण्यातून बोलत होतो. ते सारे भाऊ आणि तडजोड करणाऱ्या कंपनीचे मॅनेजर दिल्लीमधून बोलत होते. पडद्यावर आम्ही एकमेकांना पाहात होतो. माझ्या मागणीइतक्या रकमेला ते तयार नव्हते. त्यांना जास्त रक्कम हवी होती. वाटाघाटी थांबल्या.

तडजोड करणाऱ्या कंपनीला मी आतापर्यंत एक कोटी दहा लाख रुपये दिले होते. ते देताना माझ्या वकिलांनी त्यांच्याकडून करारनामा करून घेतला होता. त्याप्रमाणे त्या कंपनीकडून या रकमेची बँक गॅरंटी घेतली होती. मालक असलेले सारे भाऊ पुन्हा विचार करतील हा माझा कयास होता. त्यांना पुन्हा गिऱ्हाईक मिळणे अवघड होते. अन्य कोणाला प्रॉपर्टी विकण्यापूर्वी मी दिलेला अॅडव्हान्स त्यांना परत करावा लागणार होता. दिल्ली डेव्हलपमेंट कॉर्पोरेशनशी समझोता करून त्यांचा बोजा उतरविण्याचा खर्च द्यावा लागणार होता. आता त्यांना थांबणे अशक्य आहे हे मी जाणून होतो. एक आठवडा मी शांत राहिलो. कोणतीच हालचाल केली नाही.

शेवटी पुन्हा तडजोड करणाऱ्या कंपनीने खरेदी रक्कम आणखी कमी केली. एकूण साडेतीन कोटीला राजधानी दिल्लीत करोलबाग भागात प्रॉपर्टी खरेदी केली. पूर्ण निर्वेध प्रॉपर्टी माझ्या ताब्यात आल्यावर मी ती विकण्यासाठी दिल्लीतील प्रमुख वृत्तपत्रात जाहिराती दिल्या. साडेपाच कोटी रुपयाला प्रॉपर्टी विकली गेली. एका चिकाटीने व धाडसाने केलेल्या व्यवहारात मला दोन कोटी रुपये मिळाले होते. माझे टॅक्स कन्सल्टंट कामाला लागले होते.

माझे आर्थिक वैभव पाहून एक दिवस माझ्याकडे एक पत्र आले. माझ्या सेक्रेटरीने मला एकदम आनंदानं येऊन सांगितले—

"सर आपल्याला 'उद्योगरत्न' अॅवार्ड मिळालंय. अभिनंदन!"

"कोणी दिले?"

"इन्स्टिट्यूट ऑफ डेव्हलपमेंट स्टडीज या दिल्लीतील संस्थेने. हे पाहा पत्र आलंय."

"ही संस्था काय करते?"

"आर्थिक जगतात संशोधन आणि जागरूकता निर्माण करणारी ही संस्था आहे. ते सेमिनार, ग्रुप डिस्कशन, कॉन्फरन्सेस भरवून भारतीय अर्थनीतीवर विचारमंथन करतात. 'भारतीय आर्थिक चित्र : आज आणि उद्या' या विषयावर दिल्ली येथे परिसंवाद आहे. त्यावेळी तुम्हाला 'उद्योगरत्न अॅवार्ड' दिले जाणार आहे. तुमचे

व्यवसायातील उल्लेखनीय यश, गुणवत्ता, नाविन्य, व्यवस्थापन या साऱ्यांचा विचार करून खास मंडळाने तुमची निवड केली आहे. तुमचा बायोडेटा आणि दोन पासपोर्ट आकाराचे फोटो पाठवायचे आहेत.''

''याशिवाय काही मागितले आहे का?''

''तुमच्या माहितीचा जो फॉर्म आहे त्यात एक ओळ अशी आहे की 'इन्स्टिटट्यूट ऑफ डेव्हलपमेंट स्टडीज'चा आपला मेंबरशीप क्रमांक मागितला आहे.''

''त्या मेंबरशीपसाठी किती फी सांगितलीय?''

''पेट्रन म्हणून लाईफ मेंबरशीप रुपये पन्नास हजार, फक्त वार्षिक सदस्यता फी भरावयाची असेल तर रुपये दहा हजार.''

''तुला काय वाटतं?''

''सर एवढा मोठा मान मिळतोय तर दहा हजार रुपये भरायला काय हरकत आहे? वृत्तपत्रात ही बातमी झळकेल. टी.व्ही.वर साऱ्या जगाला दिसेल. तुमच्या कर्तृत्वाचा सर्वत्र गौरव होईल...''

''वृत्तपत्रात माझं अभिनंदन करणाऱ्या जाहिराती झळकतील, सत्कार होतील. हेच तू पुढं सांगणार ना? मला पैसे देऊन पुरस्कार नको. तुझ्या हे कसं लक्षात येत नाही की त्यांनी पुरस्काराचा हा धंदा काढलाय. कर्तबगार माणसांना त्यांच्या सर्व गरजा भागल्यामुळे प्रसिद्धी हवी असते. ही वस्तुस्थिती लक्षात घेऊन प्रसिद्धी विकण्याचा हा अभिनव मार्ग आहे. मी विक्रयकला शिका असं साऱ्यांना सांगत असतो याचा अर्थ विनापरिश्रम पैसे मिळविण्यासाठी दुसऱ्यांना पुरस्काराच्या टोप्या घालणे असा होत नाही.''

''मग आता मी काय करू?''

''काहीही करू नको. नकाराचेसुद्धा पत्र पाठविण्याचे कष्ट घेऊ नकोस. त्यांच्या गळ्याला जेवढे मासे लागतील त्यांचा ते पुरस्कार देऊन सत्कार करतील.''

चित्रकला—
वाव गुंतवणुकीला

मला चोवीस तास लक्ष घालावे लागेल असा व्यवसाय मी करीत नव्हतो. प्रॉपर्टींचे व्यवहार होत होते. नफ्याची विभागणी करायला नव्या कंपन्या काढत होतो. कंपनी म्हणजे तरी काय? एक फाईल. जागा तीच, काम करणारी माणसे तीच. फक्त करातून कायदेशीर सवलत मिळविण्यासाठी नवी कंपनी. एक दिवस मी आर्ट गॅलरीमध्ये चित्रे पाहायला गेलो होतो. 'स्त्रीची विविध रूपे' असा विषय होता. निसर्गाची विविध रूपे व स्त्रीची सुंदरता यांच्यातील साम्य दाखविणारी अनेक कलाकारांची चित्रे तिथे होती. कोठे फुलाशी स्त्रीची तुलना दाखविली होती, तर कोठे पाण्यातील मासे व स्त्री सौंदर्य यातील गतिमानता चित्रित केली होती. स्त्री ही एक किमया आहे. ती व निसर्ग दोन्हीही प्रेरणादायी आहेत. असे विविध भावार्थ दाखविणारी चित्रे आकर्षकरित्या मांडली होती. चित्रांवर दिव्याचे झोत होते. चित्रावर प्रत्येक चित्रामागील अर्थ व भूमिका विषद करीत होते. काही चित्रकार प्रात्यक्षिके दाखवित होते. मी एखादे तरी चित्र विकत घ्यावे अशी त्यांची अपेक्षा होती. ते उत्कृष्ट चित्रकार होते. पण त्यांना विक्रयकला जमलेली नव्हती. मी त्यांना विचारले,

"तुम्ही चित्रकलेशिवाय अन्य व्यवसाय करता का?"

"नाही. हे प्रदर्शनसुद्धा एका बँकेने प्रायोजित करून बॅनर जाहिरात दिल्यामुळे शक्य झाले."

"तुम्ही सर्व चित्रे मला विकत द्या!"

त्यांचे चेहरे आनंदाने व आश्चर्याने भरून गेलेले दिसत होते.

"जरूर. आपण जर ही चित्रे घेतलीत तर आम्ही भाग्यवान ठरू."

"मी ही चित्रे विकत घेणार पण त्यासाठी माझी एक योजना आहे. ती तुम्ही मान्य करायला हवी. तुम्ही आता प्रदर्शनाच्या गडबडीत आहात. मला तुम्ही प्रदर्शन संपल्यावर तीन दिवसांनी येऊन भेटा. सर्व चित्रांवर 'सोल्ड – विक्रीसाठी नाही' अशा चिठ्ठ्या लावा."

"प्रदर्शन सकाळ-संध्याकाळ असते. आम्ही उद्याच दुपारी भेटलो तर चालेल का?"

"ठीक आहे. उद्या या."

दुसरे दिवशी सहा चित्रकार एकत्र भेटीस आले. ते मी काय सांगणार हे ऐकायला उत्सुक दिसले.

"तुमची चित्रकला उत्कृष्ट आहे. तुमची सर्व चित्रे इंटरनेटवर दाखवायची. जगभर ती दिसली पाहिजेत. त्यासाठी 'इंडिया आर्ट गॅलरी' या नावानं वेबसाईट तयार करा. त्यासाठी येणारा खर्च मी करणार. सर्व चित्रांची मालकी माझी. तुम्हाला ठरलेली रक्कम मिळणार!"

आपली सर्व चित्रे विकली जाणार म्हणून ते चित्रकार आनंदात होते. मी वेबसाईट तयार करणाऱ्या कंपनीशी करार केला. एक स्क्रीप्ट रायटर शोधून काढला. त्याला प्रत्येक चित्राला आकर्षक असं नाव द्यायचं काम दिलं. चित्रांचे उपयोग किती प्रकारे होऊ शकतील त्याची यादी दिली. कंपनीमध्ये बोर्डरूममध्ये लावण्यासाठी, भेटवस्तू म्हणून कंपनीतर्फे देण्यासाठी, कंपनीच्या पॅकिंगवर आकर्षक चित्रासाठी, दिवाळी भेटकार्डासाठी, नववर्ष व विविध सणांसाठी भेटकार्डे तयार करण्यासाठी अशी भली मोठी यादी तयार झाली. त्या चित्रांचे कॅटलॉग तयार करून घेतले. त्यावर जाहीर परिसंवाद ठेवला.

चित्रांच्या अर्थावरून मतभिन्नता बाहेर आली. या कलावादामुळेही चित्रांना प्रसिद्धी मिळाली. आमच्या कायदा विभागाने पेटंट व रॉयल्टीचे सर्व सोपस्कार पुरे केले. इंटरनेटवरून जगातील सर्व आर्ट लायब्ररींना या चित्रांची माहिती पुरविली. अनिवासी भारतीय मंडळांना कॉम्प्युटरवरून मेल पाठविल्या.

हळूहळू या चित्रांना एवढी मागणी आली की तो विभाग सांभाळायला एक गट नेमावा लागला. आर्ट गॅलरीही मी पूर्ण वर्षाच्या कराराने भाड्याने घेतली. नेटवर पाहायला चित्रे उपलब्ध होती तशीच प्रत्यक्ष आर्ट गॅलरीमध्येही ती पाहाता येत होती. चित्रकारांना त्यांच्या चित्रांचे कराराप्रमाणे ठराविक पैसे मिळत होते. माझ्या या नवीन कंपनीला प्रचंड उत्पन्न होत होते.

एक दिवस एका धनाढ्य व्यक्तीचा फोन आला. त्याला मला या चित्रांबाबत भेटायचे होते. संध्याकाळी 'ला मेरिडीअन'मध्ये भेट ठरली.

प्रशस्त कॉफी हाऊसमध्ये आमची भेट झाली.

"तुमची आर्ट गॅलरी चांगलीच प्रसिद्ध झालीय. परवा टाईम्स ऑफ इंडियाच्या रविवारच्या आवृत्तीत तुमची मुलाखत वाचली. अभिनंदन!"

"धन्यवाद. तुम्ही मोठे कारखानदार आहात. आपल्यालाही चित्रांची आवड आहे का?"

"चित्रे कोणाला नाही आवडत? आज मी आपल्याला भेटतोय त्याचे कारण म्हणजे मला चित्रांमध्ये मोठ्या प्रमाणावर गुंतवणूक करायचीय."

माझ्याच विचारांची, तोलामोलाची व्यक्ती माझ्यापुढे आहे हे मला जाणवले.

"जरूर करा."

"तुमच्या या आर्ट गॅलरीतर्फे तुम्ही जगातील उत्कृष्ट चित्रे खरेदी करायची. ती तुमच्याकडेच ठेवायची. माझ्या सूचनेप्रमाणे नंतर ती विकायची. खरेदी किंमत कागदावर थोडीफार असेल."

"या व्यवहाराचे, त्या चित्रांच्या देखभालीचे, विमा खर्चाचे म्हणून मला नफ्यात वीस टक्के भाग द्या."

"मान्य."

चित्रांचा गुंतवणूक म्हणून मोठ्या प्रमाणावर प्रभावी वापर होऊ शकतो हे ध्यानात आले. गुंतवणूकदार चित्राची पूर्ण रक्कम देत. मी त्यांना हवी असलेली चित्रे किंमतीच्या दहा टक्के ॲडव्हान्स देऊन बुक करू लागलो. नव्वद टक्के रक्कम मला फ्लोट फंड म्हणून वापरायला मिळू लागली. चित्रांच्या किंमतीचे हप्ते बांधून घेत असे. शेवटचा हप्ता भरल्यावरच चित्र ताब्यात द्यावयाचे. हप्ते बांधणी अशा पद्धतीने करीत असे की चित्र त्यांचेकडेच जास्त दिवस राहावे. त्याच चित्राला अन्य कोणाकडून मागणी आली तर गुंतवणूकदाराच्या परवानगीने विकत असे. ही चित्रकलेतील वाट लक्षात आल्यावर मी जगातील उत्कृष्ट चित्रे बुक करू लागलो. जागतिक ग्राहक कोठे आहेत तेही मला समजू लागले. एकेका चित्रात एक एक लाख रुपये अशीही मी गुंतवणूक केली. एकंदरीत मला पन्नास टक्क्यांहून अधिक नफा मिळत होता. मुख्य म्हणजे होणारा प्रचंड नफा रोखीनं ठेवणं सोयीचं नव्हतं. सोने किती घेणार! त्यापेक्षा चित्रातच ती रक्कम मुरविणे व्यवहारी वाटत होते.

त्या सहा कलाकारांची चित्रे ते मला विकत होते. ते सर्वजण उत्कृष्ट चित्रकार होते. चित्रकलेतले त्यांना पुरस्कार मिळत होते. त्यांची छायाचित्रे त्यांच्या पुरस्कारासह वृत्तपत्रात येत होती. पण त्यांना विक्रयकला अवगत नव्हती. ज्याला श्रीमंत व्हायचंय त्यांनी किमान एक वर्ष तरी झोकून देऊन विक्री कलेत प्रवीण व्हायला

हवं. मी त्यांची चित्रे घेत होतो. माझ्याकडे चित्रांसाठी जगभरातून मागणी येत होती. काही वेळा तर त्या चित्रांवर मला पाचशे टक्के नफा मिळत होता. मी चित्रांना देत असलेल्या शीर्षकामुळे त्या चित्रांची ऐट वाढे.

या चित्रकलाकारांशिवाय या कलेसंबंधी लिहिणाऱ्या पत्रकारांचा एक गट आहे. त्यांना या चित्राविषयी लिहिण्यास मी प्रवृत्त करित असे. त्यामुळे पुन्हा चित्रांना मागणी वाढत असे. नफा मला मिळत होता. चित्रकारांना सातत्याने काम मिळत होते. ते मध्यमवर्गीयच राहात होते. स्कूटररेस मधून ते बाहेर पडत नव्हते. जग हे मध्यमवर्गीय विद्वानांनी भरले आहे याची जाणीव मला होत होती. मिळणारा रुपया ते खर्चाला वापरत होते. तो रुपया पुढचा रुपया कमविण्याची रुपेरी किमया त्यांना ठाऊक नव्हती. पैशासाठी ते काम करित होते.

माझ्या बाबतीत माझे पैसे माझ्यासाठी काम करित होते. खरं तर या चित्रात आता माझं भांडवलही फारसं नव्हतं. चित्रे खरेदी करणाऱ्यांच्या अॅडव्हान्स रकमेवर माझं सारं भागत होतं. बहुसंख्य खरेदीदारांसाठी चित्रे हा खर्च होता. माझ्यासाठी चित्रे ही खऱ्या अर्थानं संपत्ती होती. ती मला पैसे मिळवून देत होती.

शाळेत मी एक चित्र काढलेलं मला आठवलं. डोंगर, तळाशी नदी, नदीत नाव, बाजूला नारळाची झाडे आणि एक वळणावळणाची वाट. ही वाट डोंगरातून जात असे. ती जेथे पोहचे त्या डोंगरमाथ्यावर सूर्य उगवलेला दिसे. माझी वाट प्रकाशाकडे जाणारी होती. माझ्या या शाळेतल्या चित्राची वाट वळणावळणाची जरा अवघड होती. सर्वसामान्य सोपी वाट स्वीकारतात. मी शाळेतल्या चित्रापासूनच न मळलेली वाट स्वीकारली होती. नेहमीच्या वाटेने जाणारे मध्यमवर्गीय राहातात. 'बिकट वाट वहिवाट' करणारे श्रीमंत होतात.

संगणकीकरण एक कल्पवृक्ष

कित्येक कोटी रुपयांची उलाढाल असणारी माझी कंपनी तत्परतेने चालावी म्हणून मी कार्यालयाचे पूर्ण संगणीकरण केले होते. 'मनीवेअर २००२' हे सॉफ्टवेअर माझी बहुसंख्य कामे कीच्या बटणासरशी करून देत होते. शेअर्स, डिबेंचर्स, म्युच्युअल फंड याची कामे त्या सॉफ्टवेअरमुळे विनाकष्ट होती होती. नव्या शेअर्स इश्यूसाठी, राईट इश्यूसाठी अर्ज पाठविणे, शेअर्स मिळाले का हे समजण्यासाठी ॲलॉटमेंटची नोंद घेणे, जिथे शेअर्स मिळणार नाहीत तिथे रिफंड घेणे हे सारे ते सॉफ्टवेअर करीत होते. बाजारात अगदी एक दोन दिवसांसाठी पैसे गुंतविण्यासाठी कॉल मनीची कामे होत होती. शेअर्सची रोजची खरेदी-विक्री, प्रत्यक्ष शेअर्स देणे घेणे, शेअर्स ट्रान्स्फर फॉर्म भरणे, आपल्या नावाने ट्रान्स्फर होणारे शेअर्स स्वीकारणे, सर्टिफिकेट सध्या कोठे आहेत ते ओळखणे हे सारं कॉम्प्युटर पाहात होता. शेअर्स हे प्रत्यक्ष कागदाऐवजी कॉम्प्युटर फॉर्ममध्ये घेऊन डिमॅटची हिशेब पद्धतीही सुरू केली होती. कंपन्यांचे विलिनीकरण, एका कंपनीने दुसरी कंपनी सामावून घेणे, बोनस इश्यू जाहीर करणे, शेअर्सच्या अद्ययावत किंमती दर्शविणे हेही काम कॉम्प्युटर करीत होता. बॉम्बे स्टॉक एक्सचेंज, नॅशनल स्टॉक एक्सचेंज यांचेकडील शेअर्सचे ताजे दर कळत होते. डिबेंचर्स, मुदत ठेवी, विमा, पब्लिक प्रॉव्हिडंड फंड, नॅशनल

सेव्हींग सर्टिफिकेट, जडजवाहीर, इमारती, भाडे उत्पन्न या साऱ्या गोष्टींची माहिती कॉम्प्युटरच्या पडद्यावर दिसत होती.

विक्रीची बिले, खरेदी विक्रीची माहिती, मालाची हालचाल, कॅश मेमोवरून रोख व बँक शिल्लक किती असेल, कोणते शेअर्स केव्हा लागतील, येणी व देणी, बँक रिकन्सिलीएशन, डायरी नोंदी, भेटीगाठी, टेलिफोन नंबर्स, पत्ते हे सारं देणारा कॉम्प्युटर म्हणजे कल्पवृक्ष होता. आम्ही त्या झाडाच्या सोबतीनं आमच्या इच्छा पूर्ण करीत होतो.

कॅश फ्लो म्हणजेच धनचक्राच्या व्यवस्थापनेसाठी एक सॉफ्टवेअर तयार करून घेतले. व्यवसायात येणारी रक्कम कोठे येते याचे विश्लेषण केले जाऊ लागले. ती रक्कम भांडवलात वाढ करते का खर्च भागविण्यासाठी वापरली जाते ते कळू लागले. खर्च उत्पन्न वाढविणारा आहे का नाही ही माहिती मिळू लागली.

वैयक्तिक वापरासाठी प्लॉट खरेदी म्हणजे कॅश फ्लो मधून पैसे जाणार. पण व्यवसायात विक्रीसाठी प्लॉट खरेदी म्हणजे संपत्ती वाढणार. पैसे मिळवून देणार ती संपत्ती होय. वैयक्तिक प्लॉट म्हणजे जबाबदारी वाढणार. मेडिकल स्टोअर्समध्ये जंबो फ्रीज घेणे म्हणजे संपत्तीत वाढ होईल, पण घरात वापरासाठी मोठा फ्रीज म्हणजे संपत्ती होणार नाही. मग फ्रीज घ्यायचा नाही का? सध्याच्या काळात फ्रीज ही आवश्यक वस्तू आहे. फ्रीज वैयक्तिक वापरासाठी घ्यायला हरकत नाही. पण तो नफ्यातून घ्यायला हवा. हा नफा म्हणजे तुमचे मूळचे भांडवल कमी होता कामा नये. नव्या उत्पन्नाची मूळ भांडवलात एवढी वाढ व्हायला हवी की मूळ भांडवल थोडे का होईना वाढले आहे व त्याच्या व्याजातून किंवा वाढीव उत्पन्नातून फ्रीजची खरेदी होते आहे. भारी किंमतीची आरामदायी गाडी ही व्यवसायास आवश्यक असेल व तिच्या खरेदीनंतर नफ्यात वाढ होणार असेल तरच ती संपत्ती होऊ शकते. ती एक चैन म्हणून घेतली तर व्यवसायाच्या दृष्टीने तरी 'कॅश फ्लो' बरोबर ठेवला नाही असे होईल. संपत्तीमध्ये गाडीची भर न होता खऱ्या संपत्तीमधील तेवढी रोख रक्कम बाहेर जाईल. आठ लाख रुपयाची गाडी ही संपत्ती न होता जबाबदारी होईल. एकदा का गाडीची खरेदी केली की एक आठवड्यातच त्या गाडीची किमान वीस टक्के किंमत कमी झालेली असते. तुम्ही ती विकायला काढलीत तर गाडी नवी असूनही तिची मूळ किंमत मिळत नाही. आपला 'कॅश फ्लो' सतत व्यवसायाला पूरक असा ठेवला पाहिजे. कॅश फ्लो म्हणजेच धनचक्र. या धनचक्राकडे दुर्लक्ष होण्यासारखी प्रलोभने सातत्याने पुढे येत असतात. त्यास बळी पडले तर धनचक्रामध्ये अडथळा आलाच म्हणून समजा. ज्याला श्रीमंत व्हायचंय त्याला हे धनचक्र समृद्ध करण्यावाचून पर्याय नाही.

नोकरदाराला श्रीमंत होता येईल का?

एक दिवस मला एक पत्र आले. पत्रावर सही होती ज्ञानवर्धक मंडळाच्या अध्यक्षांची. त्यांच्या पत्राचा मथितार्थ असा होता की मी श्रीमंतांची बाजू घेऊन बोलत असतो. नोकरदार, मध्यमवर्गीय यांच्या विरुद्ध बोलत असतो. गरिबांची तर उपेक्षाच करीत असतो. गरीब आणि मध्यमवर्गीय यांची संख्या नव्वद टक्के आहे. इतके लोक कर्तृत्वशून्य आहेत असे कसे म्हणता येईल? याबाबतीत मी खुलासा करावा.

पत्र वाचून बाजूला ठेवतो तर त्या अध्यक्ष महोदयांचा फोनही आला.

"आमच्या संस्थेत सुमारे दीडशे सदस्य आहेत. ते मध्यमवर्गीय आहेत. त्यांना मी घेऊन आपणाकडे येतो. वेळ द्या."

"आपला काहीतरी गैरसमज झालेला दिसतो. तुम्ही एकटे या. मी तुम्हाला माझे म्हणणे समजावून सांगेन."

"आपण आमच्या संस्थेच्या साप्ताहिक सभेसाठी वक्ता म्हणून या. म्हणजे साऱ्यांचेच समाधान होईल."

मी त्या सभेस गेलो. खुलासा केला—

"मी श्रीमंत कसे व्हावे हा विषय मांडला होता. त्याची बातमी वाचून आपला समज झाला की मी मध्यमवर्गीयांच्या विरुद्ध आहे. मी नोकरदारांच्या विरुद्ध नाही. पण त्यांची सर्वसाधारणपणे आर्थिक ओढाताण कशी होते याचे चित्र मी उभे केले होते.

श्रीमंत अधिक श्रीमंत कसे होतात हे दाखविले होते. मध्यमवर्गीय नोकरदाराने श्रीमंत होण्यासाठी काय करायला हवे हेही सांगितले होते. तो भाग आपल्यापर्यंत आला नसावा. तो सांगण्याची संधी म्हणून मी हे आमंत्रण स्वीकारले.''

माझ्या माहितीत एक नोकरदार आहे. त्याने त्याच्या महाविद्यालयीन काळात छोट्या-मोठ्या नोकऱ्या केल्या. त्याचवेळी तो शिकत होता. वडील चांगल्या नोकरीत होते. त्यामुळे त्याला त्याकाळी घरी खर्चासाठी पैसे द्यावे लागत नव्हते. त्याने त्यावेळी एकूण दोन हजार पाचशे रुपये बँकेत शिल्लक टाकले होते. ते व्याजाने सातत्याने वाढतील याची त्याने काळजी घेतली. प्रत्येक रुपया पुढील रुपया कमावेल हे पाहिले. जेव्हा बँकेचा व्याजाचा दर कमी होता तेव्हा म्युचअल फंडात पैसे गुंतविले. ते गुंतविताना त्या म्युचुअल फंडाच्या सुरक्षिततेच्या दृष्टीने विचार केला. शेअर्सचा अभ्यास केला. काही रक्कम शेअर्समध्ये गुंतविली.

महाविद्यालयीन शिक्षणानंतर नोकरी मिळाली. नियमित पगार सुरू झाला. विवाह झाला. खर्च सुरू झाला. तो खर्च त्याने पगारातून भागविला. त्या पगारातूनही दरमहा शंभर रुपयाची दोन रिकरींग ठेव खाती बँकेत उघडली. त्याने कटाक्षाने एक गोष्ट पाळली. ती म्हणजे मूळ दोन हजार पाचशे रुपयांची वाढती गुंतवणूक कधीही खंडित होऊ दिली नाही.

माझा विरोध आहे तो पैसे जवळ नसताना सुरुवातीसच खर्च सुरू करण्याच्या प्रवृत्तीला. कर्ज काढून टी.व्ही. घेणाऱ्याला व्याजाचा मीटर चालू असताना टीव्हीवरील कार्यक्रम कसा आवडणार. टीव्ही असो, फ्रीज असो, स्कूटर असो ती बचत करून घ्यायला हवी. कर्जातून नव्हे. क्रेडिट कार्ड वापरून हॉटेलात मौज करणाऱ्याच्या बँक खात्यात पैसे हवेत. उधारीवर जेवून क्रेडिट कार्डमुळे बँकेत डेबिट बॅलन्स आला तर त्यावर चोवीस ते छत्तीस टक्के व्याज आकारले जाणार. तो ओव्हरड्राफ्ट भरता आला नाही तर मुदतकर्ज घ्यावे लागणार. हळूहळू कर्जाच्या विळख्यात अडकायला सुरुवात होणार. मी या प्रवृत्तीला धोक्याची सूचना देत आहे.

नोकरदारांनी या स्कूटररेस मधून बाहेर पडायचे असेल तर लवकर बचत सुरू करावी. ती सुरक्षित राहील हे पाहावे. नंतरच्या उत्पन्नातून खर्च करावे. चंगळवादापासून सावध राहावे. रुपये खर्चासाठी नसून रुपये कमविण्यासाठी आहेत हा मंत्र लक्षात ठेवावा. श्रीमंत असो वा गरीब, जो हा मंत्र अंमलात आणेल तो समृद्धीच्या मार्गाकडे जाईल.

कराच्या बाबतीत नोकरदारास संपूर्ण कर भरावा लागतो हे सत्य आहे. नॅशनल सेव्हींग्ज सर्टीफिकेट्स, आयडीबीआय करमुक्त रोखे, जीवन विमा योजना इ. मधून थोडा कर वाचेल. परंतु बाकी मूल्यांकनाप्रमाणे कराची आकारणी होणारच.

एका कार्यालयातील कर्मचाऱ्यांनी एकत्र प्लॉट खरेदी केले. एका जमिनीचे

प्लॉट पाडले. त्यावेळी त्यांना ते प्लॉट केवळ चार रुपये स्क्वेअर फुटाने मिळाले. वीस वर्षात त्याची किंमत शंभर रुपये स्क्वेअर फूट झाली. आपल्याच कर्मचाऱ्यांची सोसायटी असल्याने प्लॉटकडे साऱ्यांचे आळीपाळीने लक्ष राहिले. या व्यवहारात चांगला नफा झाला. ही गोष्ट नोकरदारांनी केली असली तरी हे लक्षण श्रीमंतीचे आहे. असेच नोकरीकडे लक्ष देत काही श्रीमंती गुण अंगी बाळगता येतील. नोकरदार वाईट असा अर्थ न घेता उद्योजकतेकडे आपली पुढील पिढी कशी वळेल ते आपण पाहायला हवे.

एका अधिकाऱ्याने आपल्या पत्नीला उद्योजक बनविले. गणेशोत्सवामध्ये घरोघरी गौरीपूजनाचा कार्यक्रम असतो. गौरीचा मुखवटा एका सांगाड्यावर बसवितात. मग त्या सांगाड्यावर साडी, दागिने इ. नेसवून ती शोभिवंत बनवितात. हा सांगाडा लाकडावर कापड लावून बनवितात. हे सांगाडे तयार करण्याचा उद्योग त्यांनी सुरू केला. मागणी वाढत गेली. ती इतकी वाढली की आठ-दहा कारागीर स्त्रिया मदतीला घ्याव्या लागल्या. स्वस्तात मिळावे म्हणून कापड सुरत येथील घाऊक बाजारातून खरेदी केले. नोकरदाराने आपली नोकरी सुरू ठेवून पत्नीला उद्योजक बनविले. नोकरदार असो वा व्यावसायिक असो, प्राप्त होणारा प्रत्येक रुपया पुढील रुपया कमवायला लावा.''

राखावी बहुतांची अंतरे

धनवान होऊ इच्छिणाऱ्यांनी लोकांशी कसे वागावे हे जाणून घ्यायला हवे. पुण्यामध्ये खैरे नावाचे धाडसी गृहस्थ होते. त्यांचा साप ह्या विषयावर अभ्यास होता. ते सर्पमित्र म्हणून ओळखले जात. एकदा त्यांनी एक आश्चर्यकारक प्रयोग करून दाखविला. ते सापांच्या सहवासात अट्टेचाळीस तास राहिले. त्यांना काहीही इजा झाली नाही. ही साऱ्यांना आकृष्ट करणारी बातमी होती.

मी माझ्या मुंबईतल्या मित्राला सांगितले–

''पुण्यात खैरे नावाचे गृहस्थ सापांच्या सहवासात अट्टेचाळीस तास राहिले.''

''त्यात काय विशेष! आम्ही माणसांच्या सहवासात इतकी वर्षे राहातोय त्याचं काहीच कसं कौतुक नाही? सापांच्या सहवासात राहाणं त्या मानानं सोपं. त्या सापांना ठराविकपणे सांभाळलं तर ते काहीही इजा करीत नाहीत. पण माणसांच्या सहवासात राहाणं अतिशय अवघड! एखादा माणूस हसत असेल तर तो आनंदानं हसतोय की आपल्याला हसतोय हे समजणं महाकठीण काम.''

त्यासाठी आपल्याला माणसं वाचता आली पाहिजेत. प्रत्येक माणसाला काही ना काही अपेक्षा असतात. किंबहुना तो अपेक्षेने खचाखच भरलेला असतो. त्या अपेक्षा जाणून त्याप्रमाणे त्याच्याशी वागण्याचा प्रयत्न करणे महत्त्वाचे असते. आपला एकाच वेळी अनेकांशी संबंध येत असतो.

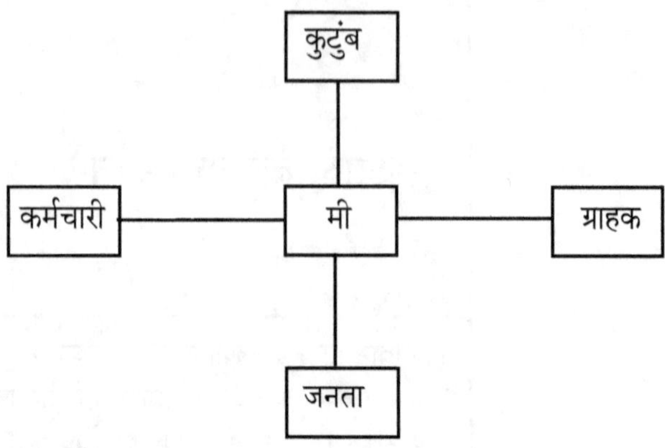

ग्राहकराजा समाधानी तरच व्यवसायाची प्रगती होत राहाते. ग्राहकाला आवश्यक सेवा माफक दरात द्यायची ही तर प्राथमिक आवश्यकता आहे. पण तो त्याशिवाय नकळत एक अपेक्षा ठेवत असतो ती म्हणजे त्याच्या मनाचे समाधान, त्याची विचारपूस, त्याच्याबद्दलची आस्थेने केलेली चौकशी. समाधानी ग्राहक हीच खरी व्यवसायाची जाहिरात असते. ग्राहकास काय आवडते याची माहिती घेऊन त्याप्रमाणे आपल्या सेवेत बदल करायचा. आपण सातत्यानं जगाप्रमाणे बदलत राहायला हवं.

कर्मचारी, अधिकारी, सेवक यांच्या सहकार्यानं तर आपण आपला व्यवसाय करीत असतो. त्यांच्याकडून उत्कृष्ट कामाची आपली अपेक्षा असते. त्यासाठी आपल्या कंपनीची उद्दिष्टे काय हे त्यांना समजावून सांगितलं पाहिजे. त्या ध्येयाच्या पूर्तीसाठी त्यांना प्रवृत्त केलं पाहिजे. ध्येयाने प्रेरित झालेली माणसं ही आपल्या व्यवसायाची संपत्ती असते. त्यांच्या चांगल्या कामाबद्दल त्यांना शाबासकी द्यायला हवी. प्रत्येकामध्ये काही ना काही चांगलं असतंच. ते आपण शोधून त्याबद्दल चांगलं बोलावं.

एखाद्या कर्मचाऱ्यानं नवा शर्ट घातला असेल तर तो कार्यालयात त्या दिवशी नेहमीच्या तुलनेत थोड्या जास्तच फेऱ्या मारत असतो! त्याची अपेक्षा असते की आपल्या शर्टाबद्दल सहकाऱ्यांनी दोन चांगले शब्द बोलावेत. पण काहींना त्याचा मत्सर वाटतो. ते काहीही बोलत नाहीत. तो अस्वस्थ होतो. आता ऑफिस संपायची वेळ झाली. शेवटी तो स्वतःच दुसऱ्याच्या पुढे जाऊन विचारतो, ''कसा काय वाटला शर्ट?'' तर तो सहकारी संकुचित वृत्तीनं विचारतो, ''काय नवा घेतला का?'' त्याला काय वाटेल! पण आपण होऊन जर सकाळीच, तो कार्यालयात आल्याबरोबर म्हटलं असतं, ''व्वा! काय छान शर्ट आहे!'' तर तो कायमचा आपलासा झाला असता.

ऑफिसमध्ये ज्याचे अक्षर सुरेख आहे त्याला ''व्वा! छान अक्षर'' हे सर्टिफिकेट मिळालेच पाहिजे. काहींना त्यामध्ये विरुद्ध बाजू पाहायची सवय असते. असा खडूस सहकारी म्हणतो, ''अक्षर कोरत बसतो. मग चांगलं येईल नाहीतर काय? कामात कसा उरक हवा!''

सातत्यानं चांगल्या गोष्टीबद्दल चांगलं बोलत राहाणं हे काम सोपं नाही. पण ते करत राहिलं पाहिजे. ती आपली प्रवृत्ती व्हायला हवी. प्रत्येक कर्मचाऱ्याला जसे भुकेसाठी पोट आहे तसे शाबासकीसाठी पाठही असते. पोटासाठी पगार देतो त्याचप्रमाणे पाठीसाठी कौतुकाचे शब्द हवेत. एखाद्या सहकाऱ्यात गुण सापडणे अवघड वाटले तर त्याला निदान वाढदिवस तरी असतोच. त्या दिवशी तरी त्याला शुभेच्छा देता येतीलच ना!

सहकाऱ्याबद्दल जे वाईट सांगावयाचं असेल ते सर्वसाधारपणे त्याच्याजवळ न बोलता त्याच्या माघारी बोललं जातं. ते कसं कुणास ठाऊक पण हमखास त्याच्यापर्यंत पोहोचतं. ते नुसतं पोहोचत नाही तर विस्तार पावून, मोठं होऊन पोहोचतं. 'कुजबुज प्रचार' या तंत्रानं ते पसरतं. व्हिस्परींग कॅनवासिंग ही एक वस्तुस्थिती असेल तर प्रत्येक व्यक्तीच्या माघारी चांगले का बोलू नये? चांगल्या गोष्टींचा प्रसार जर वेगानं झाला तर गुणांची वाढ गुणाकाराने होऊ लागेल.

भाक्रा नांगल हे भारतातील प्रचंड धरण. या धरणामुळे पंजाब व अन्य प्रांतामध्ये मुबलक पाणीपुरवठा होऊन तो भाग सुजलाम सुफलाम् झाला. या धरणबांधणीच्या काळातील एक घटना सुप्रसिद्ध साहित्यिक गो.नी. दांडेकर यांनी 'आम्ही भगिरथाचे पुत्र' या पुस्तकात रेखाटलीय. धरण बांधणीसाठी हजारो कामगार अहोरात्र काम करीत होते. कष्टाला पारावार नव्हता. डोंगरदऱ्यांमध्ये कामे करावी लागत होती. रोजगार मिळत होता. पण कामाबद्दल वरिष्ठांना कौतुक नव्हते. थोडेफार असले तरी निदान कोणी दाखवित नव्हते. काम करण्यामधील कामगारांची आस्था नाहीशी झाली होती.

या सर्व परिस्थितीचे अखेर बेमुदत संपात रूपांतर झाले. मनापासून काम करताना माणूस अडचणीकडे दुर्लक्ष करतो. कामातच मन नसेल तर अडचणीकडेच त्याचे लक्ष जाते. साध्या अडचणीही त्याला डोंगरासारख्या दिसू लागतात. धरण बांधणीचे काम अर्ध्यावरच असताना संप सुरू होता. वाटाघाटी चालू होत्या. संप काही मिटायची चिन्हे नव्हती.

शेवटी असे ठरले की स्वत: पंतप्रधान पंडित जवाहरलाल नेहरू या धरणस्थळाला भेट देऊन कामाची पाहणी करतील. आपण काम करीत असताना साक्षात पंतप्रधान आपल्याला पाहायला येणार, आपण केलेल्या कामाची पाहणी करणार हे ऐकताच सर्वत्र उत्साह दिसू लागला. कामगार जोमाने कामाला लागले. अधिकाऱ्यांची

लगबग सुरू झाली.

पंतप्रधान नेहरू ठरल्याप्रमाणे भाक्रा नांगल धरणाचे काम कसे चाललंय हे पाहण्यासाठी आले. त्यांनी दुर्बिणीतून एक दृश्य पाहिले. काही कामगार डोंगरात खोदण्याचे काम करीत होते. हे काम नेहमीसारखे नव्हते तर डोंगराच्या मध्यभागात खाच तयार करायची होती. त्या कामगारांनी स्वत:ला उलटे टांगून घेतले होते व छिन्नी हातोड्याने ते दगड फोडत होते. त्यावेळी ते लोकगीत गात होते. त्या गाण्याचा अर्थ गंमतशीर होता. बायको शृंगारामुळे तिच्या नाकातील नथनी टोचते अशी प्रेमळ तक्रार करीत होती. गाताना ते सारे आनंदाने बेहोश झाले होते.

कोठून आले हे बळ? कोठून आला हा उत्साह? इतक्या अवघड परिस्थितीतही समाधानाने ते काम कसे करू शकत होते. इथं त्यांना पंतप्रधान आपल्या भेटीस आले याचे समाधान होते. कुणीतरी दुरून का होईना शाबासकी देत आहे याचा आनंद होता. माणसाचं मन असं संवेदनशील असतं. त्याला प्रोत्साहन मिळालं तर ते काम करीत राहातं.

ग्राहक हाच राजा

ग्राहकाला हवं ते, हवं तेव्हा, योग्य किंमतीत देणं हे महत्त्वाचं. प्रॉमिस टूथ पेस्ट नवीनच बाजारात यायची होती. त्यावेळी त्या कंपनीने या प्रॉमीस प्रॉडक्टचे मार्केटिंग करताना एक फॉर्म्युला ठरविला. पेस्टची अन्य प्रचलित पेस्टशी तुलना केली. ग्राहकाच्या हिताच्या दृष्टीने स्वत:मध्ये बदल केले.

फॉर्म्युला शब्दातला एफ हा मध्यवर्ती धरून सूत्र सांगितले.

पहिला एफ, फर्मनेस. पेस्ट अशी हवी की ब्रशवर व्यवस्थित येईल. ती फार पातळ किंवा अति घट्ट असता कामा नये.

दुसरा एफ म्हणजे फोम. ती पेस्ट वापरताच तिचा तोंडामध्ये भरपूर फेस होईल.

तिसरा एफ म्हणजे फ्रेशनेस. या पेस्टच्या वापराने ताजेतवाने व प्रसन्न वाटायला हवे.

चौथा एफ म्हणजे फ्लेवर. प्रत्येक पेस्टला सुवास असतो. तो पेस्ट उघडल्यापासून ते ती वापरल्यानंतर काही काळपर्यंत टिकून राहातो. हा वास हवाहवासा वाटणारा असावा.

पाचवा एफ म्हणजे फेअर प्राईस. सर्व गुण तर हवेतच. शिवाय ते माफक दरात द्यावेत.

ग्राहक राजाची पूजा बांधायला किती साहित्य या कंपनीने गोळा केले पाहा. हे त्यांनी केल्यावर संपूर्ण भारतातील ग्राहकांच्या प्रवृत्तीचा अभ्यासही त्यांनी

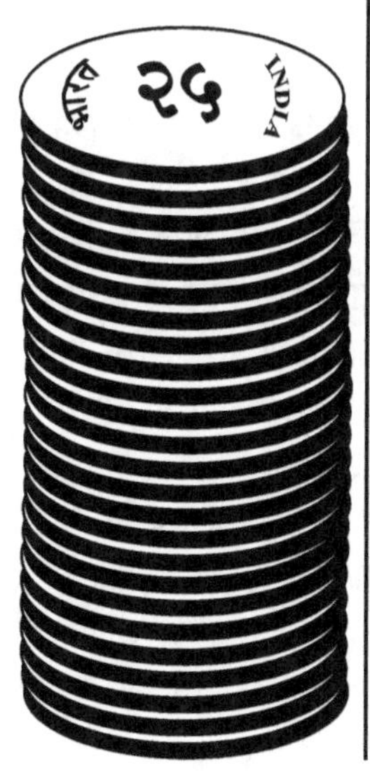

केला. नवीन कोणतेही उत्पादन बाजारात आले तर त्याचा आनंदाने स्वीकार कोण करते? याबाबत कंपनीचा अहवाल असं सांगतो की मुंबई आणि दिल्लीचे लोक लगेच नवीन माल घेतात. कोलकत्याचे ग्राहक शक्यतो पूर्वापर चालत आलेला ब्रँड वापरणे पसंत करतात. 'आमच्या आजोबापासून हा प्रॉडक्ट आमच्या घरात घेत आहेत. तोच आम्ही वापरतो.' असं ते अभिमानाने सांगतात. चेन्नईचे लोक नव्या उत्पादनाचं फार उत्साहात स्वागत करीत नाहीत. पण विरोधही करीत नाहीत. या अभ्यासानंतर साहजिकच प्रॉमिस कंपनीने प्रथम लक्ष्य केले ते मुंबई आणि दिल्ली. तिथे त्यांना प्रतिसाद चांगला मिळाला.

ग्राहकांचा विश्वास प्राप्त करण्यासाठी त्यांच्याशी उत्कृष्टपणे संवाद साधला पाहिजे. प्रत्यक्ष हसतमुख सेवा, त्यांच्या सूचनांचा आदर याला महत्त्व दिले पाहिजे. सहकारी व ग्राहक यांच्याशी प्रभावी संवाद साधत असतानाच सर्वसाधारण जनता यांच्याशीही आपला संपर्क ठेवला पाहिजे. सर्व जनतेशी संपर्क साधण्यासाठी आधुनिक तंत्रज्ञान युगात खूप सोयी आहेत.

गोवा राज्याची सर्वांगीण प्रगती करण्यासाठी गोवा सरकारने एका कंपनीस अहवाल तयार करण्याचे काम दिले. त्यांनी सॅटेलाईच्या सहाय्याने गोव्यात किती साधनसंपत्ती आणि मनुष्यबळ आहे हे दाखविले. इतका समुद्र, इतकी जंगले, एवढे डोंगर, इतक्या नद्या व एवढी माणसे अशी सर्व प्रकारची माहिती एकत्र केली. या सर्व साधनसंपत्तीचा वापर गोव्याच्या प्रगतीसाठी कसा करता येईल, त्यासाठी किती कालावधी लागेल, मनुष्यबळ कसे वापरता येईल हे सारे मांडले. जगातील व गोव्यातील जनतेला हे सारे कळविण्यासाठी यंत्रणा आखली गेली. सर्व जनतेत प्रगतीचे वातावरण निर्माण केले गेले.

आपल्या कंपनीने सतत जनसंपर्क ठेवायला हवा. सर्व जनता ही आपली भावी ग्राहक होणार आहे असा विश्वास बाळगावा. आपल्या योजना वृत्तपत्रातून मांडता येतात. प्रत्यक्ष जाहिरात करणे हा एक भाग आहे. जाहिरात कमी शब्दात, चित्राने आकर्षक करून जनतेचे लक्ष वेधून घेता येते. दूरचित्रवाणीने तर घराघरात आपली कंपनी पोहोचू शकते. मी जेव्हा व्यवसाय करतो तेव्हा ग्राहकाइतकेच जनतेस महत्त्व द्यायला हवे. जनता म्हणजे भावी ग्राहकच आहे. आपल्या कंपनीची कार्ये सर्व जनतेस माहिती होण्यासाठी सर्व प्रसारमाध्यमांचा वापर करावा.

आपली गरज पाहून त्याप्रमाणे जाहिरात हवी. एकदा एका साबण कंपनीनं एक जाहिरात केली. त्यामध्ये फक्त चित्रांचं माध्यम वापरायचं ठरविलं. एकही शब्द नाही. या साबणाने कपडे स्वच्छ होतात हे दाखविण्यासाठी एक मळलेला शर्ट दाखविला. त्यापुढे या कंपनीचा साबण व तिसऱ्या चित्रात पांढराशुभ्र स्वच्छ शर्ट असे सादर केले. वाचकांच्या सहज लक्षात आले की मळलेला शर्ट या कंपनीच्या

साबणामुळे स्वच्छ होतो. पण या जाहिरातीने उर्दू वर्तमानपत्रात गोंधळ केला. तेथे तिचा अर्थ बदलला. स्वच्छ शर्ट या साबणामुळे मलीन झाला असे वाचले गेले. उपयुक्तता पाहून जाहिरात करणे महत्त्वाचे.

जनता, ग्राहक व सहकारी यांच्याशी सुसंवाद साधताना त्याचवेळी एक महत्त्वाचा घटक म्हणजे स्वत:चे कुटुंब. आपल्या घरातील सर्वांची मने एकजिनसी असतील तरच व्यवसाय प्रगती करू शकतो. आपल्या व्यस्त वेळापत्रकातील काही मिनिटे तरी आपण घरच्या सदस्यांसाठी राखून ठेवली पाहिजेत. प्रत्येक माणूस त्या अपेक्षेने भरलेला असतो. त्याची अपेक्षा ही कितीही छोटी असली तरी ती त्याची असते. त्यामुळे त्याला महत्त्वाची वाटते.

एकदा एका गृहस्थानं ऑफिसमधून घरी येताना मुलांसाठी चॉकलेट घेतलं. घरी आल्याबरोबर मुलाला खूष करण्यासाठी त्यानं चॉकलेट वरची चांदी काढून मुलाच्या पुढे धरून म्हटलं, "हे घे चॉकलेट. खास तुझ्यासाठी आणलंय."

"मला नको."असं म्हणत मुलानं ते टाकून दिलं.

"मी एवढं लक्षात ठेवून, घरी येताना वाटेत थांबून तुझ्यासाठी आणलं आणि नको म्हणतोस?"

"मला नको."

काही वेळानं बाबांच्या लक्षात आलं की आपण चॉकलेटवरची चांदी काढून त्याला चॉकलेट दिलं म्हणून तो नको म्हणाला. चॉकलेटवरचं आवरण काढण्याचा मान त्याचा होता. तो आपण हिरावून घेतला.

असं जग अपेक्षेनं भरलेलं आहे. आपण केंद्रस्थानी असून जगापासून घरापर्यंत सारे आपल्याकडे जबाबदार व्यक्ती म्हणून पाहात आहेत. कर्त्या पुरुषाने त्याच्या मुलाशी संवाद ठेवायला हवा. तो तुटला तर मुलगाही दुरावतो. व्यवसायात मिळविलेल्या कमाईला वारस नसेल तर मजाच राहात नाही.

वेळेचं नियोजन

कॅश फ्लो सांभाळायचा. येणारा रुपया पुढचा रुपया मिळविण्याच्या कामाला लावायचा. त्यासाठी माणसं सांभाळायची. त्यांना कामाला लावायचं. या बरोबरच वेळेचं नियोजन आणि कामाची सुनियोजित आखणी हवी.

माझा वेळ कसा जातो हे सुरुवातीस कागदावर उतरवावं. व्यायाम, झोप, अन्नसेवन, स्नान इ. आवश्यक गोष्टींसाठी आठवड्यातले किती तास जातात हे पाहावं. व्यवसायासाठी लागणारा वेळ मांडावा. सहकारी व घरचे लोक यांच्या चांगल्या कामाचे कौतुक करण्यासाठी वेळ दिलाय ना हे पाहावे. नव्या गोष्टी करण्यासाठी काळी वेळ मिळाला का हे लक्षात घ्यावे.

असे दर आठवड्याचे वेळापत्रक मांडल्यास आपल्याला आपल्या उपलब्ध वेळेचा कसा वापर करावा हे ध्यानात येते. वेळ ही एक मौल्यवान संपत्ती आहे. ती प्रत्येक व्यक्तीला दिवसातून चोवीस तासच मिळते. गरीब, मध्यमवर्गीय, श्रीमंत साऱ्यांनाच ती चोवीस तासच असते. त्यामध्ये भेदभाव नसतो. पण वेळेचा सदुपयोग करणारी माणसं मोठी होतात. वेळेकडे दुर्लक्ष करणारी माणसं सामान्य राहातात. वेळ ही एक नाशवंत संपत्ती आहे. तिचा वापर केला नाही तर ती वाया जाते. वेळ साठवून ठेवता येत नाही. 'घटका गेली, पळे गेली, तास वाजे

ठणाणा आयुष्याचा नाश होतो राम का रे म्हणाना' याच धर्तीवर 'काम का रे, कराना' असं सांगावसं वाटतं.

आपल्या व्यवसायाची कामाची ठराविक पद्धती असावी. शक्यतो ती लिखित स्वरूपात असावी. खरेदी, विक्री, उधारी, निर्णय घेण्याचे अधिकार, त्याच्या मर्यादा, कामगारांचे कामाचे नियम, कायदे सल्लागार, कर सल्लागार यांचे विभाग, याची व्यवस्थित आखणी हवी. त्यामुळे कंपनीमधील सर्वांना काम करणे सुलभ जाते. कोणते काम केव्हा आणि कसे होईल याची माहिती होते.

खरेदी विक्री विभाग हे कंपनीच्या हाताप्रमाणे काम करतात तर आयोजन विभाग हा मेंदूचे काम करतो. हा विभाग सध्याचे काम अधिक कार्यक्षम होण्यासाठी काय केले पाहिजे याचा विचार करतो. नवीन व्यवसायास कोठे वाव आहे, नव्या शाखा कोठे काढाव्या, चालू पैकी कोणत्या शाखा बंद कराव्यात, कोणत्या शाखांचे विलिनीकरण करावे, कोणता व्यवसाय नफा देतोय, कोणता विभाग तोटा करतोय अशा अनेक बाबींमध्ये या विभागाकडून सूचना मिळत राहातात.

श्रीमंत अधिक श्रीमंत होताना प्रथम संपत्ती व जबाबदारी यातील फरक समजावून घेतात, पैसा मिळविण्यापेक्षा पैसा मिळविण्याची कला शिकण्यावर भर देतात, ते पैशासाठी काम करीत नाहीत तर पैसा त्यांच्यासाठी काम करू लागतो. त्यांचा प्रत्येक रुपया प्रथम पैसा मिळविण्याकडे वळतो. ते धनचक्र भक्कम ठेवतात. कराबाबत त्यांचे नियोजन अभ्यासपूर्ण असते. ही सारी तत्त्वे पाळतानाच ते सर्व प्रकारच्या माणसांची कदर करतात. माणसाला ते बॅलन्सशीटच्या बाहेरची पण बॅलन्सशीट इतकीच मौल्यवान संपत्ती मानतात. पारंपरिक शैक्षणिक वर्गामध्ये त्यांनी फारशी रुची दाखविली नसेल. परंतु व्यवसाय करायला लागल्यावर विक्रयकला, जाहिरात, वेळेचे नियोजन, कर पद्धती, बॅंकिंग असे छोटे-मोठे अभ्यासक्रम पुरे केलेले असतात. शाळेच्या शिक्षणाला फारसा पाठिंबा नसला तरी व्यवसाय वृद्धीसाठी आवश्यक ज्ञानाला ते तहानलेले असतात. अशा गोष्टीसाठी ते वेळेची गुंतवणूक करतात.

यशस्वितेचा मार्ग म्हणजे अडथळ्यांची शर्यत

प्रत्येक तरुणानं, त्याचं तारुण्य, धडाडी सिद्ध करण्यासाठी एक वर्ष तरी काही तरी विकलं पाहिजे. त्यानं ते वर्ष पूर्णपणे विक्री विषयासाठी, प्रात्यक्षिक करण्यासाठी स्वत:ला झोकून द्यावं.

हे सारं जाणलं तरी व्यवसायात काहींना यश येत नाही. यशस्वितेचा मार्ग हा अडथळ्याच्या शर्यतीसारखा असतो. हे अडथळे कोणते? पहिला अडथळा म्हणजे भीती होय. भीती वाटते म्हणून काही करणे सोडायचे नसते, तर पुन्हा पुन्हा प्रयत्न करून भीतीला दूर करायचे असते. लहान मूल सायकल चालवायला शिकते. तेव्हा त्याला पडण्याची भीती वाटते. पडल्यावर लागेल म्हणून त्याने सायकल चालवायचे सोडून दिले तर त्याला कधीच सायकल चालविता येणार नाही. पण लागले तरी चालेल. पण मी सायकल चालविणारच असं म्हणणारा मुलगा लवकर सायकल शिकतो.

पोहायला शिकणाऱ्या मुलाला बुडण्याची भीती वाटते. तो पाण्यात प्रथम उतरण्यास जातो तर समोर पाणी दिसतं. डोळे गरगरायला लागतात. पोटात भीतीनं गोळा उठतो. पण मनाचा हिय्या करून जो पाण्यात उडी मारतो तोच पोहायला शिकू शकतो. पाण्याच्या कडेला बसून 'पोहावे कसे' हे पुस्तक वाचून पोहता येणार नाही.

व्यवसायापेक्षा नोकरी बरी म्हणणाऱ्याला व्यवसायात

नुकसान होण्याची भीती वाटत असते. व्यवसाय जमला नाही तर पुढे काय हा प्रश्न आ वासून पुढ्यात उभा असतो. पण आपल्याला मध्यमवर्गीय स्कूटररेस मधून बाहेर पडायचंय ना? श्रीमंत व्हायचंय ना? मग या हरण्याच्या भीतीवर स्वार व्हायला हवं. मी एक वर्ष विक्रयकलेत पारंगत होणार आहे. त्यामुळे माझ्या अनुभवाचा लाभ मला नफा मिळवायला होणारच आहे. मला नुकसान येऊच शकत नाही. आले तरी ते तत्कालीन असेल. कालांतराने मी ते भरून काढीन. मी पैसा मिळवीनच.

माझे एक मित्र मोठे उद्योगपती आहेत. स्वत:ची फाऊंड्री आहे. दोनशे लोक कामाला आहेत. वर्षाला एक कोटी रुपयांचा नफा मिळवितात. त्यांचा व्यवसाय सुरू कसा झाला याबद्दल मी त्यांना माहिती विचारली.

"तुम्ही नोकरी करायची का धंदा हा निर्णय कसा घेतलात?"

"आपल्या कर्तृत्वाप्रमाणे पैसा कमवायचा तर धंदाच हवा म्हणून धंद्याकडे वळलो."

"वडिलांकडून या बाबतीत काही प्रेरणा मिळाली का?"

"वडिलांची इच्छा मी व्यवसाय करावा अशीच होती. त्यांनी नुसती इच्छा प्रदर्शित केली असे नाही तर त्यांनी मला पाच हजार रुपये रोख दिले. तो काळ तीस वर्षांपूर्वीचा होता. मी मुंबईहून पैसे घेऊन ठाण्यास आलो. तिथे लोखंडाचा भंगार माल मिळायचा. मी अडीच हजार रुपयाचा माल खरेदी केला. कोल्हापूरला फाऊंड्री व्यवसाय जोरात चालायचा. तिथं तो विकायचं ठरवलं. कोल्हापूरकडे सामान घेऊन जाणारा ट्रक पाहिला. अगदी कमी खर्चात तो माल कोल्हापुरात आणायचं ठरलं. माल पाठवून देऊन स्वत: बसनं ठाण्याहून कोल्हापूरला जायचं तर मालावर लक्ष राहिलं नसतं. माल व मी वेगवेगळ्या वेळी कोल्हापुरात पोहोचलो असतो. बसचं भाडंही त्या सुरुवातीच्या व्यवसायाच्या काळात परवडणारं नव्हतं."

"मग तुम्ही काय केलंत?"

"मीही ट्रक बरोबरच जायचा निर्णय घेतला. ड्रायव्हरशेजारी ट्रकमध्ये बसायला ड्रायव्हरही भाडे मागू लागला. हा खर्चही मला पेलवणारा नव्हता."

"पण त्याला तर पर्यायच नव्हता ना?"

"आणखी एक पर्याय होता. मी मागं सामानावर बसून जायचं ठरविलं. त्याला ट्रक ड्रायव्हरनं परवानगी दिली. व्यवसायातला पहिला प्रवास ठाणे ते कोल्हापूर भंगार सामानासोबत ट्रकनं झाला."

"माल कोणाला विकला?"

"दोन-तीन फाऊंड्री मालकांना भेटलो. पण अपेक्षित दर मिळेना. माल जास्त दिवस ठेवण्याचीही सोय नव्हती. विकत आणलेल्या किंमतीपेक्षा पाच टक्के कमी भावात माल विकावा लागला. शिवाय ट्रक भाडं अंगावर पडलं. हमाली, चहापाणी

असा किरकोळ खर्च झाला तो वेगळा.''

"नुकसान झाल्यावर काय वाटलं?''

"वडिलांनी तर पाच हजार रुपये देतानाच बजावलं होतं आता यानंतर काहीही मिळणार नाही. मूळ भांडवलातून सुमारे तीनशे रुपये गेले होते. त्यामुळे वाईट वाटलं.''

"मग धंदा न करता नोकरी बघावी असं वाटलं का?''

"छे! छे! नोकरी करायची नाही हे ठरवलेलंच होतं. धंद्यात नुकसान का झालं याचा मी विचार केला. बाजारभावातली माहिती आपल्याला जास्त हवी. मी कोल्हापुरात सर्व भंगारवाले आणि फाऊंड्रीवाल्यांकडे गेलो. भाव विचारले. मला दराची कल्पना आली. पुढील व्यवहार तीन हजार रुपयांचा केला. त्यात सहाशे रुपये नफा झाला. कमी झालेलं भांडवल भरून निघालं.''

"नफा खर्चला का?''

"नाही. नफा भांडवलात टाकला. माझे खर्च मी अगदी कमीत कमी ठेवले. वाढत्या भांडवलाने नफा वाढू लागला.''

"तुमचं हे यश कशात आहे?''

"मी भंगार लोखंडाच्या भावामध्ये तज्ज्ञ झालो. हैद्राबादपर्यंत मी माल पोहोचवू लागलो. विक्रीचे पैसे आणि नफ्याचे पैसे यातला फरक कायम लक्षात ठेवला. विक्रीचा पैसा धंद्यासाठीच वापरला. घरखर्च नफ्यातून केला. व्यवसायात काही व्यवहारात नफा झाला काही व्यवहारात तोटा झाला. हा मी एकप्रकारचा खेळ मानला. खेळताना हार-जीत ही असतेच. कधी हरलो तर पुन्हा आपण जिंकू या आशेने ती हार आपण तेव्हाच विसरून जातो.

खेळातली हार म्हणजे जीवनातला पराभव असे आपण मानत नाही. तसेच मी वागलो. त्यामुळे हारण्याची भीती कधीच वाटली नाही. भीती ही मनाची एक अवस्था आहे. हे मनच ज्यावेळेस भीतीला ठणकावून सांगू लागतं की मी जिंकणार आहे तेव्हा भीतीची भीतीने गाळण उडते. ती आपल्यापासून दूर जाते. धूम ठोकते.

मी जिंकणारच म्हणणारे बहुतांशी जिंकतातच. 'जमेल का' अशी भीती बाळगणारे हरण्याच्या मार्गाकडे जाऊ लागतात. जिंकेन प्रवृत्तीची माणसं पराभव पचवितात. पराभव त्यांना आव्हान देतो. तो प्रेरणा देतो. हरणाऱ्या वृत्तीची माणसं पराभवाच्या भीतीने पछाडलेली असतात. त्यांना व्यवसायात हरलं की संपूर्ण पराभव झाल्यासारखं वाटतं. ती हतबल होतात.''

माझ्या एका मित्रानं मला दिवाळी शुभेच्छा म्हणून रवींद्रनाथ टागोरांची एक कविता भेट म्हणून दिली. ती कविता वाचल्यावर मला माझ्यात बदल झालेला जाणवला. कविता वाचण्यापूर्वी मी जो होतो त्यापेक्षा कविता वाचून झाल्यावरचा

मी सामर्थ्यवान वाटत होतो. एखाद्या कवितेत केवढं सामर्थ्य असतं नाही? आजूबाजूची माणसं आपल्याशी नीट वागत नाहीत तेव्हा वाटतं कशाला यांच्याबरोबर राहायचं? व्यवसायात नुकसान झालं की मन म्हणतं 'आता पुरे झाले हे श्रम'. अशा अनेक कारणानं आपलं मन निराशेनं व्यापून जातं, वैफल्यग्रस्त बनतं. मला कोणाची मदत नको. मी असहाय्य नाही. माझा मीच मोठा होईन. मीच माझी भीती घालवीन. असं सामर्थ्य देणारे हे शब्द आहेत...

विपत्तीमध्ये तू माझं रक्षण कर ही माझी प्रार्थना नाही,
विपत्तीमध्ये मी भयभीत होऊ नये,
एवढीच माझी इच्छा

दु:खतापानं व्यथित झालेल्या माझ्या मनाचं,
तू सांत्वन करावंस अशी माझी अपेक्षा नाही,
दु:खावर जय मिळविता यावा,
एवढीच माझी इच्छा

माझ्या मदतीला कोणी आलं नाही
तर माझं बळ मोडून पडू नये,
एवढीच माझी इच्छा

जगात माझं नुकसान झालं,
केवळ फसवणूकच वाट्याला आली
तर माझं मन खंबीर राहावं,
एवढीच माझी इच्छा

माझं तारण तू करावंस,
मला तारावंस ही माझी प्रार्थना नाही,
तरून जाण्याचं सामर्थ्य माझ्यात असावं
एवढीच माझी इच्छा

माझं ओझं हलकं करून
तू माझं सांत्वन केलं नाहीस तरी माझी तक्रार नाही,
ते ओझं वहायची शक्ती मात्र माझ्यात असावी

एवढीच माझी इच्छा

सुखाच्या दिवसात नतमस्तक होऊन
मी तुझा चेहरा ओळखावा,
दु:खाच्या रात्री सारं जग
जेव्हा माझी फसवणूक करील
तेव्हा तुझ्याविषयी माझ्या मनात
शंका निर्माण होऊ नये
एवढीच माझी इच्छा.

आपल्याला सुरक्षितता म्हणजे चांगलं असंच लहानपणापासून सांगितलेलं असतं. व्यवसाय करणं म्हणजे असुरक्षितता हा एक गैरसमज. नोकरी म्हणजे सुरक्षितता हे तरी कितपत खरं आहे? महाराष्ट्रात कापड गिरण्यांमध्ये मंदी आली. गिरण्या बंद पडल्या तेव्हा त्यातील कर्मचारी व कामगार कोठे सुरक्षित राहिले? मध्यमवर्गीय म्हणतात, व्यवसायात पैसे लावण्यापेक्षा वेगवेगळ्या कंपन्यांमध्ये ठेव म्हणून ठेवूया. या कंपन्या बुडतात तेव्हा ठेवीचे पैसे तरी कोठे सुरक्षित राहातात?

भीतिग्रस्त माणसं ही 'आय ॲम नॉट ओ के, यू आर ओ के' असं म्हणणारी असतात. ती स्वत:ला कमी लेखतात. ती न्यूनगंडाने पछाडलेली असतात. त्यांच्या तोंडी अशी वाक्ये असतात.

"आमचं हे असंच चालायचं."

"तुमचं बरं आहे. आमचं नशीबच फुटकं."

"ठेविले अनंते तैसेचि राहावे, कशाला करता धडपड?"

"हल्ली या जगात काही राम राहिला नाही."

"तुम्हाला बरं सगळं जमतं! नशीब असतं एकेकाचं."

"तुम्ही तोंडात चांदीचा चमचा घेऊन जन्माला आलात. माझ्या जन्माच्या वेळी चांगले ग्रह कुठं गायब झाले होते कोणास ठाऊक."

"आम्ही स्टेशनवर गेलो की रेल्वे नुकतीच सुटून गेलेली असते. नशिबाचा भाग."

"मी शेअर्स घेतले तर कंपनीच बुडाली."

त्याऐवजी 'आय एम ओ के यू आर ओ के' ही प्रवृत्ती ठेवूया.

मी चांगला आहे. शक्तिमान आहे. मी माझ्या कर्तृत्वाच्या जोरावर यशस्वी होईन. भीतीला मी जवळ येऊ देणार नाही. बाकी सारेही याच प्रवृत्तीचे आहेत. ही भावना ठेवणारी माणसं यशस्वी होतात.

हरू नये वाटणं व हरण्याची भीती वाटणं यात फरक आहे. हरण्याच्या वृत्तीबद्दल तिटकारा हवा. आपण हरू नये म्हणून प्रयत्नशील राहाणं हे चांगलं. पण आपण हरणार की काय या भीतीने ग्रासलेले राहाणे हे चुकीचं. हरू नये वाटणारा माणूस प्रयत्नवादी असतो. हरण्याची भीती वाटणारा माणूस दैववादी असतो. तो नुसते हात बांधून बसतो.

व्यवसाय सोडाच, काहींना गुंतवणुकीचीही भीती वाटते. ते म्हणतात, ''डू नॉट कीप ऑल युवर एग्ज इन वन बास्केट.'' पण अभ्यास चांगला असेल आणि धाडसी प्रवृत्ती असेल तर एकाच कंपनीतही जास्त गुंतवणूक करून अधिक नफा मिळविणारे कर्तबगार श्रीमंत आहेत. नेहमीच सांभाळून राहायचे ठरविले तर नफा कमी मिळणार हे उघडच आहे. अभ्यासपूर्ण व धाडसाने उत्पन्न देणारी संपत्ती वाढवत गेल्यावर आपली धाडस करण्याची शक्ती वाढते. त्यामुळे अधिक नफा होतो. एकाच टोपलीत सर्व अंडी ठेवून अधिक नफा मिळणार असेल तर तो प्राप्त करण्याची शक्ती मिळते.

काही शंकाखोर जंतू असतात. ते स्वत:बद्दलही तक्रारीचा सूर लावतात. हे लोक त्यांच्या श्रीमंतीच्या मार्गातील अडथळा असतात. त्यांचे विचार तर पाहा,

''व्यवसाय करणारे करोत बापडे! ती हुशारी मला कोठून आलीय मिळायला?''

''धंदा काही सोपी गोष्ट नाही हो! त्याला खूप मेहनत, अभ्यास लागतो. ती क्षमता माझ्यात नाही हो!''

''मी गुंतवणूक केली आणि जर ती कंपनी बुडाली तर?''

''मी हे घर घेतले पण किंमती खाली आल्या तर?''

''त्या कंपनीला सरकारी मोठी ऑर्डर मिळणार म्हणून आत्ता शेअर्स घ्यायचे. पण ऑर्डर नाही मिळाली तर?''

अशा चिंतातूर शंकेखोरास इतरही लोक कसे बोलतात पाहा,

''तू ही योजना राबवायची म्हणतोस. त्यात इतका प्रचंड नफा मिळणार असे तुला वाटते. जर त्यात एवढा नफा असता तर दुसऱ्या कोणी ही योजना आधीच राबविली नसती का? तू पुन्हा विचार कर बाबा!''

''तू ही कंपनी काढतोयस खरं, पण तुला त्यातील कटकटी किती आहेत हे माहिती आहे का? तुला हे प्रकरण झेपेल असं कसं वाटतं?''

''हे पाहा तू आपला प्रचंड नफा बघून हा उपद्व्याप करायला निघालायस. तू काय म्हणतोयस ते तुझ्यातरी लक्षात येते का? तुला ते अजिबात जमणार नाही.''

अशी आपला पाय मागे ओढणारी मुक्ताफळे ऐकली की मन शंकेने ग्रासते. जर, तर, जमेल, न जमेल असे शब्द मनात पिंगा घालू लागतात. या फंदातच पडायला नको असे ठरते. सुरुवातसुद्धा होत नाही. मन बेचैन होते. झोप उडते. कधी थोडीफार

लागलीच तर स्वप्नातसुद्धा कठीण आहे, अशक्य आहे, नको त्या वाटेला अशा विचारांना पूरक चित्रे दिसू लागतात. आपण जागे होतो. गुंतवणूक करण्याचा विचार सोडून देतो. अन्य हुशार लोक ती संधी पकडतात. आपल्या कितीतरी पुढे जातात. आपण गरिबीत राहून जग पुढे चाललेले पाहात राहातो.

आपले शरीर नकारात्मक भावनेने ग्रासून गेलेले जाणवते. ते काही करण्याच्या मनःस्थितीत न राहाता गोठून गेल्यासारखे राहाते. तो सतत गोंधळलेल्या अवस्थेत राहातो. काही करायचे म्हटले की याच्या मनात प्रचंड गोंधळ आणि अस्वस्थता. हा गोंधळ जसा मनात असतो तसा बाहेरही असतो. अफवा पसरतात. या अफवांमध्ये काही तथ्य आहे का हे न पाहाता तो अशा अफवांनी नको ते निर्णय घेत सुटतो. हा मध्यमवर्गीय एका कॉम्प्युटर कंपनीचे शेअर्स घ्यायला गेला की त्याला अफवा ऐकू येते. इन्फर्मेशन टेक्नॉलॉजीमध्ये मंदी आली. झाले! याने गुंतवणुकीचा निर्णय सोडून दिला. हा जाईल तिकडे याला मंदीचं सावट दिसू लागतं!

माझ्या एका मित्राला प्रॉपर्टीमध्ये काही गुंतवणूक करायची होती. मी त्याला एक फ्लॅट दाखविला. प्रभात रोडसारख्या अतिप्रतिष्ठित भागातला हा फ्लॅट गुंतवणुकीसाठी उत्तम होता. बाराशे स्क्वेअर फुटांचा. दोन सुरेख बाल्कनी होत्या. जागा त्याला पसंत पडली. मालक अमेरिकेत होता. त्याला आता ग्रीनकार्ड मिळालं होतं. तो आता भारतात परत येणार नव्हता. प्रॉपर्टीची देखभाल करणं जमत नव्हतं. नुसते कर भरावे लागत होते. केवळ एकवीस लाखाला हा फ्लॅट मिळत होता. मित्राने होकार दिला. व्यवहार पूर्ण करण्यासाठी कागदपत्र करणाऱ्या इसमाला सांगितले.

दुसरे दिवशी मित्राचा फोन आला. "ती प्रॉपर्टी मी हो म्हटलं खरं. पण आता मला नको."

"का रे! काय झालं?"

"मी काल माझ्या शेजाऱ्याला ही प्रॉपर्टी घेण्याचा विचार असल्याचं सांगितलं. तेव्हा तो म्हणाला ही किंमत जास्त आहे."

"त्याचा प्रॉपर्टीबद्दलचा अभ्यास आहे का?"

"तशी काही कल्पना नाही. पण तो म्हणाला एकूण प्रॉपर्टीची किंमत जास्तच आहे!"

ती प्रॉपर्टी मी एकवीस लाखाला घेतली. एक लाख रुपये घालून ती चकाचक केली. महिना पंधरा हजार रुपये भाड्याने एका कंपनीस एक वर्षाचे कराराने लिव्ह अँड लायसन्सवर दिली. पुन्हा एक वर्ष कराराचे नूतनीकरण केले. दोन वर्षांनी प्रॉपर्टी विकण्यास एजंटला सांगितले. एकतीस लाख रुपये आले. एकवीस लाखाची किंमत घसारा जाऊन दोन वर्षात कमी यायला हवी होती. पण एक गरजू माणूस ग्राहक म्हणून मिळाल्यामुळे एकवीस लाखाचे एकतीस लाख झाले. मध्यंतरी

झालेला खर्च हा मिळालेल्या भाड्यातून भागला. मी दहा लाखांनी श्रीमंत झालो. मित्र मध्यमवर्गीय होता. तसाच राहिला. त्याने सोडलेली संधी मी पटकावली.

माझ्या दुसऱ्या मित्राकडे पाच लाख रुपये होते. त्याने मला गुंतवणुकीबद्दल सल्ला विचारला.

"पाच लाखाला चांगले उत्पन्न येईल असे सुचव."

"प्लॉटमध्ये गुंतव."

"नको. त्या प्लॉटवर झोपडपट्टी झाली म्हणजे गेली का जागा. मला सर्टिफिकेट सुचव."

"म्युच्युअल फंड आहे. तो चालविणारा माझा मित्र शेअर मार्केटमध्ये एकदम हुशार आहे. त्याचे व्यवहार चोख असतात. साधारणत: बारा टक्के लाभ मिळेल. शिवाय गरजेच्या वेळी अर्ज केल्यास एक महिन्यात पैसे परत मिळतील."

"नको बाबा. म्युच्युअल फंड हा शेअर बाजारावर चालणारा. तो गडगडला तर माझे पैसे या फंडात अडकणार. सुरक्षितता कुठे आहे?"

"तू या म्युच्युअल फंडाचा व शेअर मार्केटचा अभ्यास कर. मग तुला पैसे कसे सुरक्षित आहेत हे लक्षात येईल."

"नको रे बाबा! मी आपलं पोस्टाच्या नॅशनल सेव्हिंग्ज सर्टीफिकेटमध्ये गुंतवतो."

"त्यावर व्याज फक्त सात टक्के मिळेल."

"चालेल. सुरक्षितता महत्त्वाची!"

त्याला सात टक्के व्याज मिळत राहिले. तो मध्यमवर्गीयच राहिला. त्या सर्टीफिकेटच्या मुदतीच्या वेळी पुन्हा त्याची माझी भेट झाली.

"सर्टीफिकेटचे पैसे घेतले."

"व्याज किती मिळाले?"

"सात टक्के."

"मी सांगत होतो तो म्युच्युअल फंड अजूनही अगदी व्यवस्थित चाललाय. तू तेव्हा पैसे ठेवले असतेस तर बाराच काय काही वेळा चौदा टक्क्याने व्याज मिळाले असते."

"मला आपली सुरक्षितता बरी वाटते."

"म्युच्युअल फंडाचा हा अनुभव पाहाता तेही सुरक्षितच होतं. फक्त तू त्याची स्वत: माहिती घ्यायचं टाळलंस. ते केलं असतंस तर तुला तेही सुरक्षित वाटलं असतं. व्याजही जादा मिळालं असतं."

"पण शेअर मार्केट गडगडला असता तर?"

"म्युच्युअल फंड वेगवेगळ्या शेअर्समध्ये पैसे गुंतवतात. सारेच शेअर्स एकावेळी कसे गडगडतील!"

"कोण जाणे! आपली सुरक्षितताच बरी."

"तुझ्या या सुरक्षिततेच्या हव्यासापोटी तू पाच ते सहा टक्क्यांचं नुकसान करून घेतलंस."

"खरंय. नशिबात असेल तेच होणार."

ही प्रवृत्ती ही श्रीमंती मार्गातील अडचण नव्हे काय! हा नकारार्थी दृष्टिकोन घालवा. स्कूटररेसच्या गरीब चक्रातून बाहेर पडा. धनचक्राकडे वळा.

शंकेखोर गरीब राहातो

धनेश्वर एकदा म्हणाले होते ते स्मरते–
''चिंतातुर, शंकेखोर हे कधी यशस्वी होऊ शकत नाहीत. भीतिग्रस्त व सदैव गोंधळलेला माणूस म्हणजे हा शंकेखोर होय. शंकेखोर सदैव दुसऱ्यांना नावे ठेवत असतो. तो प्रत्येक गोष्टीमध्ये संशय व्यक्त करीत असतो. याउलट यशस्वी माणूस संशयाऐवजी अभ्यासू वृत्ती ठेवतो. तो ज्ञानाने शंका नाहीशा करतो. शंकेखोर माणूस अज्ञानामुळे आंधळा बनतो तर अभ्यासू माणूस ज्ञानामुळे डोळस बनतो. या अभ्यासू माणसाच्या सहज लक्षात येतं की हे शंकेखोर अडाणी होते. आंधळे होते. त्यामुळे भयग्रस्त होते. त्यांनी उत्तम संधी गमावल्या. त्या आम्ही ज्ञानी व धाडसी माणसांनी पटकावल्या. त्यांनी जे गमावलं ते सारं यशाकडं घेऊन जाणारं होतं. अथक परिश्रम व अद्ययावत ज्ञान असेल तर प्रॉपर्टीमधील गुंतवणूक तुम्हाला आर्थिक स्वातंत्र्य प्राप्त करून देईल. तेवढी तिच्यामध्ये शक्ती आहे. गुंतवणुकीच्या क्षेत्रातले ते उत्कृष्ट साधन आहे. 'शेअरमध्ये पैसे जातात' हे आळशी मध्यमवर्गीयांचे ब्रीदवाक्य आहे. स्वयंपाकाचा गॅस हा प्रकार जेव्हा भारतात सुरू झाला तेव्हाची ही गोष्ट आहे. बर्मा शेल कंपनीने 'बरशेन' हा गॅस सिलेंडर विक्रीस बाजारात आणला. फारशी मागणी नव्हती. तेव्हा सर्वसामान्य मध्यमवर्गीयांनी या कंपनीचे शेअर्स घेतले नाहीत. पण खऱ्या गुंतवणूकदारांनी

या नव्या गॅसचे काही दिवसात सर्वत्र स्वागत होईल असा अभ्यासू कयास मांडला. गॅस शेगडी घेतली. त्याचबरोबर कंपनीच्या शेअर्समध्ये मोठ्या प्रमाणात गुंतवणूक केली.

गॅस वितरक घरी येऊन प्रात्यक्षिक दाखवायचे. काही दिवस घरी शेगडी व गॅस ठेवा असं सांगायचे. नको असल्यास एक आठवड्याने परत घेऊ म्हणायचे. लोकांना या गॅसमुळे असलेल्या सुविधा लक्षात येऊ लागल्या. लाकडे, कोळसा, रॉकेल नको, धूर नको, राख नको. गॅस सिलेंडर लोकप्रिय झाला. घरोघरी गॅस शेगड्या पोहोचल्या. प्रचंड मागणीमुळे गॅस तुटवडा जाणवू लागला. ग्राहकांची प्रतिक्षायादी झाली. शेअर्सचे भाव वीस पटींनी वाढले. गुंतवणूकदार शहाणे ठरले. शंकेखोर, अज्ञानी टीकाकार गरीबच राहिले!

भारतात चहा हा नवीन होता तेव्हाची गोष्ट. 'लिप्टन' आणि 'ब्रुक बाँड' या चहाच्या कंपन्या सर्वत्र चहाचा प्रचार करीत होत्या. तेव्हा या कंपन्यांमध्ये गुंतवणूक करण्याचे कोणी मनात आणले नसेल. पण ज्यांनी त्यांच्या भवितव्याचा, त्यांच्या कार्यपद्धतीचा अभ्यास केला होता त्यांनी दर कमी असतानाच या कंपन्यांचे शेअर्स खरेदी केले होते. चहाची लोकप्रियता वाढविण्यासाठी हातगाड्यांवरील पेट्यात चहाची पाकिटे ठेवलेली होती. ही पेट्यांची हातगाडी ओढायला एक माणूस असे. त्याच्याबरोबर एक विक्रेता. तो चहा कसा करायचा हे सांगे. एक नमुन्यादाखल पाकीट देई. घरोघरी चहाची चाहत वाढत गेली. सर्व किराणाभुसार मालाच्या दुकानात दर्शनी भागात चहाच्या पाकिटाच्या माळा लोंबताना दिसू लागल्या. घरोघरी सकाळी दुधाची जागा चहाने घेतली. खेड्यातसुद्धा चहाशिवाय चालेना. चहाला 'रामघोट' सुद्धा म्हणू लागले. एवढी प्रतिष्ठा चहाने पटकावली. गुंतवणूकदार श्रीमंत झाले. शहाणे ठरले. टीकाकार, शंकेखोर मागे पडले.

श्रीमंतीच्या राजमार्गामध्ये असलेला एक अडथळा म्हणजे आळस.

आलसस्य कुतो विद्या।

अविद्यस्य कुतो धनम्।

अधनस्य कुतो मित्रम्।

अमित्रस्य कुतो सुखम्।

आळशी माणसाला विद्या प्राप्त होत नाही. विद्या नाही तर त्याला पैसा मिळणार नाही, मित्र नाहीत, सुखही नाही. आळस हा जर वाईट तर तो झटकून टाकला पाहिजे. ते कसे शक्य आहे. त्यासाठी काही मोठे प्राप्त करण्याची इच्छा हवी. स्कूटरच्या मालकाला कार घ्यावी वाटले पाहिजे. भाड्याने राहाणाऱ्या भाडेकरूला स्वतःचा फ्लॅट घ्यावा अशी प्रबळ इच्छा झाली पाहिजे. परंतु आपल्या मध्यमवर्गीय वृत्तीत 'धनाचा मोह नको', 'संपत्तीच्या मागे लागणारे लोक वाईट' असे शिकविले

जाते. मुलं नव्या नव्या वस्तूंची मागणी करतात. त्यावर वैतागून आळशी पालक त्यांना सुनावतात,

"सारख्या वस्तू हव्यात. तेव्हा एवढे पैसे आणायचे कोठून? पैसे काय झाडाला लागतात का? ती सारी श्रीमंतांची कामे. बाबा रे, आपण काही श्रीमंत नाही."

दुसरा असाच आळशी वर्गतिला पालक म्हणतो,

"मी राबराब राबतोय, ते सारं तुमच्यासाठी. मी लहान असताना आम्ही कसे दिवस काढले ते आमचे आम्हाला ठाऊक. तुम्हाला आज जे सहज मिळतंय ते तेव्हा आम्हाला पाहायलाही मिळायचं नाही."

ही वाक्ये म्हणणाऱ्यांची गरिबी त्यांच्या वाट्याला का आली. त्यांना कोणतीच महत्त्वाकांक्षा नाही. आहे त्यात समाधान मानून ते राहातात. जसा अति लोभ वाईट तसेच काहीच महत्त्वाकांक्षा नसणे हेही वाईट. ती महत्त्वाकांक्षा त्याचा आळस झटकते. त्याला कार्यरत करते. 'मला अधिक चांगले हवे' असे म्हटल्याखेरीज आळस जाणार नाही.

आळशी मन एकाहून एक विधानं करून काम टाळण्यात हुशार असते–

- 'आता नको. आत्ता माझी तब्येत बरी नाही.'
- 'आता नको आता घरी सणवार आहेत. पुढे पाहू.'
- 'आता मी ऑफिसच्या कामात व्यग्र आहे. दोन दिवसात हा प्रकल्प पुरा करून घ्यायचाय.'
- 'आता ही घरातली कामं आहेत तेव्हा पुढे पाहू.'

श्रीमंत होण्याच्या मार्गात जी महत्त्वाची कामं आहेत त्यात वेळीच लक्ष घालायला हवे. गुंतवणुकीचा सतत अभ्यास हवा. पण तो न करण्यास आळस पुढाकार घेतो. या आळसावर आपण मात करूया.

'मला हे जमणार नाही' हे आळशाचं वाक्य खरं नाही. माणसाला प्रत्येक गोष्ट जमू शकणारी असते. मनुष्य या प्राण्याने आश्चर्य वाटावे अशा अशक्य गोष्टी शक्य केल्या आहेत. आपण मनुष्य आहोत. 'यत्न तोचि देव जाणावा' ही समर्थांची उक्ती आचरणात आणूया. आपल्याला पुढे नेणारी महत्त्वाकांक्षा, इच्छा, आकांक्षा बाळगूया. ती आपल्याला कार्यप्रवृत्त करेल.

श्रीमंत लवकर देणी देत नाहीत

वयाबरोबर जी जडत जाते ती सवय. इंग्रजीमध्ये तिला हॅबीट असा प्रतिशब्द आहे. हॅबीट कधी जात नाही म्हणतात. त्यातील एच काढला तरी a bit म्हणजेच थोडी तरी सवय शिल्लक राहाणारच. ती जाणार नाही. 'एच' नंतर 'ए' हाही पुसून टाकला तरी bit राहील. अल्पशी का होईना सवय राहाणारच. 'एच', 'ए' यानंतर 'बी' सुद्धा काढून टाकला तरी it राहाणार. सवय राहाणार. हा शब्दखेळ सोडला तरी सवय ही किती महत्त्वाची असते हे सांगायलाच नको. धनप्राप्ती मार्गामध्ये या सवयीला महत्त्वाचं स्थान आहे. या बाबतीतही एकदा माझं धनेश्वरांशी चर्चासत्र चांगलंच रंगलं होतं.

"सवय ही चांगली का वाईट हे ती कोणती आहे यावरून ठरते. प्रत्येक सवय चांगली किंवा वाईट असं मानता येत नाही." – धनेश्वर.

"तुम्ही एखादं उदाहरण घ्याल का?"

"कर, विमाहप्ता, कर्जाचे हप्ते, देणेकरी हे अगदी वेळेवर भरणे चांगले का वाईट?"

"चांगले" – मी.

"नाही!" – धनेश्वरांच्या या उत्तराने मी उडालोच. त्यांच्याकडे अवाक् होऊन पाहात राहिलो. आणि म्हणालो,

"कर भरणे चांगले नाही?"

''मी तसे म्हटलेले नाही. मला असं म्हणायचंय की प्रथम लक्ष आपल्या धनचक्राकडे हवे. पैसे पैसा कमवायला लावायला हवेत. आपल्याकडे 'कर त्वरेने भरा', 'देणेकऱ्यांची देणी वेळेवर द्या' असे शिकविले जाते. ते करणे म्हणजे चांगली सवय असे मानले जाते. हे श्रीमंत होऊ इच्छिणाऱ्या माणसाच्या बाबतीत बरोबर ठरणार नाही. श्रीमंत माणसाने आलेला रुपया प्रथम संपत्ती रकान्यात पाठवायचा. मध्यमवर्गीय प्रथम तो खर्चाच्या रकान्यात पाठवितात आणि कर भरून मोकळे होतात.''

''पण श्रीमंतांना देणी द्यावीच लागतात ना?''

''हो! देणी देऊ नयेत असं मी म्हटलेलं नाही. मी एवढंच सांगतोय, प्रथम आपल्या हिताचा रकाना भरून घ्यावा. कर्ज हप्ते, कर देणेकरी यांचे पैसे दिले गेले नाही तर कोण ओरडेल?''

''देणेकरी.''

''बरोबर! श्रीमंतांना काळजीचे काहीच कारण नाही. प्रश्न आहे तो देणेकऱ्यांना.''

''तो कसा सोडवायचा?''

''प्रथम आपले पैसे कामाला लावावेत. आता इतरांची देणी द्यायला श्रीमंतांच्यावर विविध देणेकऱ्यांचा, कर वसुली करणाऱ्या लोकांचा दबाव वाढणार. हा दबाव कमी करायला ते अधिक लक्ष देऊन नवीन उत्पन्न मिळविणार. मी असेच नवे व्यवहार करून पैसे कमविलेत व मग देणेकरी भागविलेत. माझे मूळचे धनचक्र वेगाने कार्यरत ठेवून मी हे साधले! मध्यमवर्गीय प्रथम देणी भागवितात. मग त्यांच्यावर कोणताच दबाव राहात नाही. नवीन उत्पन्न मिळत नाही. आधीचा रुपया देणेकऱ्यांना दिल्यामुळे तोही रुपया उत्पन्न मिळवत नाही. मध्यमवर्गीय तसाच राहातो. मग देणेकरी भागविण्याची सवय चांगली का वाईट?''

आता धनेश्वरकाकांनी मलाच प्रश्न विचारून कैचीत पकडलं होतं.

''श्रीमंत व्हायचं असेल तर त्वरेने देणेकरी भागविण्याची सवय वाईटच. गरिबीत दिवस काढायचे असतील तर ही सवय चांगली!''

''गरिबी चांगली का?''

''नाही.''

''मग ही सवय केव्हाच चांगली होऊ शकत नाही!''

''मान्य.'' मला वेगळाच धडा समजला होता.

आत्मविश्वास हवा

श्रीमंतीच्या मार्गातील अडथळ्याची शर्यत आपण पार करतोय. आता हा आला अडथळा उद्धटपणाचा. जोराने, रागात बोलणे म्हणजे उद्धटपणा. मी म्हणतो तेच खरं, बाकीच्यांच्या मताला किंमत शून्य. 'आय ॲम ओके, अदर्स आर नॉट ओके. मीच तेवढा कष्ट करणारा. बाकीचे सारे कामचुकार. मीच प्रामाणिक. बाकीचे सारे खोटे.' या मीपणाचा अतिरेक उद्धटपणात होतो. केवळ मीपणा नव्हे तर त्या सोबत जे आपण बोलतो ते खरं आहे का याचीही पूर्ण माहिती त्यास नसते. अज्ञान आणि दांभिकपणाने उद्धटपणा तयार होतो.

मला काय येतं, माझा अनुभव, माझे ज्ञान, माझ्याकडे असलेली माहिती यामुळे पैसा मिळत असतो. मला जर काही येत नसेल तर त्यामुळे पैसा जाण्यास वेळ लागत नाही. 'मला माहीत नाही' म्हटलं की ग्राहक पुढची वाट धरणार. जेथे नीट, उपयुक्त माहिती मिळते तिथेच ग्राहक येतात. व्यवहार होणार. पैसा मिळणार.

उद्धटपणामुळे माणसाला त्याला काय येत नाही याची पर्वा वाटत नाही. त्याचे अज्ञान झाकण्यासाठी तो उद्धटपणाचे झाकण घेतो. श्रीमंत होऊ इच्छिणाऱ्यास उद्धटपणाची ही चैन परवडणार नाही. त्याचा पैसा जाणार. उत्पन्न बुडणे म्हणजे पैसा गेलाच ना!

यासाठी आपला अभ्यास वाढवा. ज्ञान मिळवा. त्यामुळे

मीपणा कमी होईल. उथळ पाण्याला खळखळाट फार! आपलं अज्ञान उघडं पडतंय म्हणून 'मला असं वाटतं', 'माझ्या मते ते तसं असणार' अशा पोकळ बढाया मारण्यापेक्षा त्या विषयाचे सखोल ज्ञान प्राप्त करावे. ज्ञान ही शक्ती आहे. ज्ञानी लोकांच्याकडे सेवा मिळविण्यासाठी लोकांची रीघ लागते. त्यांच्याकडे व्यवसाय आपोआप येतो. ते श्रीमंत होतात. अज्ञानी लोक दरिद्री राहातात.

मुंबईत एका फायनान्स कंपनीकडे इतर कंपन्यांच्या मानाने खूप ठेवी जमत होत्या. त्या कंपनीच्या मॅनेजरची मी मुलाखत घेतली–

"तुम्ही या कंपनीचा चार्ज घेतला तेव्हा किती ठेवी होत्या?"

"तीनशे कोटी."

"तीन वर्षांत किती ठेवी झाल्या?"

"अकराशे कोटी."

"इतकी मोठी मजल कशी मारली?"

"आमची फायनान्स कंपनी असूनही कर्जाला मागणी नव्हती. मग मी गरजू कंपन्या कर्ज कोठून घेतात याची पाहणी केली. ते परदेशातून कमी व्याजदरातून कर्ज मिळवित होते. मी त्या परदेशी कर्ज योजनेचा बारकाईने अभ्यास केला. येथील कंपन्यांना ती कर्जे उपलब्ध करून देण्यात मार्गदर्शन करू लागलो. प्रत्येक कर्ज शंभर कोटी ते पाचशे कोटीचं असायचं. ते मिळण्यास रिझर्व्ह बँकेत परवाना कसा मिळवायचा, फॉरेन एक्स्चेंजचे नियम काय, आलेल्या डॉलर्सचे रुपयात रूपांतर कसं करायचं, त्यातील काही रक्कम डॉलरमध्येच ठेवण्यासाठी काय करायचे ही सारी माहिती मी तत्परतेने देऊ लागलो. त्यामुळे कर्जाचा चेक मिळाल्यावर तो जमा करण्यासाठी माझ्या कंपनीकडे मिळे. प्रकल्पास सर्वच पैसे एकदम लागत नसत. मधल्या काळात ती कमी काळासाठी ठेव माझ्या कंपनीत राही."

"व्वा! छान कल्पना. आपल्याकडून कर्ज घेत नाहीत त्यामुळे निराश न होता तुम्ही त्यांना दुसऱ्यांकडून कर्जे मिळवून दिलीत. वर स्वतः ठेवी मिळविल्यात."

"अल्प मुदतीच्या ठेवी असल्यामुळे व्याजही अगदी कमी असतं. त्यातही आमचा फायदा होता."

"व्वा! याला म्हणतात ज्ञान. ज्ञान म्हणजे शक्ती याचं प्रत्यंतर मला तुमच्या या अनुभवावरून आलं!"

उद्धटपणा घालविण्यासाठी ज्ञान मिळवावं. हे ज्ञान अभ्यास करून मिळतं. त्यासाठी गुरू मिळाला तर उत्तम. नाहीतर त्या विषयाचे अल्पकालीन वर्ग आहेत. पुस्तके वाचावीत. कॅसेट्स ऐकाव्यात. पण अज्ञानात चाचपडून 'मला वाटतं', असं म्हणू नये. 'हे असं आहे' असे आत्मविश्वासाचे वाक्य हवे. त्याचे सर्वजण स्वागत करतात.

ब्रोकर्सही महत्त्वाचे

मला प्रॉपर्टी मिळवून द्यायला व त्या प्रॉपर्टीला खरेदीदार मिळवून द्यायला मी इस्टेट ब्रोकर्सची मदत घेतली. मध्यमवर्गीय प्रवृत्तीच्या माणसांना ब्रोकर्सची ॲलर्जी असते. ते ब्रोकर नको म्हणतात. 'एजंटांनी चौकशी करू नये', 'नो ब्रोकर्स', 'ब्रोकर्स क्षमस्व' असे प्रॉपर्टी खरेदी विक्रीच्या जाहिरातीत लिहिलेले असते. ब्रोकर्सची मदत घेतल्यावर अनेक प्रॉपर्टीज पुढ्यात येतात. त्या प्रॉपर्टींसाठी गिऱ्हाईकंही मिळत जातात. आपल्या व्यवसायाची उलाढाल वाढते. इस्टेट एजंट हे नेहमी बाजारात फिरत असतात. ते म्हणजे आपले डोळे असतात. त्यांना कोणत्या प्रॉपर्टी कोण, केव्हा विकणार, ते त्या का विकताहेत, सध्या बाजारभाव काय आहे हे सारे माहिती असते. त्यांच्या ज्ञानाचा व कष्टाचा मोबदला त्यांना मिळालाच पाहिजे. त्यांना जितके जास्त कमिशन मिळते तितके मला जास्त पैसे मिळतात. कमिशन मिळते हे त्यांना समजल्यामुळे ते उत्साहाने जास्त व्यवसाय आणून देतात. त्यांच्याऐवजी आपण पगारी माणसे नेमली तर त्यांना बाजाराची एवढी माहिती नसते. त्यांना महिनाभराचा पगार देऊन त्याबदल्यात व्यवसाय मिळेल का नाही याची खात्री नसते.

ब्रोकर्सना कामाप्रमाणे मोबदला असतो. त्यामुळे ब्रोकर्सना योग्य ते कमिशन देण्यात दुःख मानू नये. कोणतीही खळखळ करू नये. ब्रोकर्स धंदा आणतील

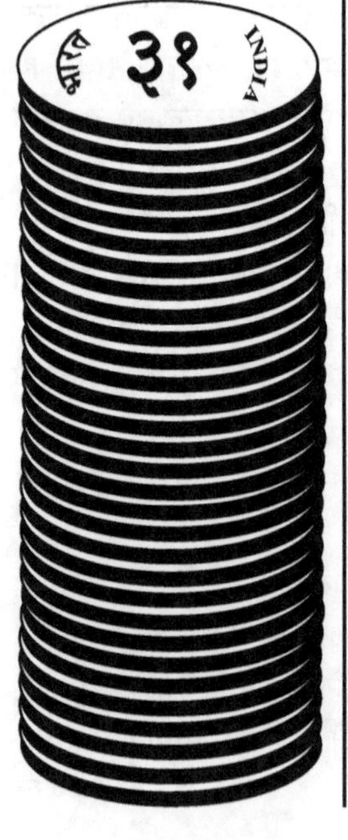

आपला वेळ वाचेल. नफा देणाऱ्या अन्य धंध्यासाठी तो वेळ आपण वापरू शकतो. ब्रोकर्सचा वेळ आपल्यासाठी मिळणार. त्यातून आपला नफा वाढणार.

खऱ्या अर्थाने जे ब्रोकर असतात त्यांना चांगलं ज्ञान असतं. कायद्याची अद्ययावत माहिती असते. करपद्धतीचे ज्ञान असते. महानगरपालिकेचे नियम त्यांना पाठ असतात. मालमत्तेच्या खरेदी विक्री व्यवहारात स्टॅंप ड्युटी किती आहे, त्यासाठी त्या विभागाचा इंडेक्स दर काय आहे याचे त्यांना ज्ञान असते. शहराजवळची जमीन असेल तर नॉन ॲग्रिकल्चर जमीन आहे का, तसे होण्याची शक्यता आहे का हे त्यांना माहिती असते. कोणत्या भागात एफ.एस.आय. म्हणजेच फ्लोअर स्पेस इंडेक्स किती आहे, किती मजले बांधायला परवानगी आहे. टी.डी.आर. किती याबाबत ते तज्ज्ञ असतात. महत्त्वाचे म्हणजे ते स्वतः आर्थिकदृष्ट्या सशक्त हवेत. त्यांच्या नावावर काही प्रॉपर्टी हवी. तरच ते व्यवहाराला पात्र आहेत असे समजावे.

काहीजण फक्त विक्रेते म्हणजेच कमिशन एजंट म्हणून असतात. ते कफल्लक असतात. व्यवहार होऊन कमिशन मिळण्यात त्यांना आस्था असते. व्यवहारातील गुणदोष ते पूर्णपणे सांगायला टाळाटाळ करतात. फक्त गुण अगदी गुणगान गाऊन प्रभावीपणे सांगण्याचा प्रयत्न करतात.

दाखवायला नेलेल्या मुलीचे नातेवाईक जसे वराकडील मंडळींना मुलीचे फक्त गुणच सांगतात तशी या एजंटांची स्थिती असते. एकदा एक मुलगी पाहण्याचा कार्यक्रम होता. मुलीकडे मुलगा व त्याच्या घरचे लोक आले होते. घर टापटीप ठेवले होते. टेबलावरचे टेबल क्लॉथ बघून मुलाकडील मंडळी म्हणाली,

"टेबल क्लॉथवरचं विणकाम फार सुरेख आहे हो."

"हो या आमच्या या मुलीनं म्हणजेच रेखानं केलंय."

"व्वा! छान! पोहेही छान झालेत."

"तेही रेखानंच केलेत!" वास्तविक टेबल क्लॉथवरचं विणकाम रेखाच्या वहिनीनं केलेलं होतं, आणि पोहे तिच्या आत्यानं केले होते. मुलाकडच्या मंडळींच्या दृष्टीस एक सुंदर चित्राची तसबीर दिसली. ते म्हणाले,

"हे पेंटिंग काय सुरेख आहे नाही!"

"ते रेखानंच काढलंय!"

"पण चित्राखाली मुळगावकर लिहिलंय!"

"तेही रेखानंच लिहिलंय."

अशी स्थिती कमिशन एजंटची असते. तो केवळ विक्रेता असतो.

खरा ब्रोकर असतो, तो सल्लागार आणि मदतनीस असतो. आपला जवळचा मित्र किंवा नातेवाईक जसा आपुलकीनं सल्ला देतात तसा तो आपले हित सांभाळणारा असतो. अशा व्यक्तीला योग्य मोबदला देणे आपल्या हितांचेच असते.

श्रीमंत होण्यासाठी लागणारे गुण अगणित आहेत. सारे गुण साऱ्यांपाशी असतील असे नाही. पण काही गुण एखाद्याकडे जास्त प्रकर्षाने असतील तर काही गुण कमी प्रमाणात असतील.

एकदा एका मुलाला त्याचे वडील म्हणाले, "तुझं शिक्षण झालं, नोकरी लागली. आता वधूपिते तुझे स्थळ पाहून सारखे मागे लागले आहेत. तुझ्या भावी वधूबद्दल काय अपेक्षा आहेत?"

"ती दिसायला सुंदर हवी"–चिरंजीवांनी अपेक्षा सांगायला सुरुवात केली.

"ठीक आहे. आणि काही अट?"

"ती स्वयंपाक कलेतही पारंगत हवी."

"व्वा! चांगली अपेक्षा आहे. याशिवाय काही अपेक्षा?"

"ती हुशार हवी."

"मग तुला तीन मुलींशी लग्न करायला हवं!" वडिलांनी अनुभवाचे बोल ऐकवले.

■

राशीचक्र नव्हे धनचक्र

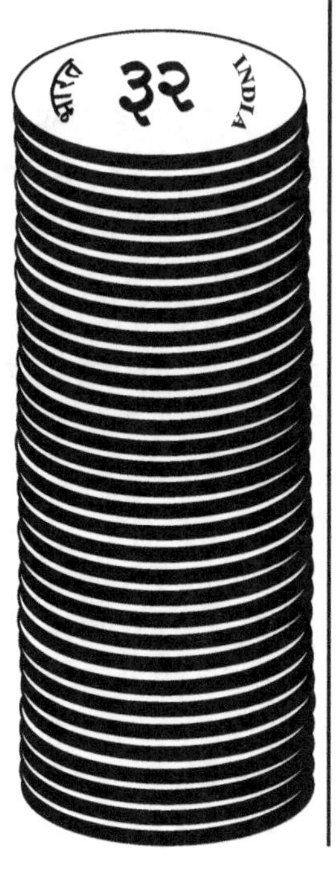

शेअर्स, मालमत्ता यामध्ये कोट्यवधी रुपयांचे माझे व्यवहार चालले होते. एकदा माझ्या ब्रोकरने वर्तमानपत्रातील जाहिरात दाखविली. बँकेने एका खाद्यतेलाच्या उत्पादनाच्या कंपनीला कोट्यवधी रुपयांचे कर्ज दिले होते. ऑईल कंपनी एका खेड्यात सुरू केली होती. कंपनीच्या अध्यक्षांची त्या गावात बरीच शेतजमीन होती. त्यांनी पंचक्रोशीत फिरून भागभांडवल गोळा केलं होतं. क्रशिंग प्लँटशिवाय एक्स्ट्रॅक्ट प्लँटही टाकला होता. त्यामुळे मूळ प्रकल्प खर्चात वाढ करावी लागली होती. जादा कर्जासाठी इतर बँकांना घेऊन कन्सॉर्टीयम फायनान्स घेतला होता. प्रकल्प सुरू व्हायला वेळ लागल्यामुळे कर्जावरील व्याजाचा बोजा वाढत होता. ट्रायल प्रॉडक्शन यशस्वी झाले. मोठ्या प्रमाणावर उत्पादनाला सुरुवात झाली. पण तेवढ्यात जागतिकीकरणाच्या वातावरणात परदेशातून येणारे तेल भारतातील तेलापेक्षा स्वस्त मिळू लागले. कंपनीने कितीही दर कमी केले तरी परदेशी मालाशी स्पर्धा करणे अशक्य झाले. उत्पादित माल नुकसानीत विकावा लागला. कंपनी चालू ठेवली तर रोजचा तोटा वाढत होता. उत्पादन थांबविले तर मशिनरी खराब होत होती. कामगारांच्या पगाराचा प्रश्न होता. शेवटी उत्पादन बंद पडले. बँका डेट रिकव्हरी ट्रायब्युनलकडे गेल्या. कंपनीची मालमत्ता विक्रीस काढली. ब्रोकरने व मी चर्चा केली.

"सध्या ऑईल इंडस्ट्रीज बंद पडत चाललल्या आहेत. या कंपनीची मालमत्ता घ्यायला फारसे कोणी तयार होणार नाही."

"मालमत्ता खेड्यात आहे. तेथे फार भाव येणार नाही."

"बँकांचे सात कोटी रुपयांचे देणे आहे."

"मशिनरी विकली तरी एक कोटी रुपयावर येणार नाहीत."

"जमिनीची किंमत एक कोटी होईल."

"बिल्डिंगची किंमत एक कोटी आहे. पण तिचा इथं वापर कोण करणार?"

"मी साखर कारखानदारांना भेटलोय. ते साखरेची पोती ठेवायला भाड्याने घ्यायला तयार आहेत. साखरेचं उत्पादन वाढलं आहे. त्यांच्या कारखान्यात पोती ठेवायला जागा नाही. भाड्याचे उत्पन्न चांगले येईल."

"लिलावात आपण दोन कोटीची ऑफर देऊ."

"ऑफर बरोबर आपण आपल्या अटी टाकून अॅडव्हान्स म्हणून पन्नास लाखाचा चेकही जोडूया."

"हो. चेक जोडला की त्यांना आपण खरेखुरे खरेदीदार आहोत असं वाटतं."

लिलावात भाग घेतला. दीड कोटीच्यावर दुसरे कोणी बोलले नाहीत. आम्ही दोन कोटीला प्रॉपर्टी घेतली. ती आमच्या नावावर होताना बाकीचे पैसे घ्यायचे ठरले. पन्नास लाखात प्रॉपर्टी आम्ही बांधून ठेवली होती. एक वर्षाने प्रॉपर्टी आमच्या नावावर झाली.

मधल्या काळात आम्ही इकॉनॉमिक टाईम्समध्ये जाहिरात देऊन ऑईल कंपनी विकणे आहे असा प्रचार केला होता. वर्षभरात पुन्हा भारतातले तेलाचे दर सुधारले होते. परदेशातील मालाशी आपला माल स्पर्धा करू लागला होता. मध्यप्रदेशातील एका बलाढ्य ऑईल कंपनीने हा प्लँट आमचेकडून चालवायला घेतला. जादा गोडाऊन साखर कारखान्यास भाड्याने दिले. नवीन एम.आय.डी.सी ही औद्योगिक वसाहत तिथेच सुरू झाली. अतिरिक्त जमीन पॉलीबॅग्ज तयार करणाऱ्या कारखान्यास विकली. त्यांच्याकडून आलेल्या पैशातून बँकांना बाकी दीड कोटी रुपये दिले. आमच्या पन्नास लाखात आता आमचेकडे पाच कोटी रुपयाची मालमत्ता होती. लोकांना जे नको असते त्यात मला जास्त नफा दिसायचा.

सर्वसामान्यांना सरळ मार्ग आवडायचा. मला अवघड मार्गाने जाण्यात श्रील वाटायचे. त्यातूनच मोठा नफा मिळायचा. या कारखान्याचा गेल्या चार वर्षांतला जो साठत आलेला तोटा होता तोही मला या व्यवहारात मिळाला होता. त्या तोट्याचा लाभ घेऊन मी माझा इतर व्यवहारातला कोट्यवधी रुपयांचा नफा मुरविला होता. त्यावर मला कोणताही कर बसणार नव्हता.

मोठ्या व्यवहारात अचूक अंदाज, धाडस, व्यवहारकौशल्य यामुळे हात लावीन

तिथं सोनं काढीन असा आत्मविश्वास मला प्राप्त झाला होता. अगदी कधी तोटा झालाच तर मी हा एक खेळ आहे या दृष्टीने पाहात होतो. खेळात कधी जय तर कधी पराजय हे ठरलेलंच असतं. पराजय म्हणजेच तोटा हा पुढील यश किंवा नफा याची नांदी असते हेही मी शिकलेलो होतो.

मला एक छंद होता. मी काही पोस्टमन लोकांची ओळख ठेवली होती. त्यांच्याशी अधूनमधून गप्पा मारायचो. हे पोस्टमन संपूर्ण भाग पायी फिरत असल्यामुळे कोठे कोणत्या जागा पडून आहेत, कोणाला विकायच्या आहेत का हे समजत असे.

पुण्यात प्रभात रोड म्हणजे एकदम सुखवस्तू लोकांची वस्ती असलेला भाग. डेक्कन जिमखाना येथून हा भाग सुरू होतो. पूर्वी पुणे गाव म्हणजे कसबा पेठ, शनिवार पेठ, नारायण पेठ हे होते. तिथून सुखवस्तू लोक नदीच्या पलीकडे बंगले बांधू लागले. तो भाग म्हणजे डेक्कन जिमखाना. टेनिस सारखे श्रीमंत खेळ ज्यांना खेळायला परवडू शकते अशांचा भाग. येथे कोणी बंगला बांधला की त्याला 'बंगलोरिया' झाला असे म्हणायचे.

या जिमखान्यापासून ते जुन्या प्रभात फिल्म कंपनीपर्यंत, म्हणजेच आताच्या फिल्म इन्स्टिटट्यूटपर्यंतचा भाग म्हणजे प्रभात रोड. येथील लोक विद्वान, हुशार व धनवान. त्यांची मुलंही चांगली शिकली. ती इंग्लड, अमेरिकेला गेली. कॉम्प्युटरमध्ये निष्णात असल्यामुळं त्यांना तिथं मागणी होती. इथली मुलं दुबईला कधी जायची नाहित. त्यांना अमेरिकाच भावते. पुढे तिथेच बंगला घेतला, गलेलट्ठ पगार तर होताच. भारतात आईवडिलांना पैसे पाठवायचे ते या प्रभात रोड भागातल्या बँकेत. या भागाला त्यामुळे डॉलर कॉलनी असं नाव पडलंय.

प्रत्येक घरातून सरासरी एक माणूस तरी अमेरिकेत आहे. आईवडील आहेत तोपर्यंत हे डॉलर येत राहातात. त्यांच्या पश्चात येथे डॉलर पाठवायचे कारण नाही. मग बंगला मोकळाच राहातो. टॅक्सेस भरणं चालूच राहातं. भाड्यानं द्यावा तरी अडचण. तेव्हा अशी घरं या पोस्टमनना लवकर लक्षात येतात. कोठे पूर्वी पत्रं यायची, कोठे ती पुढे येण्याची बंद पडली हे सारं त्यांना ठाऊक असतं.

अशा प्रॉपर्टीची त्यांच्याकडून माहिती घेऊन मग मी त्या प्रॉपर्टीचा पाठपुरावा केला. प्रभात रोडला प्रॉपर्टी मिळणं अशक्य म्हटलं जात होतं. पण मला तिथं मालमत्ता मिळत होत्या. प्रॉपर्टी घेण्यासाठी मी काही वेळा चेक देऊन ती प्रॉपर्टी अडकवून ठेवीत असे. चेक बरोबर पत्र द्यायचो. त्यात म्हटलेलं असायचं, ''आमच्या कंपनीच्या लॉ ऑफिसरने टायटल क्लिअरन्स सर्टिफिकेट दिल्यावर सदर चेक बँकेत भरावा.''

याचा अर्थ आज त्या चेकने काहीच जबाबदारी माझ्यावर येत नव्हती. तो चेक सशर्त होता. मधल्या काळात त्याच्याशी व्यवहाराची रक्कम वा इतर अटी ठरविता

येत होत्या. पण चेक दिल्यामुळे त्याला मी व्यवहार करायला किती उत्सुक आहे हे समजत होते. तो सहसा दुसऱ्याकडे त्या व्यवहारासाठी जात नव्हता.

वेळ मिळेल तेव्हा मीही पायी फिरायचो. पायी फिरण्यामुळे त्या भागाचे सर्वोत्कृष्ट आकलन होते. कोणता भाग राहाण्याच्या दृष्टीने विकसित होत आहे, कोणता भाग व्यापारीदृष्ट्या पुढे येत आहे याचे ज्ञान आपल्याला प्राप्त होते. seeing is believing. स्वत: पाहाणे महत्त्वाचे. कोणत्याही प्रॉपर्टीची माहिती मिळाली की मी ती डेटा बँकेत नोंद करून ठेवत असे. कॉम्प्युटरमध्ये यासाठी खास प्रोग्रॅम करवून घेतला होता. नुसती नोंद कॉम्प्युटरमध्ये झाली की ती प्रॉपर्टी ग्रामीण भागातील आहे का शहरातील आहे, बिगरशेती झाली का नाही, शेतजमीन आहे का, राहाण्यासाठी योग्य आहे का व्यापारासाठी आहे हे सारे वर्गीकरण उपयुक्त होते. त्यामुळे कोणताही व्यवहार करताना तुलनात्मक स्थिती त्वरीत कळत असे. आपल्याकडे जेवढे तपशील अधिक तेवढा आपण निर्णय लवकर घेऊ शकतो.

येणारी व्हिजिटिंग कार्डस इतकी झाली होती की ती अगदी ए बी सी डी ने लावूनही वेळेवर पाहणे जिकिरीचे होत होते. त्यामुळे त्याची माहितीही कॉम्प्युटरवरच घेतली होती.

मालमत्ता मिळण्यासाठी मी माझ्या कंपनीची माहिती अतिशय उत्कृष्टपणे तयार करून आकर्षक फाईलमधून प्रमुख बँकांच्या वसुली विभागाकडे पाठविली. बँकांच्या वसुली विभागावर वसुली करण्याचा प्रचंड ताण होता. बँकांची कार्यक्षमता पाहाण्यासाठी निव्वळ नॉनपरफॉर्मिंग ॲसेटचे प्रमाण पाच टक्क्यापर्यंत खाली आणण्याचे रिझर्व्ह बँकेचे आदेश होते.

वसुलीसाठी बँका नोटिसा पाठवित. वसुलीसाठी स्मरणपत्रे पाठवीत. बँक अधिकारी प्रत्यक्ष कर्जदारांना भेटून वसुलीचा तगादा लावीत. नोटिशीचा परिणाम व्हावा म्हणून रजिस्टर नोटीसा पाठवीत. त्याचाही परिणाम झाला नाही तर वकिलाकडून नोटीस पाठवून बँक कायदेशीर कारवाई करणार हे सूचित करे. जामीनदारांनाही नोटिसा पाठवीत. व्याजात सूट देण्याचे आश्वासन देऊन वसुली होते का पाहात. वसुली शिबिरांचे आयोजन करून तडजोड प्रकरणे मार्गी लावण्याचा प्रयत्न होई.

शेवटी नाईलाजाने कोर्टात दावा दाखल केला जाई. मोठ्या रकमांचे दावे डेट रिकव्हरी ट्रायब्युनलकडे चालविले जात. तारखा पडत. दोन्ही बाजू वाद-प्रतिवाद करीत. यामध्ये चांगलाच वेळ जाई. थोर नाटककार राम गणेश गडकऱ्यांनी त्यांच्या एका नाटकात म्हटले आहे की, 'दिवाणी दाव्याची लज्जत त्याच्या दिरंगाईतच असते' याची प्रचिती येते.

या साऱ्या सव्यापसव्यानंतर बँक अधिकारी 'केव्हा एकदा वसुली मिळते' अशा मन:स्थितीत असतात. त्यांना माझ्यासारखे प्रॉपर्टी खरेदी करणारे हवे असत. मला

जास्तीत जास्त प्रॉपर्टी या बँकेच्या लिलावातून मिळत गेल्या. मी लिलावातील माझी मागणी दिल्यावर त्याखाली तळटीप देत असे. 'निगोशिएबल' याचाच अर्थ रकमेत कमी जास्त करता येईल. त्यामुळे माझा प्रस्ताव हा सर्वाधिक रकमेचा नसला तरी बँक अधिकारी तो वाढविण्यासाठी मला बोलावू शकत.

बँकांनाही माझ्या व्यवहाराचा अनुभव येत गेला. प्रस्ताव दिल्यावर माघार न घेता खरेदी करणारे असा माझ्या कंपनीचा नावलौकिक झाला. प्रचंड नफा झाला. माझा फंड्स फ्लो म्हणजे पैशाचा धबधबा झाला. कितीही पैसा मिळविला तरी तो फंड्स फ्लोमधून पुढे नेला. धनचक्राचा कधीही विसर पडू दिला नाही. भविष्य जाणण्यासाठी राशीचक्र पाहिले जाते. आपले भाग्य उजळणे हे या राशीवर अवलंबून असल्यामुळे काहीजण त्या राशींच्या भ्रमणाचा अभ्यास करतात. पण या ग्रहांवर अवलंबून राहायचे नसेल तर धनचक्राचा मार्ग स्वीकारा. हमखास धनवान व्हा.

श्रीमंत मार्गावरील प्रवास पूर्णत्वाकडे नेताना अजून एक उपयुक्त मैलाचा दगड आपणास वाटेत लागतो तो आहे शिकविण्याचा. आपल्याला वाटेल श्रीमंतीत शिकविण्याला कसले आहे महत्त्व. शाळा-कॉलेजचे शिक्षण मध्यमवर्गीय नोकर बनविणारे असून ते श्रीमंती मार्गावर जाण्यास अडथळाच आहे असे मीच म्हटले होते ना. मग आता शिक्षणाची कशी आठवण झाली. मी जे हे शिक्षण म्हणतो आहे ते इतरांना श्रीमंत बनविण्याचे शिक्षण. 'गोष्टी सांगेन युक्तीच्या चार' अशा अर्थाचे शिक्षण. मला जो अनुभव आला तो त्या मार्गावर येऊ इच्छिणाऱ्या, धडपड करण्याची तयारी असणाऱ्या युवकांना सांगेन तर श्रीमंती मार्गावरची वर्दळ वाढेल. स्कूटर रेसमधील संख्या कमी होईल. मी ज्या वेळी दुसऱ्यांना काही देतो तेव्हा माझ्याही ज्ञानात भर पडत असते. त्यांच्या शंकांना उत्तर देताना मला नवी उत्तरे सापडत असतात. नवे अनुभव मिळत असतात. असं म्हटलं जातं–

Experience makes man perfect.

परंतु जर या अनुभवात नावीन्यता नसेल तर त्यास असेही म्हटले जाऊ शकते–

Experience makes man permanant.

आपली विचारधारा ही वाहत्या प्रवाहासारखी हवी. या प्रवाहास गती मिळते ती आपण प्रशिक्षण दिल्यामुळे. ज्ञान ही अशी संपत्ती आहे की जी दिल्याने कमी न होता वृद्धिंगत होते. धनेश्वरकाकांनी मला मार्ग दाखविला. मी मोठा झालो. पण महत्त्वाचे म्हणजे तेही मोठे झाले. मी शिकविल्यावर माझी कला त्याचेकडे जाईल, तो माझ्या व्यवसायातील स्पर्धक होईल अशी भीती त्यांना कधीही वाटली नाही. मी रोटरी क्लब, लायन्स क्लब, जेसीज क्लब, जैन सोशल, चेंबर ऑफ कॉमर्स, बँकर्स क्लब अशा संस्थांमधून माझ्या या धनचक्राची कल्पना मांडली. त्यावेळी अनेकांनी वैयक्तिक प्रश्न विस्तारानी मांडले. या प्रत्येक प्रश्नामध्ये मी स्वतःला त्या प्रश्नकर्त्यांच्या जागी

नेले. तो माझाच प्रश्न आहे असे समजले. मग उत्तर शोधण्याचा प्रयत्न केला. त्यामुळे माझ्या उत्तरांमध्येही नावीन्यता येत गेली. नवीन काही करणं, शोधणं म्हणजे क्रिएटीव्हिटी. नवीन शोधायला नवे प्रश्न आपल्यापुढे आले पाहिजेत. ते या प्रशिक्षण देण्यामुळे येतात.

आपल्या धंद्याची कौशल्ये दुसऱ्यास सांगितल्यामुळे अजिबात कमी होत नाहीत. स्वयंपाकात आमटी कशी करायची हे सर्व स्त्रिया शिकतात. पण प्रत्येकीने केलेल्या आमटीला वेगळीच चव येते. शिक्षणात आपण सांगितले तरी प्रत्येकाची व्यवसाय करण्याची किमया वेगळीच असते. आपण भरभरून द्यावे. आपणासही भरभरून मिळत राहाते.

शिक्षण देताना ते कोणास कोणते हवे हे जाणणे व्यवहार्य ठरते. याबाबतीत मला एक प्रसंग आठवला.

एक अडाणी माणूस दिसण्यामध्ये कमतरता जाणवू लागल्यामुळे डोळ्याच्या डॉक्टरांकडे तपासणी करवून घेण्यासाठी गेला. डॉक्टरांनी एक एक भिंग डोळ्यासमोर धरत समोरची अक्षरं वाचायला सांगितली.

"हं आता हे अक्षर वाचा बरं."

"नाही जमत."

"बर मोठ्या नंबरचे भिंग आता लावलंय. आता वाचा बरं."

"नाही जमत."

डॉक्टरांनी एक एक करून बरीच भिंगे डोळ्यासमोर धरली. तेव्हा डॉक्टर म्हणाले,

"अहो अगदी मोठी भिंगे दाखवूनही तुम्हाला वाचायला कसं जमत नाही?"

"अहो मी कधीच शाळेत गेलो नाही. मला लिहायला-वाचायला येत नाही."

कोणाला काय हवे हे जाणूनच मी गरजूंना मार्ग दाखविला. माझा मार्ग स्वीकारून मोठे झालेल्या उद्योजकांनी माझ्याशी स्पर्धा न करता मला व्यवसाय मिळवून द्यायला मदत केल्याची उदाहरणेच जास्त आहेत. मी त्यांना काही द्यायला गेलो होतो. पण त्यांनीच मला अधिक दिले होते.

आवड असली
की सवड होते

बारा वर्षापूर्वी मी रिलायन्स कंपनीचे शेअर्स घेण्याचा विचार केला होता. धिरूभाई अंबानी व्यवसायातील एक एक क्षेत्र काबीज करीत होते. मला त्यांच्या व्यवसायातील भरारीचे आकर्षण वाटले होते. त्यांनी निवडलेले प्रॉडक्टस नेहमी आवश्यक असे वाटणारे होते. केमिकल्सशिवाय जग चालत नव्हते. मी एकदम पन्नास लाखाचे शेअर्स खरेदी केले. ते करताना तीस दिवसाचे क्रेडिट मिळविले होते. पुढील तारखांचे चेक दिले. मधल्या काळात अपेक्षेप्रमाणे रिलायन्स शेअर्सनी प्रचंड भरारी घेतली होती. मी त्यावेळी घेतलेल्या शेअर्सनी आतापर्यंत तीनपट नफा मिळवून दिला. एकूण किंमत चार कोटीपर्यंत पोहोचली.

मी अनेक कंपन्या काढल्या. ऑफिस तेच होते. इतर कंपन्या म्हणजे फाईल्स होत्या. एका शेल्फमध्ये पाच कंपन्यांच्या पाच फाईल्स होत्या. म्हणजेच एका शेल्फमध्ये पाच कंपन्या विराजमान झाल्या होत्या. मी कधीही पैशासाठी काम करीत नव्हतो. माझे पैसे माझ्यासाठी काम काम करीत होते. ते चोवीस तास झटून माझ्यासाठी पैसा कमवित होते. त्यांना साप्ताहिक सुट्टी नव्हती. वर्षातले सर्व दिवस ते कार्यरत होते. सुरुवातीस काटकसर करून खर्चात कपात केली. हुशारीने उत्पन्न वाढविले. फंड्स फ्लो समृद्ध केला. त्यामुळे आता कितीही खर्च केला तरी तो नफ्यातल्या काही भागातून होतो. त्या खर्चमुळे

कर वाचतो तो वेगळाच. मी स्वत:ला चोवीस तास वेळ द्यावा लागेल असा व्यवसाय केलाच नाही.

एवढा पैसा मिळवूनही मला जे जे करावे वाटते त्यासाठी माझ्याकडे भरपूर वेळ उपलब्ध आहे. मला जे जे आवडले ते मी केले. जगप्रवास केला. जितके जास्त जग आपण पाहू तेवढे आपले मन विशाल होते. जगप्रवासामुळे खर्च होण्याऐवजी जगातले काही ग्राहक मिळून त्यातून नफाच झाला. जगप्रवासावरील खर्च हा खर्च न होता गुंतवणूकच झाली. आवडत्या संस्थांना देणग्या दिल्या. पैसा जसा देत गेलो तसा तो वाढत गेला. तरुणांना श्रीमंत होण्याचे शिकवत गेलो. मीच अधिक ज्ञानी होत गेलो. जगात मला सर्वत्र संधी आणि समृद्धी दिसू लागली. आर्थिक मंदीच्या काळ्या ढगांना सुद्धा मला संधीची चंदेरी किनार आहे हे लक्षात आले.

एक गोष्ट आठवली. आटपाट नगर होते. तिथे एक दानशूर राजा होता. तो भुकेलेल्यांना अन्न देई. विद्वानांना दक्षिणा देई. शूर सैनिकांना सन्मानचिन्हे देई. तो दानधर्मात कधीच माघार घेत नसे. सतत देतच राही. एकदा त्याने ठरविले की आपण आपल्या राज्यातील सर्वात गरीब माणसाला दान द्यायचे. राजाचा हुकूम अंमलात आणायचा म्हणून प्रधान सर्वाधिक गरीब माणसाच्या शोधासाठी बाहेर पडला.

एक महिन्यानी प्रधान कामगिरी फत्ते करून आला. उत्साहवर्धक शब्दात तो महाराजांना म्हणाला,

"महाराज, आपल्या या शहरापासून थोड्या अंतरावर जंगलात एक छोटा पर्वत आहे. त्या पर्वताच्या शिखरावर एक व्यक्ती ध्यान करीत बसली आहे. ती सर्वात गरीब आहे. त्याला राहायला घर नाही. त्याच्या अंगावर पुरेसे वस्त्र नाही. जंगलातील मिळणारी फळे खाऊन तो राहातो.''

"अशा माणसाला पाहायलाच हवं." असं म्हणून महाराज तिथे आले. ध्यानस्थाचे डोळे बंद होते. राजाला वाट पाहात थांबावे लागले. काही वेळाने ध्यानस्थाने डोळे उघडले. तेव्हा राजा म्हणाला,

"मी या राज्याचा राजा आहे. आपणाला अशा स्थितीत राहावं लागतं हे पाहून मला वाईट वाटते. तुम्हाला मी कपडे, घर, अन्न, धन देऊ इच्छितो. आपणास काय हवे?''

ध्यानस्थाने राजाकडे पाहून केवळ स्मितहास्य केले.

राजाने पुन्हा विनंती केली– ''आपण काहीतरी बोलावे.''

"राजा मी या राज्यातील सर्वाधिक गरीब नाही. माझ्यापेक्षाही एक गरीब माणूस आहे. मी तर श्रीमंत आहे. मी ही संपूर्ण पृथ्वी सोन्यामध्ये रूपांतरित करू शकतो.''

"मला तो गरीब माणूस दाखवा. तसेच पृथ्वी सोन्याची करण्याची अटकळ सांगा.

''सांगेन. त्यासाठी एक वर्ष येथे सूर्योदयापूर्वी व सूर्यास्ताचेवेळी येऊन अर्धा तास ध्यान करायचे.''

''उद्यापासून येतो.'' राजा आनंदाने म्हणाला.

राजा न चुकता आला. ध्यान करू लागला. प्रसन्न वेळचे ध्यान त्याला प्रसन्न करू लागले. पर्वतातील ती शांतता, सूर्योदयापूर्वी आणि सूर्यास्ताचे वेळी पृथ्वीवर पडणारे कोवळे सोनेरी सूर्यकिरण त्याला आवडू लागले. या प्रसन्नचित्तामुळे तो दिवसभरातील काम कार्यक्षमतेने करू लागला. वर्ष कसे संपले ते कळलेच नाही.

''तुला अधिक गरीब कोण आणि पृथ्वी सोन्यात कशी रूपांतरित करायची याची माहिती हवी ना?''

''ते मला कळलंय. पृथ्वीवर रोज सोनेरी किरण असतात. त्यांचं ते आवरण सोन्यापेक्षाही विलोभनीय असतं. ते पाहण्याची संधी सोन्याहूनही मौल्यवान होती. ही संधी इतके दिवस न घेणारा मी गरीब आहे.'' राजा म्हणाला.

''तुझ्या ध्यानात आलं तर.'' ध्यानस्थ म्हणाला.

जगभर सूर्यकिरणांचे वैभव आहे. तसेच जगभर संधी आहेत. याची जाणीव होणं हे महत्त्वाचं. धनेश्वरकाकांनी ती जाण माझ्यात आणली. संधीबद्दल जागरूकता नसणे ही गरिबी. त्याची जाणीव होऊन कार्यप्रवृत्त होणं ही श्रीमंती.

चला श्रीमंत होऊया

आजचा दिवस अविस्मरणीय आहे. जागतिक मराठी परिषदेत माझ्या मुलाखतीचं आयोजन केलंय आणि या कार्यक्रमाचे अध्यक्ष आहेत धनेश्वर!

'रणमर्दांचा पोवाडा रणमर्दांनं गावा, तद्वतच शून्यातून विश्व निर्माण करणारे धडाडीचे उद्योजक बुद्धिवंत यांच्या सत्कारास श्रीमंतीचे धनचक्र देणारे धनेश्वर उपस्थित आहेत!' या निवेदकाच्या वाक्यावर प्रचंड जनसमुदायानं टाळ्यांचा कडकडाट केला.

मुलाखत सुरू झाली.

"व्यवसायात येण्यासाठी काय करायला हवे?"

"व्यवसाय म्हणजे नफा किंवा नुकसान असे चित्र आपल्यापुढे असते. नफा झाला तर ठीक. पण तोटा झाला तर? तोटा हा काळजीचा विषय. तो भीती निर्माण करतो. त्यापेक्षा नोकरी बरी अशी भावना निर्माण होते. त्यामुळे बहुतेक विद्यार्थी पदवीधर होताच नोकरीकडे वळतात. व्यवसायाकडे ज्याला जायचे आहे त्याने श्रीमंत होण्याची आकांक्षा बाळगायला हवी.

पैशाशिवाय जगात काहीही चालत नाही. देशाचे अर्थकारण ठीक असेल तरच देशात समृद्धी नांदते. जो देश आर्थिकदृष्ट्या दुर्बल तो संरक्षणाच्या बाबतीतही कमकुवतच राहाणार. अर्थकारण सुधारण्यासाठी 'आर्थिक प्रवृत्ती' ही तरुणांच्यामध्ये निर्माण झाली पाहिजे."

"पण एखाद्या विद्यार्थ्याची घरची खूप श्रीमंती असेल तर त्यानेही व्यवसाय करायला हवा का?"

"ज्याची श्रीमंती आहे त्याला ती श्रीमंती वाढवायची असेल तर व्यवसायाचा अनुभव घ्यायला हवा. वास्तविक त्याचे वडील श्रीमंत आहेत म्हणजेच त्यांचा काही व्यवसाय असणार आहे. त्याला अनायसा घरातच व्यवसायाचा अनुभव मिळू शकतो. आहे ही श्रीमंती टिकविण्यासाठीसुद्धा व्यवसायाचे ज्ञान हवे. ते नसेल तर पूर्वजांनी कष्टाने उभा केलेला डोलारा कसा सांभाळायचा हा प्रश्न निर्माण होऊ शकतो. श्रीमंत घरातील कर्तव्यशून्य मुलं ही घरातले लाखाचे बारा हजार करतात.

मी तुम्हाला लवकर व्यवसायात पडा म्हणतो ते विक्रीकला शिकण्यासाठी. ज्याने किमान एक वर्ष सातत्यानं काही ना काही विकले तो जीवनाला सामोरे जाऊ शकतो. तो व्यवसायाची स्वत: निवड करू शकतो. कोणत्याही व्यवसायात तो यशस्वी होऊ शकतो. व्यवसायात पडल्यावर त्याला एक आर्थिक दृष्टी प्राप्त होते. काही जण त्याला धंद्याची नाडी समजणे म्हणतात.

ही व्यावसायिक वृत्ती महत्त्वाची. अशा माणसाला सर्वत्र व्यवसायाच्या संधी दिसू लागतात. मी प्रॉपर्टी व्यवसायात आहे. मला कोणत्याही भागात प्रॉपर्टी दिसू शकतात. त्या मला मिळतात. मुंबईतल्या फोर्टसारख्या गजबजलेल्या भागातसुद्धा मला एक मोठी प्रॉपर्टी मिळाली.

प्रॉपर्टी केव्हा, कोणाला, कोणत्या कारणाने नको वाटेल हे सांगता येत नाही. आपण ती शोधत राहिले पाहिजे. काहीजण फोर्टसारखे भाग आपल्यासाठी नाहीतच असे गृहीत धरून चालतात. मी आज मुंबई सोडाच, न्यूयॉर्क येथेही एका प्रॉपर्टीचा व्यवहार करण्याच्या मन:स्थितीत आहे. तुम्ही स्वत:ला मोठं होण्याची सूचना द्या. तुम्ही मोठे व्हाल."

"श्रीमंत व्हावे, उद्योजक व्हावे, खूप पैसा मिळवावा यामागेही काही प्रेरणा असेल का?"

"प्रत्येक गोष्टीमागे कारण असते. एव्हरेस्ट शिखर जिंकणाऱ्यांमध्ये अलीकडील नावात सुरेंद्र चव्हाण आहेत. त्यांना मी विचारले की, एव्हरेस्टवर जावं असं का वाटलं? तेव्हा ते म्हणाले, 'माझ्यावर प्रेम करणारे माझे कुटुंबीय, माझ्या मंडळातील सहकारी यांच्या प्रेमामुळे मी हे केले. त्यांचे प्रेम ही माझी प्रेरणा होती.' सुरेंद्रने मोहीम पूर्ण केली. सर्वत्र अभिनंदन झाले. ही मोहीम यशस्वी करण्यासाठी त्यांना किती कष्ट करावे लागले असतील. पण प्रेरणा ही होतीच.

प्रत्येक माणसाला अशा प्रेरणा असतात. कोणाला आपण जगभर प्रवास करावा असे वाटत असेल. तर कोणाला आपण कामाच्या कचाट्यात अडकून राहू नये असे

वाटत असेल. आपण दुरून पाहिलेली श्रीमंती प्रत्यक्षात अनुभवावी ही प्रेरणा असू शकेल. गरिबीमुळे आईवडिलांना काही गोष्टी करता आल्या नाहीत त्या आता तरी करायला मिळाव्यात अशीही एखाद्याची इच्छा असेल.

एका मध्यमवर्गीय माणसाच्या मृत्यूनंतर त्याची एक तृतीयांश प्रॉपर्टी कर भरण्यात गेली. हे पाहून त्याच्या मुलाने ठरविले आपण श्रीमंत व्हायचं. त्यांच्याप्रमाणे कराचं नियोजन करून कर वाचवायचा. मध्यमवर्गीय मेला तर सरकारला कर मिळतो. श्रीमंत मेला तर सरकारला कर मिळत नाही. मध्यमवर्गीयाची मालमत्ता स्वत:ची असते. श्रीमंतांची मालमत्ता कंपनीच्या नावाने असते.

परवा टाईम्स ऑफ इंडियामध्ये जाहिरात वाचली. ती एका सेमिनारबद्दल होती. दोन दिवसाच्या सेमिनारला गेलो. प्रॉपर्टीबद्दलचे नवे कायदे, टी.डी.आर.ची मोजणी कशी करावी इत्यादी उपयुक्त माहिती मिळाली. अडचणीतल्या प्रॉपर्टी खरेदी करण्यात मी तज्ज्ञ झालो. त्या सेमिनारमध्ये मिळालेल्या ज्ञानामुळे मी पन्नास लाखाची तरी नवी प्रॉपर्टी मिळविली. त्या सेमिनारला भरलेली फी होती तीन हजार रुपये व त्या प्रॉपर्टीतून मला नफा मिळाला होता आठ लाख रुपये.

शिक्षणाला महत्त्व आहे. पैसा मिळवून देणाऱ्या आपल्या व्यवसायातील अद्ययावत माहिती आपल्याजवळ हवी. मी सेंट्रल लायब्ररीमध्ये जातो. त्यांनी वाचनालयाचे पूर्ण संगणीकरण केले आहे. तिथे अनुक्रमणिका पाहिली की पुस्तकांची यादी पडद्यावर पुढे येते. हवी ती पुस्तके वाचता येतात. कारमध्ये असलो की मी कॅसेट लावतो. ऑडिओ कॅसेटचा फायदा असा की ती पुन्हा पुन्हा ऐकता येते.

एकदा विश्वविख्यात आर्किटेक्ट देवी यांचं वास्तुशिल्पाबद्दल व्याख्यान ऐकलं. त्यांचं मत मला अजिबातच पटलं नाही. त्यावर मी वृत्तपत्रात लिहायचं ठरविलं. पण लगेच असं वाटलं की हे विश्वविख्यात वास्तूतज्ज्ञ आहेत. ते चुकीचं कसं बोलतील? मी पुन्हा पुन्हा ती कॅसेट ऐकली. त्यांच्या बोलण्याला एक विशिष्ट पार्श्वभूमी आहे. त्या वातावरणात ते विचार योग्य आहेत असं माझ्या ध्यानात आलं. मी उतावळेपणानं त्यांच्यावर टीका केली नाही ते बरं झालं. पण हा माझ्यातला बदल कॅसेटमुळे झाला.

नानाविध माध्यमे आज आपल्या ज्ञानात भर घालायला उपलब्ध आहेत. डोळे, कान उघडे ठेवून आपण त्यांचा लाभ घ्यायला हवा. यशस्वी उद्योजकांची आत्मचरित्रे वाचा. त्याच्याइतकं प्रभावी शिक्षण नाही. एक आत्मचरित्र वाचलं की आपण त्यातील नायकासमवेत फिरून येतो. त्याची कर्तृत्वाची चाळीस वर्षे असतील तर ती आपण त्याच्या त्या ओळीतून जगतो. आपलं आयुष्य शंभर वर्षे. पण सर्व चरित्रकारांचं जीवन आपण वाचल्यानं, त्यांचे अनुभव म्हणजे माझे अनुभव असे जाणून घेतल्याने आपण शेकडो वर्षांचा अनुभव जगू शकतो.

विठ्ठल कामतांचं *ऑर्किड, इडली आणि मी* वाचा. त्यांना एका मुलाखत घेणाऱ्यानं प्रश्न विचारला की, 'एक अवघड प्रश्न विचारू का तीन सोपे?'

'एक अवघड विचारा.'

'मग ऐका तर प्रश्न, आधी अंडं का आधी कोंबडी?'

'आधी अंडं!'

'ते कसं काय?'

'हा दुसरा प्रश्न झाला!'

ही समयसूचकता.

शंतनुराव किर्लोस्करांचं *कॅक्टस अँड रोजेस* वाचा, टाटा कुटुंबीयांच्या उद्योजकतेची झलक दाखविणारं *क्रिएशन ऑफ वेल्थ* वाचा, कॅमल कंपनीच्या दांडेकरांचं *स्टोरी ऑफ कॅमल* वाचा. कॉलेज शिक्षणापेक्षा उद्योजकतेला महत्त्व देणाऱ्या बाबुराव शिर्के यांचे आत्मचिंतन तुम्हाला यशस्वी होण्याची प्रेरणा देईल. *'कल्याणी'* हे चरित्र कल्याणी फोर्जची यशोगाथा ऐकवेल. एक एक आत्मचरित्र तुम्हाला यशाची एक एक पायरी चढायला प्रवृत्त करते. त्या चरित्रनायकातील जिद्द तुमच्यात उतरू लागते. 'ये हृदयीचे ते हृदयी' पोहोचते.

डेव्हीड लोमॅक्स हे बीबीसी टेलिव्हिजनवर मुलाखतकार म्हणून प्रसिद्ध होते. त्यांनी जगातील औद्योगिक क्षेत्रातील सहा उद्योजकांच्या मुलाखती घेतल्या. हे कप्तान होते– सर जॉन हार्वे जोन्स, आय.सी.आय., ग्रेट ब्रिटन; गायवन्नी अग्रेल्ली, फियाट, इटली; रॉबर्ट अँडरसन, आरको, यु.एस.ए.; अकीओ मोरीटा, सोनी, जपान; स्टॅन्ले हो, एस.टी.डी.एम., हाँगकाँग; व रुसी मोदी, टाटा स्टील, भारत. या मुलाखतींवर आधारित 'द मनी मेकर्स' हे पुस्तक वाचलं. मोठ्या महत्त्वाकांक्षेमुळेच ही माणसं मोठी होतात हे लक्षात आलं. मोठा विचार करा. मोठे व्हा.

I fly in the sky not to create record of it.
I fly in the sky because I like to fly.

गरुड पक्षाच्या या विचाराशी सहमत व्हा. उंच भराऱ्या घ्या.

कॅसेट, वाचन यामुळे मी दुसऱ्यांच्या मतांची कदर करायला शिकलो. अनेक प्रकारचे विचार असू शकतात. आपण, आपलेच विचार बरोबर हा आग्रह सोडून दिला पाहिजे. या मनाच्या घडणीमुळे हट्ट, हेकेखोरपणा, उद्धटपणा, अतिशहाणपणा हे आपल्यातील दुर्गुण कमी होतात. आपण ज्ञानी होतो. ज्ञानी माणूस दुसऱ्यांचे पूर्णपणे ऐकतो. 'मला माहिती आहे तू काय सांगणार ते, काही बोलू नकोस.' असे म्हणणे त्याला आवडत नाही.

आपण श्री गणेशास ज्ञानाचे दैवत मानतो. त्याचे कान मोठे आहेत. खूप ऐका व ज्ञानी व्हा हाच तो संदेश देतो. निसर्गने मानवाला एक तोंड आणि दोन कान दिले आहेत. त्या प्रमाणात आपण वागावे. बोलण्यापेक्षा ऐकणे दुप्पट असावे. पण काही लोक बडबडच जास्त करतात. ऐकण्यामुळे नव्या कल्पना मिळतात हे त्यांच्या लक्षात येत नाही. बोलण्यामुळे वादावादी वाढण्याचीच शक्यता जास्त.

व्यवसाय करणाऱ्याने प्रथम मनाची मशागत केली पाहिजे. विचारांती व्यवहार करून श्रीमंत व्हावे. दीर्घकालीन विचार करावा. लॉटरी तिकीटाने श्रीमंत होणे खरे नाही. एक दोन घरे घेतली की प्रॉपर्टीमधील हुशारी आलीच असे नाही. थोडे शेअर्स व्यवहार केले की त्यातलं समजलेच असं नाही. शांत विचारानं, मनाची प्रगल्भता दाखवून व्यवसाय करा.''

''तुमची विचारमालिका इतकी छान चालली होती की मी मुद्दाम मध्ये प्रश्नच विचारला नाही. पण आता पुढचा प्रश्न विचारतो, व्यवसायात मित्रांची मदत घेतली का?'' प्रश्नकर्त्याने हे व्याख्यान नसून मुलाखत आहे, याची जाणीव करून दिली.

''मला सर्व प्रकारचे मित्र आहेत. गरीब आहेत श्रीमंत आहेत. मी त्यांच्या सहवासात असतो तेव्हा गरीब मित्र गरीब का राहिले याचा शोध घेतो. त्यांना नोकरीची सुरक्षितता हवी असल्याने ते गरीब राहिल्याचे लक्षात येते. त्यांचे मन भयग्रस्त असते. 'आपण व्यवसायात गेलो आणि नुकसान झाले तर' या भीतीने ते ग्रासलेले असतात. पण नोकरीतही ते सुरक्षित राहातात असे नाही. नोकरीत आपण कायम होऊ ना, आपल्या कामाचा गुप्त अहवाल चांगला असेल ना, आपल्याला वार्षिक वेतनवृद्धी मिळेल ना, बदली तर होणार नाही ना, प्रमोशन परीक्षेत पास होऊ का, मुलाखतीमध्ये चांगले गुण मिळतील ना, प्रमोशन मिळेल ना, प्रमोशननंतर कोठे पाठवतील अशा असंख्य प्रश्नांनी ते भयभीत झालेले असतात. ते मला भेटल्यावर माझ्या असे लक्षात आले की व्यवसाय, पैसा अशा गोष्टी बोललेल्या त्यांना आवडत नाहीत. मी त्यावेळी पैशाबद्दल बोलायचे नाही हे त्यांच्याकडून शिकलो.

माझे काही मित्र कोट्यधीश आहेत. ते अगदी अल्पकाळात श्रीमंत झालेत. त्यांना हे कसे शक्य झाले हे मी समजावून घेतो. त्यातील एक मित्र म्हणाला, त्याच्याकडे गरीब मित्र येतात ते तो श्रीमंत कसा झाला हे जाणून घेत नाहीत ते नोकरी मिळेल का विचारायला येतात. नोकरीची शक्यता नसेल तर कर्ज तरी मिळेल का पाहातात.

तुम्हाला मोठं व्हायचं असेल तर भीतिग्रस्त लोकांचं कधीही ऐकू नका. मला ही मंडळी भेटतात त्यावेळी त्यांची भाषा निराशेची असते. 'सगळीकडे मंदीची लाट आहे', 'कोणताही उद्योग नफ्यात चालू शकत नाही', 'कोणतीच गुंतवणूक सुरक्षित

राहिलेली नाही', त्यांचे ऐकावे पण करावे मनाचे हे लक्षात ठेवा. त्यांचे ऐकल्यावर स्वतंत्रपणे विचार न करता त्यांचीच री ओढणारे असतात तेही भयाने पछाडलेले असतात.

वृत्तपत्रात शेअरबाजारासंबंधीचे लेख असतात. त्यात एक तज्ज्ञ सांगतो युद्धाचं सावट आहे. उद्योगधंद्यास धोका आहे. शेअरचे भाव गडगडणार. दुसरा तज्ज्ञ लिहितो युद्धकाळामध्ये आर्थिक क्षेत्रास चालना मिळते. संरक्षणावरील खर्च वाढतो. आरोग्य, पुनर्वसन अशा क्षेत्रात कामे वाढतात. तेव्हा आताच त्या संबंधित कंपन्यांचे शेअर्स खरेदी केलेले बरे. दोघेही तज्ज्ञ त्यांच्या दृष्टीने लिहितात. एक अर्थतज्ज्ञ तर म्हणाले हे शेअर्ससंबंधी लिखाण म्हणजे 'दळण दळणं' आहे. थोड्याफार बदलानं तेच तेच मांडावं लागतं. आपण सारं वाचल्यावर आपला म्हणून काही अभ्यास करावा. शांतपणे विचार करावा. अनेक तज्ज्ञांच्या मताप्रमाणे वागता येत नाही. स्वत:च्या विवेकबुद्धीप्रमाणे निर्णय घ्यावा.

वृत्तपत्रात बातमी वाचून शेअर बाजारात तेजी समजून खरेदी करणारे बहुसंख्य गुंतवणूकदार असतात. ते गुंतवायला जातात तर मार्केट वेगळंच झालेलं असतं. हुशार गुंतवणूकदार बरोबर वेळ गाठतात. त्यांच्या खरेदीनंतरच वृत्तपत्रात बातमी येऊन शेअर्सचे भाव वधारतात. त्यांची खरेदीची वेळ हुकली तर ते थांबतात. पुढची सुयोग्य संधी पकडतात. हुशार गुंतवणूकदार विक्रीपेक्षा खरेदीकडे अधिक लक्ष देतात. कंपनी अडचणीत असेल तेव्हा कमीत कमी भावाने शेअर्स खरेदी करतात. ही कंपनी पुढे केव्हा नफ्यात येणार हे त्यांना ठाऊक असते. हे ज्ञान श्रीमंत मित्रांमधून मिळते.

व्यवसायातील शिक्षण कितीही घेत राहिले तरी ते जुने होत जाते. नव्या कल्पनांचा उदय होत असतो. आपल्याला किती शिक्षण मिळाले यापेक्षा आपण नवे ज्ञान किती अल्प कालावधीत प्राप्त करू शकतो याला महत्त्व आहे. शेअर्सचे विविध प्रकार, शेअर मार्केट हा विषय कॉलेजमध्ये शिकलो असू तर तो आता फारसा उपयोगी ठरत नाही. सध्याचे ज्ञान आधुनिक यंत्रणेने मिळू शकते. मला इंटरनेटवर शेअर मार्केटची साईट बघता आली पाहिजे. टी.व्ही. वरील ब्रेकफास्ट मालिकेतील आर्थिक घडामोडीकडे माझे लक्ष हवे. कोणती कंपनी पब्लिक इश्यू काढणार आहे याची आतूनच बातमी मिळालेली हवी.

काही वर्षापूर्वी 'बार्किंग फ्रीज' नावाचा नवीनच फ्रीज बाजारात आला होता. त्या फ्रीजचे दार उघडले की त्यात बसविलेली कॅसेट वाजायला लागायची. 'अहो थोड्या वेळापूर्वींच तर फ्रीज उघडलात ना. त्यातील लोणी, चीज, चॉकलेट यात खूप कॅलरीज आहेत. आपल्याला डॉक्टरांनी डाएट सांगितलेले आहे ना! पुन्हा पुन्हा खाणं तुमच्या तब्येतीला मारक आहे. स्वत:ची तब्येत सांभाळा.' या बोलण्यामुळे

त्याला बार्किंग म्हणजे भुंकणारा फ्रीज असे नाव ठेवले होते. ही कॅसेट फ्रीजमध्ये का बसवावी लागते? स्वतःच्या जिभेवरचा, खाण्यावरचा ताबा कमी झाल्यानेच ना? हे जसे आरोग्याचे तसेच गुंतवणुकीचे आहे.

येणारा रुपया प्रथम संपत्ती रकान्यात जायला हवा. भावनिक खरेदीसाठी मित्र, नातेवाईक, घरातील मंडळी मागे लागतात. चांगली गाडी दिसली की यांना तशीच आपण घ्यावी वाटते. कोणी परदेशी गेले की आपण तसा दौरा करावा वाटतो. चांगला बंगला पाहिला की आपणही तसाच घ्यावा वाटतो. पण खरा गुंतवणूकदार आपला फंडस् फ्लो म्हणजेच धनचक्र प्रचंड फुगल्याशिवाय या फंदात पडत नाही. सारेजण त्याला खर्चासाठी ढकलत असतात. पण तो निश्चल असतो. त्याला प्रथम श्रीमंत व्हायचे असते. मग सुखासीन वस्तूंची खरेदी करायची असते. सत्य काय आणि कोठे आहे याची त्याला जाण असते.

बोगदा दिसल्यावर तिघे तीन प्रकारचे उद्गार काढतात—

'बोगद्यात अंधार आहे.' – निराशावादी.

'बोगद्यापलीकडे उजेड आहे.' – आशावादी.

'बोगद्यात अंधार आहे. तो पार केल्यावर पुढे उजेड आहे.' – सत्यवादी.

आपण केवळ निराशावादी किंवा आशावादी बनायला नको. सत्याला सामोरे जाऊ. यशस्वी होऊ.''

''येणारा रुपया संपत्तीत टाकला तर देणेकऱ्यांचे काय करायचे?'' प्रश्नकर्त्याने महत्त्वाचा प्रश्न विचारला.

''देणेकरी त्यांच्या बिलासाठी तगादा लावतात व ते त्यांच्या दृष्टीने बरोबर आहे. त्यांना त्यांचे धनचक्र सांभाळायचे असते. आपल्याला आपले धनचक्र महत्त्वाचे. आपला खजिनदार आपल्याला देणी देण्याबद्दल सुचवित राहाणार.

'इलेक्ट्रिक बिल भरले नाही तर कनेक्शन तोडले जाण्याची भीती आहे.'

'ट्रॅव्हल कंपनीला विमानाच्या तिकीटाची बिले द्यायची आहेत. तिकटे घेऊन महिना झालाय.'

'बिले वेळेवर दिली नाहीत तर उधारी मिळणे बंद होईल.'

'आपल्याकडे पैसे आहेत. मग बिले भरायला काय हरकत आहे.'

यावर माझी उत्तरे ठरलेली असत—

'पैसे शिल्लक आहेत तर ते संपत्ती रकान्यात जाऊद्यात. त्यातून व्यवहार करून उत्पन्न मिळवा. व्यवहारासाठी ते पैसे त्वरेने लागणार नसतील तर गुंतवणुकीत ठेवा. त्याच्या उत्पन्नातून बिले द्या.'

'देणेकरी बिले मागणारच. आपण ती भागवायची नाहीत असे नाही. पण ती देण्यासाठी नवीन उत्पन्न तयार करूया.'

'देणेकऱ्यांचा पाठपुरावा म्हणजे कटकट नसून आपल्याला नवे उत्पन्न मिळविण्यासाठी ते प्रोत्साहन आहे.'

'काही देण्यातला थोडा भाग भरून मुदत मागा. तोपर्यंत एक दोन व्यवहार करून उत्पन्न घेऊ व देणी भागवू.'

माझ्या या उत्तरावरून एक गोष्ट लक्षात आली असेल की उत्पन्नासाठी पैसा हे तत्त्व पाळणे कठीण असले तरी ते श्रीमंतीच्या मार्गाकडे जाण्यासाठी पोषक आहे. ते पाळायचेच.

मला आचार्य प्रल्हाद केशव अत्रे यांची गोष्ट आठवली. ते 'मराठा' या झंझावाती दैनिकाचे संपादक होते. संध्याकाळच्या वेळी त्यांच्या काही मित्रांसमवेत ते बोलत बसले होते. तेवढ्यात त्यांच्याकडे त्यांचा सेक्रेटरी सांगत आला,

"पुण्याहून एक तरुण लेखक तुम्हाला भेटायला आलेत. विजय तेंडुलकर असे त्यांचे नाव आहे. तुम्ही त्यांना मराठासाठी लेखन करण्यास बोलावले होते."

"कोण तेंडुलकर! मी काही बोलावले नाही. नको म्हणून निरोप द्या." अत्रेसाहेब.

पुन्हा सेक्रेटरी अत्रेसाहेबांजवळ आला आणि म्हणाला,

"साहेब तुम्ही बोलावलं होतं असंच ते म्हणताहेत. पण आपल्याला ते नको असतील तर त्यांना पुणे-मुंबई जाण्या-येण्याचा खर्च तरी द्यायला हवा."

"देऊन टाका!"

"पण खजिनदार म्हणतोय आपली तिजोरी खाली आहे. भाडे खर्चाला द्यायला सुद्धा पैसे नाहीत."

"तेवढेही पैसे नाहीत? मग ठेवून घ्या त्यांना कामावर. महिन्याच्या शेवटी पगाराचं बघू."

पगार हा सुद्धा मालकाला एका महिन्याच्या उधारीवर मिळालेला असतो. देण्यामुळे गडबडून न जाता अत्रेसाहेबांनीही मार्ग शोधलाच होता. याशिवाय त्यांना विजय तेंडुलकर हे उत्कृष्ट लेखकही लाभले.

देणेकऱ्यांचा वापर आपले उत्पन्न वाढवायला करा. श्रीमंत व्हा."

"*व्यवसाय वाढीसाठी ग्राहक कसे मिळवायचे?*" हा प्रश्न करून देणेकऱ्यांच्या तावडीतून वेगळ्या अर्थाने सुटका केली. त्याला उत्तरादाखल मी एक दाखलाच दिला.

"सॉफ्ट ड्रिंकमध्ये एकेकाळी ड्यूक सोडा लोकप्रिय होता. तो बाजारात आणताना कंपनीने एक युक्ती योजली. त्यांनी मुंबईमध्ये एक मार्केटिंग टीम तयार केली. या टीमचे काम काय? ड्यूक सोडा विकायला बाजारात जायचं नाही तर वेगवेगळ्या हॉटेलात ग्राहक म्हणून जायचं. तिथं ड्यूक सोड्याची मागणी करायची. बाजारात ड्यूक सोडा तर विक्रीसाठी उपलब्ध नव्हता. त्यामुळे वेटर सुद्धा दुसरा कोणता सोडा

चालेल का असे विचारायचा. तर हा ग्राहक ड्यूक सोड्याचाच आग्रह धरायचा. 'मालकाला विचारून बघ' असा सल्ला द्यायचा. मॅनेजरला बोलावून ड्यूक सोड्याविषयी विचारायचा. त्या हॉटेलात आठ-दहा लोकांना तरी ड्यूक सोडा हे नाव कळायचं. ड्यूक सोडा नाही म्हणजे तुम्ही चांगला नवा ब्रॅंड विकत नाही असा शेरा मारून तो काहीच न घेता बाहेर पडायचा.

दिवसभरात असे तीन चार ग्राहक ड्यूक सोड्याचीच मागणी करायला लागल्यावर हॉटेलचा मॅनेजर सर्वत्र फोन लावून हा ड्यूक सोडा कोठे मिळतो त्याचा शोध घेऊ लागला. मुंबईतल्या सर्व हॉटेलवाल्यांचे फोन 'ड्यूक सोडा' या शब्दांचा मंत्र जपू लागले. प्रचंड मागणी निर्माण झाली. अन्य सोडा प्रकारांना सोडून ग्राहक ड्यूक सोडा पिऊ लागले.''

"आता पुढील मुलाखतीत मी माननीय धनेश्वरांनाही सहभागी करून घेत आहे. बुद्धिवंत प्रथम भेटले तेव्हा काय वाटले?''

"तो मोठा होण्यास पात्र आहेस का नाही हे मी सुरुवातीच्या काळात पाहात होतो.''

"ते कसं?''

"त्याला मी भेटण्यासाठी अपॉईंटमेंट लवकर देत नव्हतो. जो कच्चा आहे तो नाद सोडून देतो. दोन-तीन वेळा मागूनही अपॉईंटमेंट मिळत नाही तेव्हा ते आपल्याला काहीच किंमत देत नाहीत असा विचार करून निराश होणाऱ्यांची संख्या अधिक. पण मी जोपर्यंत 'भेटणारच नाही' असं ठामपणानं सांगत नव्हतो तोपर्यंत त्याने पाठपुरावा चालू ठेवला होता.''

"श्रीमंत होण्याचा मंत्र सांगण्याचे लॉलीपॉप तुम्ही मला दुरून दाखविले होते. तेव्हा त्यासाठी तुम्हाला भेटायचंच असं मी ठरविलं होतं.'' – मी प्रतिसाद दिला.

"तो भेटला तरी मी सारे मंत्र त्याला सांगत नव्हतो. एखादं तंत्र सांगायचं आणि उद्योगमग्न राहा म्हणायचं एवढंच मी करीत होतो.''

"प्रथम मला वाटायचं नोकरी नको, धंदा करा हा संदेश तुम्हाला द्यायचाय.'' – मी

"वरवर पाहता प्रत्येकाला मी नोकरीविरुद्ध आणि धंद्याच्या बाजूने बोलतोय असे वाटते. पण तो माझ्या तंत्रातला एक मंत्र आहे. खरं मला सांगायचं होतं ते त्याला कळलं.''

"कशावरून?'' आता मुलाखत घेणारा बाजूला राहिला आणि धनेश्वर व मी बोलू लागलो.

"तू पैसे कमविणं हे पूर्ण ध्येय म्हणून स्वीकारले नाहीस. पैसे कमविण्याची कला शिकलास. शून्यातून विश्व निर्माण करण्याची क्षमता तुझ्यामध्ये आली. तुझ्या

खिशात किती पैसे येतात यापेक्षा तुइया रोमारोमात पैसा कमविण्याची कला भिनली. मी तुझी पात्रता ओळखायला एक अंतिम अशी तुझी वार्षिक परीक्षा घेतली.''

"ती कोणती?''

"तू बी.कॉम. झाल्याबरोबर तुला माझ्याकडील नोकरीची ऑफर दिली.''

"ती परीक्षा होती तर. मलाही तेव्हा आश्चर्याचा धक्काच बसला. एक तर फक्त बी.कॉम. झालेल्या मुलाला वीस हजार रुपये दरमहा पगार कसा काय सांगितला जातोय असं वाटलं. पण आश्चर्यचकित होण्याचं खरं कारण दुसरंच होतं. तुम्ही 'व्यवसाय करून श्रीमंत व्हा' हा मंत्र देणारे मला नोकरीचे अमिष कसे दाखवित होता! धनेश्वरकाका, तुमचा 'व्यवसाय श्रेष्ठ' हा विचार मागे पडला की काय असे त्यावेळी मला वाटले. पण मी मनाचा निश्चय केला होता की धनेश्वरकाकांनी विचार बदलला तरी आपण तो आता सोडायचा नाही. वीस हजार रुपये पगाराची नोकरी नको म्हणणाऱ्या मला लोकांनी वेड्यात काढलं.''

"एखाद्या ध्येयासाठी माणूस वेडा होतो, त्यासाठी तो तन, मन, धन अर्पण करतो तेव्हा त्याचे हे वेड म्हणजेच सर्वात मोठे शहाणपण असते. मी तुला नोकरी देताना एक काल्पनिक टॉस उडविला होता. नाण्याची कोणतीही बाजू वर आली तरी मीच जिंकणार होतो. तू नोकरीस हो म्हणालास तर मला माझा व्यवसाय यशस्वीपणे सांभाळणारा कर्तबगार, धडाडीचा अधिकारी मिळणार होता. त्याच्या पगाराच्या खर्चापेक्षा कितीतरी अधिक नफा तो कंपनीस मिळवून देणार होता. त्याच्या सहाय्याने मी कंपनीचा व्यवसाय दुप्पट केला असता. तू नोकरीस नाही म्हणालास तेव्हा मला अधिकच आनंद झाला. मी सांगितलेले श्रीमंत होण्याचे तंत्र आणि मंत्र खऱ्या अर्थाने तू आत्मसात केलेस. शिष्य हा गुरूपेक्षा मोठा होणार याचा आनंद खऱ्या गुरूला असतो.''

"तुम्हाला मी गुरुस्थानी मानत आलो. तुम्हाला मी गुरुदक्षिणा काय देऊ! मी तुमचा 'फंड्स फ्लो' विचार आहे त्याचं नाव धनचक्र ठेवलं आहे. धन वाढविणारे धनेश्वरकाकांनी सांगितलेले हे धनचक्र. तुमच्या सांगण्याप्रमाणे मी प्रचंड श्रीमंत झालोय. माझा जसा व्याप वाढलाय तसा मला वेळही भरपूर मिळतोय. व्याप सांभाळणारी हुशार कर्तबगार माणसं आहेत. माझी माणसंच नाही तर माझा प्रत्येक रुपया आठवड्यातले सातही दिवस पुढचा रुपया कमविण्यासाठी अहोरात्र झटत असतो. मला जे करावं वाटतं त्यासाठी मी वेळ काढू शकतो. कोणाचेही अगदी वेळेचेही गुलाम न होण्यासाठी तर मी हे वैभव प्राप्त केलंय.''

"मी तुझ्या रूपानं एक तरी श्रीमंत निर्माण केला. पैशापेक्षा पैसा कमविण्याची कला श्रेष्ठ हे सिद्ध केलं. येणारा पैसा पुढील पैसा मिळवत राहील असा गुंतवा सांगितलं, संपत्ती आणि देणी यातील फरक ओळखायला शिकवलं. चक्रवाढ

व्याजाचं सामर्थ्य सांगितलं. स्वत:च्या फंड्स फ्लोशी एकनिष्ठ राहाण्याची शपथ दिली. व्यवसायातील पैसे आणि नफ्याचे पैसे यातील फरक समजावून दिला. तू ते सारं कसोशीनं पाळलंस. आज तू माझ्यापेक्षाही श्रीमंत झालायस. तुला गुरुदक्षिणा द्यायचीच असेल तर या महाराष्ट्रात असे अनेक श्रीमंत निर्माण कर.''